చారు వసంతం

కన్నడమూలం
శ్రీ హంపన

తెలుగు సేత
గుత్తి చంద్రశేఖరరెడ్డి

ఎమెస్కో

CHAARU VASANTAM

Sri Hampana

Telugu Translation : **Sri Gutti Chandra Sekhara Reddy**

చారు వసంతం

కన్నడమూలం : **శ్రీ హంపన**

తెలుగు సేత : **గుత్తి చంద్రశేఖర రెడ్డి**

© **గుత్తి చంద్రశేఖర రెడ్డి**

సంపాదకులు : **డా॥డి. చంద్రశేఖర రెడ్డి**

ముద్రణ : **ఫిబ్రవరి, 2015**

ISBN : 978-93-85231-12-4

వెల : **రూ. 200/-**

ప్రింటర్స్ : **సాయిలిఖిత ప్రింటర్స్**, హైదరాబాదు.

ప్రచురణ

ఎమెస్కో బుక్స్

1-2-7, బానూకాలనీ

గగన్‌మహల్ రోడ్, దోమలగూడ

హైదరాబాద్-500029, తెలంగాణ.

ఫోన్ & ఫ్యాక్స్ : 040-23264028

e-mail : emescobooks@yahoo.com,

www.emescobooks.com

పంపిణీదారులు

సాహితి ప్రచురణలు

29-13-53, కాళేశ్వరరావు రోడ్డు

సూర్యారావుపేట,

విజయవాడ-520002, ఆంధ్రప్రదేశ్.

ఫోన్ : 0866-2436643

e-mail : sahithi.vja@gmail.com

www.sahithibooks.com

అంకితం

అనితర సాధ్యమౌ జయములాజిని జేకొని శౌర్యదీధితిన్
అనితర సాధ్యమౌ వితరణాంచిత పాలన రాజధర్మమున్
అనితర సాధ్యమౌ కృతిని ఆంధ్రిని గూర్చుట పాండితీప్రభన్
అనితర సాధ్యమౌ విధిని ఆర్షముబ్రోచుట భక్తి సంపదన్
అనితర సాధ్యమౌ యశము నార్జన చేసిన రాయ! సన్నుతుల్

– హంపన, గుత్తి చంద్రశేఖర రెడ్డి

చారు వసంతమునకు స్వాగతం

తాత తండ్రులు చిన్న నాటనే నా ఎదలో ప్రోది చేసిపెట్టిన తెలుగు భాషాభిమానాన్ని అప్పుడప్పుడూ చిన్న చిన్న కవితలుగా వ్రాస్తూవున్నా అది పుస్తకంగా వెలువడ్డది మాత్రం కన్నడం నుండి తెలుగులోకి తేబడిన అనువాద నాటకం క్రాంతి పురుష బసవన్నతోనే. అంటే తెలుగు సాహిత్యం మునుపెంతో వున్నా ఈ నాటి గణనలోకి వచ్చింది వ్యాస భారతపు అనువాదంతోనే అన్నది కాదనలేని సత్యం. నాకు తెలియకుండానే ఆ మహామహులు కవిత్రయము వారి జాడనే నడిచానంటే అదెంత ఆనందం కలుగుతోందో మాటల్లో చెప్పలేను.

సామరస్యం, సౌమనస్యం ప్రజాబాహుళ్యపు హృదయాల్లో నిండి వున్నప్పుడు, విభిన్నతల్లో అభిన్నత లేర్పడడం సహజమే. ఇది మనిద్దరిదీ / మనదీ అన్నప్పటి ఐక్యతా భావం వున్నంత వరకూ ఏ చిన్న తగాదాలేని శాంతస్థితి, ఇది నాది - అది నీది అన్న గీతలు గీసుకొని తెంపుకున్న బంధానికి అడుగడుగునా పోరాటాలు, ఆరాటాలు తెలుగు కన్నడ భాషీయుల మధ్య తలఎత్తడం బాధాకరమైనదే. అయితే అది ఇంకా ప్రబలమై వ్యాప్తిచెందకుండా, ఇరు భాషలూ సమన్వయంతో సాగితే పాత మాధుర్యాన్ని మన బ్రతుకుల్లో పొందగలమన్న ఆశతో మా చేయగల చేవతో సాగిందీ అనువాదాల అనుకంపనం.

"నాడోజ హంపన"గా కన్నడ హృదయాల్లో భద్రపీఠాన్ని అధిష్ఠించి వున్న ఈ హంపసంద్ర పద్మనాభయ్య (కుమారుడు) నాగరాజయ్యగారిని పేరు వినడంవరకే పరిచయం. ఆ భాషావేత్త, కన్నడ సాహిత్య పరిషత్తుకు అధ్యక్షుడుగా

చాలాకాలం సారస్వత ప్రగతికి కృషి సల్పిన నిబద్ధత కలిగిన శ్రీ హంపన గారి అనేక ప్రక్రియల్లో వెలువడిన సాహిత్య పరివ్యాప్తిని గురించిన సంగతిని ఈ మధ్యనే తెలుసుకొన్నాను.

గుంటూరులో వుంటూ ఎవరికి ఏ పుస్తకం కావలసినా, ఎలాగో కష్టపడి సాధించి పెట్టడమనే కాయక భావంతో, తెరమరుగు నుండి కృషి చేసే శ్రీ అరిసెట్టి సాయి ప్రసాద్‌గారు నన్ను "చారువసంత" కన్నడ కావ్యాన్ని తెలుగు చేయండి" అని అభ్యర్థించారు. ఆ మరుసటి రోజే మా బళ్ళారి జిల్లా వారూ, ఉభయ భాషా ప్రవీణులూ అయిన శ్రీ పెండకూరు గురుమూర్తిగారు అదే విషయాన్ని ప్రస్తావించారు నాతో. అలాగే "తెలుగు అక్షరం అక్కడ కనిపించదు. తెలుగు తప్ప మరో భాష వినిపించదు గాక వినిపించదు" అనబడే కోలారు జిల్లా ప్రాంతం (ఇప్పుడదీ కొత్త జిల్లా) (చిన) చిక్కబళ్ళాపురం వారైన ఈ మాన్యులు హంపనాగారి సౌమ్యయుత దూరవాణి సంభాషణలో, నా పరిమితులు, బలహీనతలు చెప్పి ఇప్పుడున్న స్థితిలో జాగు కావచ్చునన్నదీ స్పష్టపరచాను. ఆయన అన్నిటికీ అంగీకరించి అనువాదానికి పచ్చజెండా చూపారు.

చారువసంతం మూలాలు ఆంధ్రశాతవాహన చక్రవర్తుల కాలంనాటి గుణాఢ్య మహాకవి పైశాచి భాషలో వెలువరించిన బృహత్కథలో ఛాయామాత్రంగా వున్నాయని 'హంపనా' గారు చెప్పారు. ఈ సుదీర్ఘ కావ్య రచనకు ఎందుకు పూనుకొన్నారో ఆయన తమ ముందుమాటలో చక్కగా వివరించారు. కనుక నేను ఆ విషయంగా ఏమైనా చెప్పడం పునరుక్తి అవుతుంది. కథ ఏమిటో చెప్పడమంటే అదింకా పెద్దనేరం. పాఠకుల అవగాహనా శక్తిని, తక్కువగా అంచనా వేయడమే అవుతుంది.

అయితే నేను చెప్పి తీరవలసిన విషయం ఒకటుంది. అది హంపనాగారి కన్నడ భాషాశైలీ, పదముల అల్లిక, నిరూపణావిన్యాసం. ఆయన పదాలతో ఇంచుమించుగా చెడుగుడులాడుకొనే సామర్థ్యం గలవారు. ఇవన్నీ కేవలం వేళ్ళమీద లెక్కించగలిగిన మహామహుల పట్టీలో ఈనాడు అగ్రస్థానంలో వున్నారు. కన్నడ మహాకవి శ్రీయుతులు డా॥ కె.వి. పుట్టప్పగారి అంతేవాసి ఈయిన. వీరు ఆయన సాహిత్య వారసత్వం పొందిన వారు. డెబ్బై ఎనిమిది వసంతాల నవయువకవి గురువు గారి సంస్మరణలతోనేమి? కన్నడ భాషను విశ్వవ్యాప్తం చేయడానికేమి? ఆయన కాళ్ళకు చక్రాలు కట్టుకొని నెలలో కనీసం 15 రోజులు ప్రవాసంలో

వుంటాడు. నోట ఒక్క పరుషపు పదం కూడా రాదు. మృదువుగా వినమ్రతా భావం వెరసి హంపనాగారు. ఆయన అదృష్టమంతా ఆయనకు శ్రీమతి కమలా హంపన గారి రూపంలో లభించింది. ఆమె కూడ నాడోజ ప్రశస్తినందినవారే. అలాగే కన్నడ సాహిత్య పరిషత్తు అధ్యక్షత వహించినవారే. నిరంతర సాహిత్య వ్యాసంగులే!

అనువాద విషయంగా చారువసంతం నాపాలికొక సవాలుగా నిలిచింది. మూల రచయిత భావాలకు సాధ్యమైనంతమేర సమీపంగా వుండడం మొదటి సవాలు. రెండవది ఆయన గుప్పించిన జాతీయాల, నానుడుల సమానార్థక తెలుగు భాషా పదాలను నేర్చుకోవడం. మూడవది పై రెండు పరిమితులలోనే ఇసుమంత సుందరంగా దిద్దడం. ఇందులో నేనెంతవరకు విజయం పొందానన్నది, చదువరులు మాత్రమే చెప్పగలరు. వారికే వదలివేస్తున్నాను. నా యత్నలోపం రానీయకుండా ప్రయత్నించాను.

ఇరు భాషల్లోనూ ఈ ఇచ్చి పుచ్చుకొనే ధోరణి బాగా పెరిగి, రాయలకాలంలో లాగా అభిమానంగా వుండటం జరిగితే అందుకు మా కృషి ఏమాత్రమైనా సరే అక్కరకు వస్తే ధన్యులమయినట్లే.

మా తెలుగు తల్లికీ మల్లెపూదండ

మా కన్నడాంబకు మంగళారతులు

మూల కృతికర్త నివేదన

"ప్రాచీన కావ్యాల్లో దాగివున్న అనర్ఘ కథనాలను మరచి, జారవిడిచి, ఎప్పటికీ (శాశ్వతంగా) వాటికి వీడ్కోలు పలుకడమా, అథవా వాటిలో శ్రేష్ఠమనిపించిన వాటిని మనకాలానికి తగినట్లు తయారుచేసుకోవలసిన అవసరం వుందా ?" అని తరచి ఏకాంతంలో ఆలోచించే వాణ్ణి.

వెనుకటి కవిప్రతిభలు, తమకన్నా పురాతన, అది ప్రాకృతం కావచ్చు. సంస్కృతం కావచ్చును. సాహిత్య అక్షయమైన సంకథనాల్ని, తమ, తమ కాలానుగుణంగా సమకాలపు వలయవేదికలకు దింపుకొనేవారు. ఈ విధంగా వర్తమాన సాహిత్యంలో ఒకోసారి వ్యక్తమయ్యే శూన్యాన్ని పూడ్చే ప్రక్రియను గురించి యోచించేవాణ్ణి. ఒక అర్థపూర్ణమైన ఓ గొప్ప మలుపుకు ఎదురుచూస్తూ వృత్తంలాంటి దారిలో నిలిచినట్లు చూపినపుడు ఈ మహితసంకలనాలను పునరుత్థానానికి తెచ్చుకోవచ్చునన్న భావన నాలో మొలకెత్తింది.

ఒకవేళ వెనుకటి మహత్యపు వస్తువును ప్రస్తుతానికి తెచ్చుకోవడానికి దాన్ని ఏ స్వరూపాల్లో తేవచ్చునన్న ప్రయోగం చేసి చూడాలన్న కుతూహలమేర్పడింది. కథ, నవల, కవితలు నవ్యకాలానికి ఇష్టమైన మాదిరీలే (మోడల్). ఆ ప్రయోగ ముఖపథంలో (కన్నడ) కవులు మహత్తరమైన సాధనచేసే వున్నారు. తమ ఎల్లలు లేని స్ఫూర్తి ప్రతిభకు కవితకు పరిమితులు ఎక్కువ అని గ్రహించి, దీర్ఘకావ్యానికి అవసరమైన సత్యధారణ కోసమని రగడ (రగళ్-కన్నడ) కు మరో రూపమైన "మహాచ్ఛందస్సు"కు మహాకవి కు.వెం.పు చూపిన దారే రాజమార్గం అయిపోయింది. ఈ కవిరాజమార్గంలో అనేక బృహత్ కావ్యాలు పురుడుపోసుకొన్నాయి.

ఇరవైఒకటవ శతాబ్దికి చెందిన చదువరిని చేరుకొనేందుకు ఎదురయ్యే సవాళ్ళకు సమాధానం చెప్పగలందుకు సాగిన అన్వేషణలో పూనిక వహించిన సమయంలోనే చారువసంతం మొలకెత్తింది. నవనవోన్మేషణ వాదిని కావ్య శారదకు

రథానికి సమర్పించిన మరువములాగా ! భూగోళానికి పొడుగు వెడల్పుల్లో సంభవిస్తున్న సమకాలీన స్థిత్యంతరాలకు ముఖాముఖిగా నిలిచి నా స్పందనను తెలిపాను. వర్తమాన యుగధర్మంలో తలక్రిందుతోపాటుగా జరిగిన చర్చాగోష్ఠుల్లో స్పందననూ కలుపుకొని దేశీయమైన వేరులున్న వస్తువుకే ఆకృతి నిచ్చే ఆకాంక్ష కూడా ఈ నవకావ్యంలో పడుగులో పేకలాగా వుంది. మనదేశి సంప్రదాయానికి చెందిన ఈ నేలలోనే గట్టిగింజలను మళ్ళీ విత్తి, మిగల్చుకోవాల్సిన కోరికతో పాత కథనాన్ని తలకెత్తుకొని సరిక్రొత్త జీవభావాల సంచారానికి అవకాశం కల్పించాను.

గడచిన నలభైఏళ్ళగా వైచారిక పరిశోధనల్లో పూనుకొని బౌద్ధిక సమూహాల్లో సాగి వచ్చినప్పటికీ, సృజనశీలతకు నేనెప్పుడూ విముఖంగా లేను. నాలో లోపల లోపల పీఠం వేసుకొన్న 'కవి' ముక్కుతూ మూల్గుతూ బయట పడేందుకు తహతహలాడుతున్నాడు. బహుకాలంనుండీ తొందరపెడుతున్న సృజనాత్మక దాహం ఆపుకోలేకపోయాను. లోపలి లోతుల్లోంచి వస్తూ వున్న ఒత్తిడిని తట్టుకోలేకపోయాను. ఆ లోపలి లోతుల్లోంచి, ఉబికి పైకెగసినధారలా వస్తున్న ఒత్తిడికి ఫలితంగా పుట్టుకొచ్చిందే ఈ 'చారువసంతం' కావ్యం. ఇటీవల సామాజిక, సాంస్కృతిక, వైచారికాల పెరుగుదల ఈ జగతికి స్పందించవలసిన ఐతిహాసిక అవసరాన్ని పూరించే దిశగా అభిముఖంగా వున్న కావ్యం చారువసంతం.

విస్మయానికి స్పందించడం, చిగురించడం నాకు మొదట్నించీ వున్న స్వభావం. చారుదత్తుని సుందరమైన కథనానికి ముఖాముఖియైన అపూర్వ నిమిషమొకటి రసమయుమయింది. ఈ అనుసంధానం నిదానంగా వ్యాప్తి చెందడం నన్నావరించుకొన్న గత్తు (ధైర్యం)కు నాకే విస్మయంగలుగుతోంది. ఎద అచ్చులో దాక్కొని చారుదత్తాఖ్యానమనే సంజీవనిని మెసవి ఎంత అణిచిపెడితే అంత ఎత్తుకు ఎగసి ఒక ఆకారం సంతరించుకొంటుంది. తను-మనసుల సుడిలో తిరుగుతూ సుప్తనది కావడం అవకాశం చిక్కగానే ఒక నెల కాలంలో ఒకరూపం ఏర్పడింది.

ఈ కథకు వేళ్ళు పాతాళంలోన, చిగిర్చిన కొమ్మరెమ్మలు ఆకసంలో బహుముఖి సాధ్యతలకు తననుతాను తెరచుకొనే వీలున్నా సకల సుగుణాలవాలుడు (చెలువ చెన్నిగరాయ) అతనికథ అయఃకాంతం.

పైశాచి భాషలో గుణాధ్యుడు రచించిన బృహత్కథంలో దీని వేరులూ చేరి వుండవచ్చు. ఎనిమిదవ శతాబ్ది పున్నాట సంఘం (ఇది మైసూరు జిల్లా హుణసూరు తాలుకాలో వుండి గతించిపోయిన ఒక మునుల సముదాయం) జినసేనాచార్యులు సంస్కృతం లో వ్రాసిన 'హరివంశ' కావ్యంలో ఈ ఆఖ్యానం స్పష్టమైన ఆకారంతో దొరకుతుంది. ఈ సురమ్యకథనం కన్నడంలో ఆదిగుణవర్మ, కర్ణపార్యుల చేతిలో విశాలంగా వ్యాప్తిచెందింది.

గౌరవాన్విత వర్తక కుటుంబానికి చెందిన చారుదత్తుడు సురసుందరియైన వేశ్య వసంతతిలకపట్ల అనురక్తుడై తన వంశకీర్తి వీథులపాలవుతూ నిర్గతికుడౌతాడు. సాధ్విపత్ని హృదయవైశాల్యం కలిగి వుండటంవల్ల కూడా వసంత తిలకను భార్యగా స్వీకరిస్తాడు. శ్రమ, సాహసం, నిష్ఠలతో దేశవిదేశాలు సంచారం చేసి, మరలా వణిక శ్రేష్ఠుడు కావడం అనే కథలపందిరి మనోజ్ఞంగా అల్లడం జరిగింది. ఊహించని మలుపుల్ని తనలోన ఆకళించుకొంటూ, కథ కుతూహలాన్ని రేకెత్తిస్తూ సాగుతుంది.

ఇది రాజు-రాణుల కావ్యం కాదు. యుద్ధముఖి కథనమూ కాదు. మానవస్వభావంలోని విన్యాసాల పొరల్లో ప్రకటితమవుతూ, మతాతీతంగా, మహోన్నతమానవీయ విలువలతో కూడిన జనముఖంగానూ, సమాజముఖం గానూ సాగిన కావ్యమిది. ఈ అమర ప్రేమ ఆఖ్యానం వ్యవహార భాషకి చేరువగా ఒక విధమైన లయతో వెలువడిన కావ్యం మిమ్మల్ని ఆకర్షించగలదన్న ఆశతో వున్నాను.

ఎటదాగివుందో

భాషా విజ్ఞానం, జానపద ఇతిహాసం, శాసనాలు
నవలావిమర్శ, ప్రబంధ సంశోధనం
ఏమేమో వెతుకులాట, బ్రతుకుపాట అధ్యయనం
విరిసెనాహో! జీవ భావనకు మోహనకావ్య గానం

డెబ్బదారువయసులోన హంపనికేల కావ్య చోద్యము
ఒప్పో, తప్పో మెచ్చివచ్చె, వలదు సేయ కుచోద్యము

(కన్నడ) ఆదికవి పంపని సౌభాగ్యమేడు జన్మలకూ అసాధ్యము
అతని కావ్యములె భాగ్యమీహంపనా బ్రతుకున హృద్యము.

రన్న! కన్నడ రత్నము ఘనులైన కవులకు ఎమ్మె
నిడుద బ్రతుకున చాల ధన్యతను గంటినమ్మ
నడు ప్రాయమున నెట్లో, అదేరీతి వృద్ధత్వంతో
నిస్సీముడై స్ఫూర్తిగంగ ఒసరుట నాపినట్లు

చక్రేశ చరిత పరశురామచరిత మరియు
రచియించెను అజితనాథ తీర్థేశుని పురాణం
లక్ష దీనారద్రమ్ములు పళం గాసులకును ఉంది క్షయము
కావ్య పాత్రయిది ద్రౌపదికిని దొరుకని అక్షయము
వృద్ధుడౌరన్ననికి సాధ్యమైన సాహస భీమ విజయము.

యౌవనమున బల్కె జన్నడెశోధరా చరిత
ముదిమిలో రచించె ననంత తీర్థేశు కథ!
ఎందునా? వయోధిక కవికి కావ్య సరిత
శాసనముల వ్రాసి కావ్యము నిర్మించె నింకేమికొరత.

సహమతి నెట్లో అట్లె వచ్చెను పై నిదర్శనమ్ము
మిగిలినది వారి వారి దర్శనమునకు కావ్యము పురాతనము.
నవకాలానికి మలిపి చారుదత్తుని రమ్యకథనము
దాంపత్యానికి పట్టము కట్టి యొసగె మరు జన్మము
నవ్యాతి నవ్య కన్నడ నుడుల హంపనా రచించెను.

రన్న, జన్నల నాడులో కన్నడపు బీడున
పరిణతమతులు నర్తింతురా కావ్యా రామమున
స్ఫూర్తి ప్రతిభల సంగమ ప్రసాదము "కవిరాజమార్గము"న
తలవంచి కేల్మోడ్చి సాష్టాంగపడి వినయమున
కవివరు లాడిన పాంథేయపు తీపిరుచి ముగియదు
చారుదత్తుని హృత్సంవేద్యపు సిరుల సొబగు కథనమిది

ఎటదాగి యుండెనో ఏమాటు నుండెనో ఈ స్రవంతి
ఒకరేయి కలలోన శ్రుతదేవి మమతతోచూచి
"లెమ్ము హంపనా లే లెమ్ము చారుకథ చెప్పుము
కన్నడ కావ్య భాండారమున నుంచు మిది పసిడిరవ్వ
శ్రుతదేవి యనుగ్రహముండ నేనెట్లు పేదను?"
పూనితి వెంటనే రచింప చారుదత్తుని చరిత్రను.

విషయము కొత్తదికాదు. దాని దిద్ది తీర్చిన రీతి నవీనము
సనాతనము వినూత్నమౌ రూపుదాల్చి నాలోన
మెయిదాల్చి పెరిగిన పరి చెట్టు పుట్టిన మొగ్గ పువుకాగ
యొప్పించితి కన్నడాలయమున వాగ్దేవి పదములకు
కావ్య రసికుల మనము
తృప్తిగన ధన్యుడను కావ్య రసికుల ఎదలు.

ఈనాడు తెలుగమ్మ కూనయై వచ్చినది
సుందర తెలుంగులార నాదు సోదరులార
ఆదరింపుడటంచు నర్థింతు మిమ్మెల్ల
మరల తెలుగులార, లోకమునకె వెలుగులార! వందనము.

వినయమున దలచుమది, చిన్నదిగాదు
ఎవరిని దలతును ఎవరిని మరతును
ఎట్లు పలుకుదును ఎట్లు వ్రాయుదును
పచ్చ పచ్చగ కురియుచున్న శుభములవి
తీర్చగా నౌనె ఆ కీడు, మేలులను
చారువసంతము కావ్యము వెలువడ
సాయపడు సహాయ సంపదలుండ
అప్రతిభ ప్రతిభల ఆవరించిన హృదయాల
తేలివచ్చెడు కలల తలచుటే అమృతమయము.

చారువసంతం ఇప్పటికే కన్నడ భాషలోంచి హిందీ, మరాఠీ, ఒడియా భాషల్లోకి అనువదింపబడి జన ప్రియతను గడిస్తూ ఉండటం నాకెంతో సంతోషం కలిగిస్తోంది. ఇప్పుడే నాకు తోడబుట్టిన తమ్ముడులా వుండే చంద్రశేఖరరెడ్డిగారు తెలుగు భాషలోనికి అనువదిస్తుండటం, నాకు ఈ క్రియ ఎంతో ఆనందం కలిగిస్తోంది. చంద్రశేఖరరెడ్డి గారు తెలుగు కన్నడాలు రెంటిలోనూ సమాన ప్రభుత్వం కలిగినవారు. ఇప్పటికే ఆయన కన్నడలోని మహత్వ పూర్ణకావ్యాల్నీ, కావ్యభాగాల్నీ తెలుగులోనికి తెచ్చుకొన్నారు. అలాగే తెలుగు కృతుల్ని కన్నడంలోనికి అనువదించారు. మంచి పేరు గడించారు. తెలుగుభాషలో సహజ కవియైన చంద్రశేఖరరెడ్డిగారు, స్వతంత్రమూ, సుదీర్ఘమూ, చారిత్రక, మహత్వ పూర్ణకావ్యాలను రచించి జనానురాగాన్ని చూరగొన్నారు. నాకు వారి స్నేహ భాగ్యం లభించడం ఒక అపూర్వయోగం. చారువసంత కావ్యం మూలానికి ఎక్కడా ఏ మాత్రమూ భంగం వాటిల్లకుండాలన్న తపనతో ఆయన ఎంతగా శ్రమించారంటె, ఎక్కడ ఏ చిన్న సందేహం కలిగినా వెంటనే నన్ను పలుకరించి, సంశయం తీర్చుకొంటూ అనువాద రచనను కొనసాగించారు. ఈ వరకు చారువసంత కావ్యం యొక్క ఇతర భాషలలోన వెలువరించిన వాటన్నింటికన్నా తెలుగు అనువాదమే నాకు నిండు సంతృప్తిని కలిగించింది. ఈ నా పరమానందానికి కారణభూతులైన ఉభయ భాషా విశారదులైన చంద్రశేఖరరెడ్డి గారికి నా అనంత కృతజ్ఞతలను మరింత ఆనందంగా సమర్పిస్తున్నాను.

మంచి మాట

గుత్తి చంద్రశేఖరరెడ్డి - కాదు కాదు - జోళదరాశి (గుత్తి) చంద్రశేఖరరెడ్డి అంటేనే కానీ ఒప్పుకోడాయన. నాకు పరిచయమైన కొత్తలో జోళదరాశి (గుత్తి) చంద్రశేఖరరెడ్డి అనే వ్రాసే వారాయన. జన్మభూమిపై ఆయనకంత ప్రేమాభిమానాలు. అతికష్టంమీద గుత్తి (జోళదరాశి) చంద్రశేఖరరెడ్డిగా మార్చిన ఘనత నాదే! ఆయన గురించి నేను వ్రాసేవన్నీ మీకు అతిశయోక్తులు అనిపించ వచ్చు! కానీ అవన్నీ నిజాలు.

స్నేహానికి ప్రాణమిచ్చే వ్యక్తి చంద్రశేఖరరెడ్డిగారు. ఆయన స్నేహ వాత్సల్యామృత ధారలో తడిసి ముద్దయిన వాడిని నేను. ఏకోదరులం కాకపోయినా నాకాయన ఆత్మీయ సోదరుడు. మా వేదవతక్కయ్య ప్రకారం పూర్వాభవంలో ఏకోదరులమైన మేము ఏ దేవుని శాప ప్రభావంవల్లో వేర్వేరు గర్భాల్లో ప్రభవించాం!

ఒక సిద్ధాంతాన్ని నమ్మితే చివరికంటా దాన్నే నమ్మే స్వభావం చంద్రశేఖరరెడ్డి గారిది. తనకు నచ్చిన, తాను మెచ్చిన, నమ్మిన సిద్ధాంతాన్ని మార్చటానికి ఎవరెంత ప్రయత్నించినా ఆగని మనస్తత్వం ఆయనది.

భావుకుడు, నటుడు, మహావక్త అయిన చంద్రశేఖరరెడ్డి గారు ఉత్తమ సంస్కార సంపన్నులు. భేషజాలు చూపించకుండా ఆయనిచ్చే ఆతిథ్యం స్వీకరించే వారిది అదృష్టం! అనితర సాధ్యమైన ప్రతిభ, పూర్వ అధునాతన కవి కృత పఠన సంజాతమైన అభ్యాసం అవినాభావంగా అల్లుకు పోవటం చంద్రశేఖరరెడ్డి గారిలోని విశిష్టత. భావం స్ఫటికంలా స్వచ్ఛమైనప్పుడు పద్యమైనా, గద్యమైనా ఒక్కటే! పద్యాన్ని ఎంత ఒడుపుగా నడిపించగలరో గద్యాన్ని అంతే ఒడుపుగా - ఆ మాటకొస్తే ఇంకా నేర్పుగా నడిపించగల సవ్యసాచి చంద్రశేఖరరెడ్డి గారు.

'రైతు రాయలు' కావ్యం నూతన కల్పనలతో, శబ్ద చమత్కారాలతో యావదాంధ్రుల అభిమానాన్ని చూరగొని నృత్యనాటికగా రూపం సంతరించుకొని ప్రేక్షకుల ఆదరాభిమానాలు పొందింది. 'కృష్ణరాయం'లోని చారిత్రక పరిశోధనాచుంబనం, 'సిరిసునీత' స్మృతికావ్యంలోని ఆయన సతీమణిపై గల అవ్యాజ ప్రేమానురాగ ప్రకటనం అనితరసాధ్యం!

ఇటు తెలుగు నుండి కన్నడంలోనికి, అటు కన్నడం నుండి తెలుగులోనికి గ్రంథాల నెన్నింటినో ఆయన అనువదించారు. బళ్ళారి జిల్లా కర్నాటక రాష్ట్రంలో కలిసిపోవటం ఆంధ్రుల దురదృష్టం. జన్మతః ఆంధ్రుడై ఉండి చంద్రశేఖరరెడ్డిగారు బళ్ళారితోపాటు కన్నడ రాష్ట్ర వాసికావటం ఇంకా దురదృష్టం. అది ఆంధ్రుల దౌర్భాగ్యం! అయినా ఆయన ఎక్కడున్నా తెలుగు బావుటాను ఎగురవేస్తూ ఉండటం మన మహద్భాగ్యం. అలాగే ఆయన ఏ ప్రాంతంలో ఉన్నా శ్రీకృష్ణదేవరాయల కీర్తి గానం చేస్తూనే ఉంటారు.

సాహితీ ప్రియంభావుకుడు, స్నేహసింధువు, సౌజన్యమూర్తి, సుకవిలోక మిత్ర రత్నం శ్రీ చంద్రశేఖరరెడ్డిగారు. మాటలో, వ్రాతలో, పలుకుబడిలో అక్షరాల కూర్పులో తెలుగుదనాన్ని, రమ్యమైన శబ్దాన్ని, ఇంపైన అర్థాన్ని అందించగల మధురకవి ఆయన. మృదుమధుర శైలీసమన్వితమై, విషయ వివరణతోబాటు రమ్యమైనశైలితో రసవంతంగా, సహృదయ మనోరంజకంగా పాఠకులను ముగ్ధులను చేస్తాయి ఈయన రచనలు - దానికి 'శ్రీకృష్ణరాయం', 'రైతు రాయలు' నికషోపలాలు.

ఈ సందర్భంలో నాకృతి 'చాటుకవి సార్వభౌమ శ్రీనాథుని చాటువులు' ఆయనకు అంకితమిస్తూ నేనన్న మాటలు గుర్తుచేస్తాను.

"ఆయన ఆపాదమస్తకం కవితాత్మకలవారు
ఆదేహాన్ని సుతారంగా ఎక్కడ స్పృశించినా
ఆయన్నుండి కవితాధార జాలువారి
సిరిగంధ పరిమళాన్ని దశదిశల వెదజల్లుతుంది.
ఆయన భావగీతాలు విపంచికాస్వరాలు మీటుతూ

మలయమారుతంలా వీస్తాయి.
సామాన్యునిగా ప్రత్యక్షమయ్యే ఆయన
ఒక అసామాన్య అనుభూతి జీవి.
'అగ్ని చల్లినా, అమృతం కురిసినా అందం, ఆనందం
దాని పరమావధి' అన్న దేవరకొండ బాలగంగాధరతిలక్
మనోభావానికి సరిగ్గా సరిపోయే మనీషి ఈయన–
నిగర్వి, నిరాడంబరుడు, నా ఆత్మీయ మిత్రుడు
శ్రీ గుత్తి (జోళదరాశి) చంద్రశేఖరరెడ్డి"

మళ్ళీ చెబుతున్నా – ఈ మాటల్లో అతిశయోక్తి అవగింజంతైనా లేదు. అన్నీ సహజోక్తులే! సత్యా సత్యాలు ఆయనను ప్రత్యక్షంగానో, పరోక్షంగానో పరీక్షించి తెలుసుకోండి!

కావ్య విశ్లేషణ నా ఉద్దేశంకాదు. అయినా, 'చారువసంతం' గురించి రెండే రెండు మాటలు చెబుతాను. 'చారువసంతం' ఇతివృత్తం మధిర సుబ్బన్న దీక్షితులుగారి కాశీమజిలీకథలను, చందమామ కథలను తలపుకు తెస్తుంది. కానీ రచనావైదుష్యం మెచ్చుకోదగింది. లబ్ధ ప్రతిష్ఠులైన 'హంపన' (హంపసంద్ర పద్మనాభయ్య నాగరాజయ్య) గారి మూలం మాత్రా ఛందస్సులో అలవోకగా సాగిపోతుంది. దానికి దీటుగా శ్రీ చంద్రశేఖరరెడ్డి గారి అనువాదం సాగింది.

నాకు పరమ ఆత్మీయుడైన చంద్రశేఖరరెడ్డిగారికి ఒక అభ్యర్థన! శరీరారోగ్యం మందగిస్తున్న ఈ తరుణంలో అనువాదాలకు స్వస్తిపలికి స్వీయరచనలపై దృష్టిసారించమని నా అభిలాష!

ప్రొద్దుటూరు
20-01-2015

కోడూరి ప్రభాకరరెడ్డి

చారువసంత
విషయసూచిక

కథాకాండ
1-70

పెంపారు చంపానగరం	3
చిగురించె కడుపుకోరిక	10
చారణు చరణములకు వందనము	14
కడుపు భాగ్యమె పంట	18
చారుదత్తుని జననం	22
చాతుర్మాసంపు వర్షం హర్షం	28
పరిపరి పజ్యాల ప్రాజ్ఞులు	34
పూలు పరచితి ఖేచరుల సుఖమునకు	40
ఖేచరుల మత్సర కథనం	46
పెళ్ళికి ముందుమాట	56
వివాహోత్సవంలో నివ్వెరపాటు	62

■

సుందరకాండ
71-137

సంసారయోగ ప్రహసనం	72
ప్రేమ ప్రస్థానమునకు క్రీడావేదిక	82
చంద్రవీధిలో	94
ఘుమఘుమలాడె సుగంధం	106
స్వర్గాన ఇటువంటి చెలిమి దొరకునేమి?	124

■

ఉన్ముఖ కాండ	నిదుదహోరపు యాతన	140
139-180	తండ్రి వేదన	156
	అమ్మ ఆరాటం	162
	సతీమణి సంకటం	166
	మిత్రావతి స్వగతలహరి	172

■

ఉద్యోగ కాండ	పునరుత్థానం	182
181-276	పీడకల	190
	సార్థవాహుడు	218
	పగటివేషాల కాలభైరవుడు	242
	కపట సన్యాసి	260

■

ద్యావా పృథివి కాండ	చీకటి వెలుగులు	278
277-334	రత్నద్వీప మార్గం	292
	భువియే స్వర్గం	310
	సంసార సారోదయము	326

కథాకాండ

చారువసంతం
2 కథాకాండ
పెంపారు చంపానగరం

పెంపారు

చంపానగరం

ధరణి మండల మధ్యమున దట్టమై యలరు
నేరేడు వృక్షాల పొదరిల్లు జంబూ ద్వీపం
భోగభూమియునై ధరణిలోన వెలుగొందు
మంగళ వీరలక్ష్మి విలాస నికేతనము
చంపానగరమ్ము అంగదేశపు కటకమ్ము
ఇలదిగిన అమరావతీ అందాల గూడు
అంగభూమికి కట్టిన పట్టము, తిలకమ్ము
పసిడి కలశము పట్టణ సమూహాల నెలవు
విరాజిల్లు భరతవర్ష మకుటమ్ముదాల్చి
విభవ రాజగృహాన విమలవాహనుడు పతి
సీమ గాంచినదపుడు నెమ్మదపు హరివిల్లు
ఆ రాజు కుడిఎడమల నిపుణులౌ మంత్రులు

రాజ్యంపు గడి పొడవు కాపున్న సైనికులు
ఇంద్రధ్వజ మోలగమ్ము రాజప్రభావళి
గద్దెపై మణిమకుటాన రాజు విమలుండు
తనను తాకుచు దరిని మందహాసపురాణి

హంసగామిని మనోహరి మహాదేవి
సేనాపతి, రాజపురోహితుడు, రాజ్యశ్రేష్ఠి,
కవి, గమకి వాది వాఙ్మి విద్వద్వరేణ్యులు
మాండలిక సామంత, గాయక నర్తకులు
సామ్రాజ్య సంపదల ప్రజాప్రతినిధియు గలరు.
జనగణమన అధినేతలు సుఖముగాగలరు
మహీమండలికి తొడవు కలశమద్దమ్ము
చంపానగర మంగదేశపు కేంద్రస్థానమ్ము
రాజధానిని మెచ్చుకొనిరి పెక్కు మాటలాడి
అతిశయ విలాసముల పతాకము, విభూతికి
నివాసమది. ప్రేమగల సిరిదేవికి
పుట్టినిల్లది ధర్మానికి మేలియునికి
పాలనా సూత్రముల, గృహముల మందిరముల
లీలా వినోదాల అంగళ్ళ చావడుల
రాజ పథములు గలియు పెద్ద మార్గముల
రేయి సైతము ధగధగల పగలు కాగలదచట
సుర సద్మ పద్మవన రమ్య హర్మ్యావళి
వజ్రపంక్తుల వణిజుల ఇళ్ళ దీపావళి
దేశపునాడి కొట్టుడు లెరుగు వైశ్యగణమొద్దికయు
పురవిస్తరణ లక్ష్మి కదలదా వాడ విడిచి.

మందిరముల, గుడి గోపురముల, దారుల వీధుల
విడువక రేబవలు మ్రోగు ఘంటారవములు
పూజలకై, మ్రొక్కులకై వచ్చిన భక్తి గణము
చంపానగర మంగదేశపు మణి ముకురము
ఎట నిల్చినను లేచి కాన్పించు నపారములు
నేలవిడిచి పైకి లేచిన తెల్లని గృహగోపురములు
ఏకశాల, ద్విశాల త్రిశాలలన
చతుఃశాల స్వస్తిక సంధ్యావర్త
మనెడునవి భవ్యమౌ క్రొత్త మేడల
నగరమందే చాల పెద్దతల భళ భళా
వణిజ లోకపు నాయకుడు మహాత్ముడు
బాటలో వీథిలో నొకసారి నడచిరా
తలవంచి కేల్మోడ్చు జనసమూహమ్ములును
ధనపతి కుబేరునకు సరిసాటియో? ఏమొ?
శ్రీ వధువు రాగముతో విడిపోని ఇంటికి
దేవ నికాయపు అనుగ్రహ కోటికి
వరసుతుడు భానుదత్తుడు లక్ష్మికి
ఆప్తమిత్రుడు రాజునకు ప్రజలకును.

చదువులకు రోగముల శుశ్రూషలకు
చలివేందిరలు సత్రములకు గోశాలలకు
ఇచ్చుటలో పెద్ద చేయి, ఇతనిదే దానము
ఊరి జాతరలు తేరులు పరిశెలకు
కోవెలపునాదులకు కలశాలకు
మూర్తి ప్రతిష్ఠలకు, అందులకు

ఇందులకు అన్నింటికినిచ్చును భాను
రేపురా మాపురా మళ్ళీ రమ్మనకుండ
చంపానగర వజ్రము భాను దత్తుడు
రాజలక్ష్మి సముద్ధరణ కారణుడు
అంగదేశమ్మున కపరంజి యతడు.

దూరదూరాల రేవుపట్టణమ్ములలోన
వివిధ ప్రాంతాల నగరము లెల్ల నెరుగు నితడు
భానునకు సఖులుగలరు నందెల్ల
అందందు నేర్పరచు కోవెల సత్రాల
త్రిభోగాభ్యంత శుద్ధిలో సర్వమ్ము
వినయముగా ధారాపూర్వకముగా
వదలిన తోట గానుగ, ఇలు స్థలముల
నడుపుచుండిరి ఆయా ఊరుల యజమానులు
ఈ రీతి యొసగిన పరమపావన దత్తి
చాటుచున్నవి సెట్టి ధర్మ కార్యముల
భానుని హృదయమ్ము మానవతామందారమ్ము
దీనుల నార్తుల సాయానికతనిదె ముందడుగు
కార్పణ్యపు నిప్పు సోక వేగకరగు కర్పూరము
భూ, జల, వాయువులమాలిన్యము నడచు కాయకము
సర్వోదయ అంత్యోదయ అనెడుపనుల నుత్సాహము
ప్రకృతి సహజగతిలోన, నీ సృష్టి నవ్వుచుండ
జీవ జాలముల పోషణ సులభ తరమౌను
సమరసమే బ్రతుకన్న తత్త్వమాతడు చాటె.

తలపైన మలము మోయుటది హేయమ్ము
మానవత ముఖమున నుమ్మినట్టి హైన్యమ్ము
ఎట్లు చూచుట ఎట్లు సైచుట నెంతకాలము
వేగమాపుడు ఇపుడు తెరువుడు తాళము వేయుడు
నేటి నుండే ఇందు దండిగా బండ్లసంఖ్యముగ
సాగించుడు బళ్ళలోన, వలదుత్తమాంగముపైన
చంపా ముమ్మురిదండ గవరవర్తక శ్రేణి
ఉచితముగ నిత్రు శకటముల నైనూరు
కసపూడ్చు వనితలకు జత చీర లెచ్చుగా

శ్రేష్ఠి ఆపించె నా పాత దుష్ట పద్ధతులు త్రోసి
యుగాది పండుగనాడు బోన ముడుగరలిచ్చి
కలయౌనా కల్లానా? శంకలకు సఫాయిలుగట్టి
ఒడిలోననింపి చేసంచి నిండుగ కాన్కలతాకి
దిటమిది, నిక్కమిదియని పొంగి మురియుచున్న
హర్ష రోమాంచ చకిత వికసిత వదనలపుడె
"సెట్టి! బ్రతుకుమా నూరేళ్ళు స్వర్గాన"యని దీవించిరి.

జీతగాళ్ళను, కర్మచారుల దాసీదాసులను
బానిసలై చెరలో వలె సదా పనినుండు శ్రామికుల
పిలుపు లిడి రప్పించి స్నానము చేయించి పొడిగుడ్డ లిచ్చి
భోజనము సేయించి, తాంబూలమొసగి

భూరి సంపదలిచ్చి ఆనందమిచ్చి
ఆర్యవైశ్యులమేరు తడబడనిట్లనియె
ఇన్నాళ్ళు ఈ పురి శాంతికై స్వేదమ్ము రాల్చి
రేబవలు కష్టించి తల్లిదండ్రులను కనిపెట్టి
మీరింక ఎవరితొత్తులుగారు ముక్తులైనారు
విడుదల పొందితిరీ జీత పద్ధతి నుండి
బంధములు తొలగె తెరువబడె మహాద్వారము తరలుడు
సంతుష్టచిత్తులై యిష్ట రీతిని మనుడు.

కలయా కాక ఇది నిజమా యనుచు నౌకరులు
పడిన పాట్లిపుడు కట్టడులు లేనివారలు
చిమ్మినది. సరికొత్త హరిత గీతాల్పుట్టి
పాడుచూ పరుగిడిరి విడుదల పాటలను
చిందులతో గంతులిడి ఎగిరిరి రెక్కలనార్చి.

ఆయువు తీరిన వారినె తాకు యమదండము
ధర్మదేవత కూర్చున్న సింగంపు గద్దెవలె
న్యాయదేవతపట్టిన నిష్పక్షపాతమువలె
కష్టమో నష్టమో వస్తు నిష్ఠయున్న చాలు
తూగు తక్కెడ ముల్లు నేరుగా నుండవలె
ఒకప్రక్క వంగి ఎన్నటికీ వాలకుండ
త్రిలోక విచారము లటుండనీ ఈలోక
మన్నిటికి ముందు పారదర్శకత్వ ముండవలె"
యనుచుపలికినట్టి సత్యసంధుల ఋజుపథమున
వర్తక సముదాయపు శోభాశృంగమై నడచినాడు
పారదర్శకుడు, అకళంకుడు పూర్వాగ్రహరహితుడు
గడియించిన సిరి కన్న మిన్నగు హృదయ సిరినిజూపి
భానుదత్తునికి తలవంచెదరు చంపానగర జనులు.

చిగురించె
కడుపుకోరిక

భానుదత్తుని నిజపత్ని గృహలక్ష్మియల
దివినుండి వచ్చినదే కాబోలు దేవిల
కంట నీరిడు వారికి విలపించువారికి
కరగునామె ఆడ మనసు మహదుపకారి
కన్ను గమనించి దృష్టి తాకేనని సిరి
చేటపైనొక చేట గప్పి వాయనము
పై నొక దారము పోగుచుట్టి ప్రమదల పిలిచి
పూల్ముడిచి, చీర, రవికలు, గాజుల చదివించి
దోసిలినిండుగ ఆకు వక్కలమర్చి
సింగారించి మోపి పంపిన కరుణి ముత్తెము
రాగముననురాగమున నెక్కుడు
త్యాగమునగలరెవరిట్లు, భోగముల
ఘనతలో నాదర్శమున అపురూపులు

చారువసంతం

వైశ్యకుల సంవర్ధన శీలురు
తొలుచునొకటేకొరత సంతానరహితత
బయలు చూపకయున్న నిలుచునే ఆ చింత
కొయ్య ఉయ్యాలలో సతిపతులు కూర్చుండి
తూగి యూగెడు వేళ శిశువు దేతలుపు
చేరి చంపల జీరి హంసతల్పమున
పవ్వళించిరి మరల అరచేత నిమురుచు
కడుపుతాకుచు సాగిరి గమనించుచు.

దేవిల చెవులయందు సదా మ్రోగె దుపదేశమ్ము
రావి వేప వృక్షాల ప్రక్క ప్రక్కన నాటి
శుభమరసి నాగ నాగినుల రాలందు చెక్కి
ధరణేంద్ర పద్మావతులంచు నిలిపి భక్తి,
విశాలమౌ రాతి బండలు పరచి, అరుగులను కట్టి
నాగప్రతిష్ఠ పూజ లభిషేకములు చేయించి
సంతర్పణలు, దాన ధర్మాల చూలు నిలిచేనని
లోకమున వ్యాపించె పెరిగె విదురాశ్వత్థము
పవలు రేలకు నిరంతరము సాగును పోరు
ఉషకు నిశలకు మిలనమెట్టి చల్లాటము
అనురాగవతి సంధ్యకు దినకరుని మోహము
సమాగమమును కోరి వెంబడించినదహో
కాలముగడచుచు అనురక్తుల నాటపాటల
పుటుల పరుగులు చంపాపురపు
పంచాంగమున.

రేయికలలు నిజమైనట్లు
అరుదెంచి రొకపరి చారణులు
అవధిజ్ఞాన మునిపుంగవులు
చంపాపురి సిరిదేవి పిలిచినటు
కలవారు మేధావులు ఆశాదూరులు
చీమలవరుసలో అందరూ చుట్టుకొనిరి
చారణులు దేవతల సమానులు
పృథ్వి కేతెంతురు దీవింతురు
సమయజ్ఞాన, మాత్మజ్ఞాన మెరుగుదురు
పరమ తపో మహిమాన్వితులు
వరముల కరుణింపరువారు
శాపతాపముల నొసగనివారు
వాసుపూజ్యుల ధరకు వందింప
భక్తి సమర్పణకు వచ్చినవారు
కథకు కాలుసేతులు, వాయి లేర్పడి
గాలి వీచినదిశ సాగు సుద్దులను గనుడి.

✤

చారణు చరణములకు వందనము

ప్రథమ ప్రభాతంపు సుఖోష్ణమున గల చెలువు
ఒడ్డోలగమ్మున జనులతో నుండ చంపా ప్రభువు
ఋషి నివేదకుడేతెంచి సర్వాంగముల వంగి
కేల్మోడ్చి "దేవా మనగిరి శిఖరమునకీనాడు
చారణ యుగళమరుదెంచి యున్నారు
అని దెల్ప వెన్వెంట గద్దెపై నుండి దిగి

నమితోత్తమాంగు డటకు నేడడుగుల నడచి
ఋషి నివేదకునికి పూర్ణానందమున

తొడవుల కాన్కనిడి వీడ్కొల్పి యానంద
భేరిని మొరయించి పూజాద్రవ్యములతో
పట్టమహిషిని గూడి పట్టవర్ధనుడు
ఏన్గు నెక్కి సపరివారముగ గిరి ప్రదేశ
మున పట్ట పేనుగు శ్వేతాతపత్రమ్ము,
ప్రముఖ రాజలాంఛనము, వదలి వట్టి
కాళుల నడచి దరిచేరి ముమ్మారు
చారణుల నర్చించి నిర్భర భక్తిమై
భక్తిగా వందింప చంపానగర
రాజు వచ్చెను రాణి వచ్చెను

చారువసంతం
కథాకాండ 15
చారణు చరణములకు వందనము

మంత్రి సేనాపతి మాండలిక
సామంత ధీమంత ధనవంతులు
యతిపుంగవుల అడుగులకు కిరీట
మహిమకు లోకమ్ము వందించు ననుమాట
సత్యము. చంపానగరంపు త్రోవలన్నియు,
అంగమందిర మనుపేరి గిరిమూలమునకు
పరమచారణ ఋషివరేణ్యుల పదములకు
భాను దేవిలలు భక్తితో కొని తెచ్చి
దోసిళ్ళ పూవుల చారణు చరణాల కర్పించి
నిధానమున వ్రాలు దీపవల్లివలెనపుడు
సాష్టాంగదండములిడి 'నమోస్తు'లనుచు
సంతసముప్పొంగి కూర్చొనివినుచునాదంపతులు
వినిజుఱ్ఱుకొనినారు సరళ ధర్మామృతాన్నములు.

చంపాపుర వాసుపూజ్యుల తలచి
దేవిల వినమ్రతను పలికె నివేదించి
తపోధనులార మన్నించుడు లౌకికపు పలుకులకు
కలగు, నా ఉదర వ్యథ తెలుపుదీరీతిని
ప్రాయంపు జవరాండ్రు అద్దమ్ము
చూచేటి తీరున చూతురు తమ తమ
బిడ్డల మోముల ప్రేమ మీరంగ
ఇట్టి భాగ్యమ్మునకు దూరమైతిని నేడు
సంతులేనిగొడ్డు అందురిందెల్ల
గర్భంపుకోరిక గలదిందుకొల్ల
గర్భమాపేక్షించుటాయె నిచట

ఇహయాత్ర ముగియునా నీరీతి
అపుత్రక నౌదునో ఏమిగతి
రానున్న దెఱిగిన భవ్య మహిమ
దివ్యదృష్టిని తెలుపుడీ, నమోస్తు
నమోస్తు లా చరణులు కుపితులవరు
తెలిసినదె పలుకుదురు పొల్లు, వంచనలేదు
పుట్ట వట్టిదికాదు బిత్తల రిత్తకాదు
శ్రమణుడాడిన మాట దివ్వె వెల్గినయట్లు
దత్తావధానమున గమనమ్ము సారించి
దేవిలతల్లీ నీయందొక దసామాన్య
నిశ్చయౌదార్య చరితుడై కొడుకు జన్మించు
సత్యవాక్కులు శ్రమణుల సూక్తులవి
అమృతము చెవుల పడినదె తడవు దేవిలకు
దేహము వసంత ఋతువు, చింతాభరమును మోసి
వచ్చిన భాగ్యము స్వర్గమునె పెరికి ఒడిలోన
యుంచి ఆనందమునె ముడిచి తేలుచు ఇంటికి
వర్షాగమనమునకు నెమలి నర్తించు సొగసున
పుచ్ఛము విప్పి భానుదత్తుని శయ్యాగారమున
నాటి చంద్రుని పాలవెన్నెలలోన
కౌముది మహోత్సవ సంభ్రమ వినోదముల
ఉద్వేగోత్సాహాల బుగ్గ కాముని లగ్గ!
సంతోష సారోదయునికి విరిసిన మొగ్గ.

✤

చారువసంతం
కథాకాండ 17
చారణు చరణములకు వందనము

కడుపు భాగ్యమె పంట

కలలు తక్కువ ఏమి మనసులకును
ఒకరేయి కలలోన దేవిలకు
చారణులు కనిపించిరి చెయిసాచి
పట్టిన దోసిటనిడిరి మాణిక్యమాల
ఉదయమున పెళ్ళాము వెదికి, వెదికి
"ఎక్కడామాణిక్య"మన నీవు మ్రింగితి
వద్దాని, కడుపులో చేరెలే దేవి!
దేవిల కలలు నిజములై కడుపుపండినది.

దీనబంధు బలగానికి కడుపునిండెను
పులకలతో ఆనందమున జుమ్మన్నది ఇల్లు
గుసగుసలు వోయిరి మందిమార్బలమెల్ల
కడుపుచూడ పెద్దబాన, చెలికత్తెల గోల

లేవనీయగనీరు కూర్చొనగనీరు
పండుకొన చెప్పెదరు, పనులుచేనీరు.
తొలికాన్పు జాగ్రతలు వలెనమ్మ
చన్నీరు తాకకుము వద్దువద్దమ్మ.

రకరకమ్ముల పండ్లు కూరగాయలును
వేడిగా బోనమ్ము బంగారు సన్నబియ్యపు బువ్వ
బాదామిపాల శివమొగ్గ వక్కలు
తుని తమలపాకులును, కోనసీమ కొబ్బెర
కాకినాడ కాజా, భాగ్యపురి కలకండ
బళ్ళారి బొబ్బట్లు, మరియు నెన్నియొ కూడి
రాజమండ్రి నుండి అరటి చక్కలు
మంగళూరులనుండి అరటి యుప్పేరి
పచ్చకపురమ్ము లవంగము లేలకులు
తమ్ములము మెసవనేవలెను! భార
మెత్తనెరాదు నడుము బిగియించకు
కొంచెమాగు మఱి యుండుము పొరకపుల్ల
నివాళించి నీరు చిలుకరించి దృష్టి తీయుదు

పురాణ కావ్యముల చదువుదుము వినుము
రామాయణ భారత మహాపురాణము వినుము
ఆలించుము సంగీతము పాటలుండని
పొంగిరానీ, నృత్యము వినిపించనీ
కర్నూలు కంబళిని వెచ్చగా కప్పుకొని
కంటినిండుగ నిదురించుమమ్మ

రేపు పాడుదువులే జోజోలాలీ
చిత్రపటములగనుము భక్తి పదముల తీయగా పాడుము
అవి ఎల్ల ఎదజేరి దిగుత నీ పేగు తీగకు
అతియైన సేవను విడరు కొసరాడగా
చూలుకే నిట్లైన బాలెంత యపుడెట్లో
గర్భమున కదలుచును పెరుగు నా అర్భకుని
తాకి చూచెదు నొకట వ్రేళులకు కంపనము
అతివ సిరితనమునకు పేరు చూలనియెదరు
తల్లితనమే తనకు మగని శ్వాసయటంద్రు
నవమాసములు గడువ కనినదాసతి సుతుని
వణిజకుల చింతామణిని పారిజాతమును
కులరత్న భూషణుని, తమయింటి జాబిలిని
వృద్ధియొందగనన్న సంసార సారోదయుని.

✤

చారుదత్తుని
జననం

చారువసంతం
కథాకాండ
చారుదత్తుని జననం

జన్మించె పుత్రుండు ఊరెల్ల సంబరము
వైశ్యకుల తీవియకు చిగురించె క్రొత్తాకు
ఇభ్యకుల లలాముడు నవ్యజీవకణమ్ము
బసదుల, దేవళముల గంటలు గణ గణమనె
గుడిగోపురములకును రంగురంగుల పూత
ఊరి జనులకునెల్ల భూరి సంతర్పణము
మృష్టాన్నభోజనము నేతిప్రవాహములు
పుత్రజననపు గుర్తుగా దాన దక్షిణలు
వెండి రూకల సంచి ఝుణఝుణోత్కరమ్ము
పిలువ వచ్చిన వారు, తినువారు, పిసిని గొట్టులు కారు
సంచులను తాకి మరి కడుపును తట్టుచునంద్రు
సహర్షముగ దీవించిరి ఏటేట

పిల్లలు కలుగుత భానుదేవిలకును
బొక్కసము వట్టిపోవక నిల్చుత శ్రేష్ఠికనుచు

పుణ్యనిధి బహుకాలమిలను పాలించనీ
ఔదార్యపు పెనుబుగ్గ ఆగకనెసగనీ
అంతలో నేతెంచె జాతకర్మ సుదినము
ఇచ్చిరా చారణులు కన్నవారము మేము
వేరె పేరిడుటేల చారుదత్తుడె సరియౌను
భానుని సూనుండవు భాను తేజమె నీవు
నామకరణము వేళ పాడిరటు జోలాలి
వెండి ఊయెల నుంచి నర్తించుచు పాడిరి
దీవించిరంతఃకరణలను తలదాల్చి
యశోవంతుడు హృదయవంతుడు
ముద్దుకొమరుడు భరతరాజేంద్రుండు
దేవకుమారుడు మరి సుకుమారుడాతండు
నూరు నిండగ సనత్కుమారుడు
రాజత్వము సరసత్వమునకలిసి
బంధు బాంధవుల బలగంపు వెలుగు
భానుదత్తసుతా చారుదత్తా లాలి
ఉయ్యాలలోనున్న లేలేత పెదవుల
చిట్టి చిన్నారి యిది రెట్ట విసరగను
కనికట్టు జేసెడు ఇంద్ర జాలికుడు
దిద్ది తీర్చిన చిన్నచిబుకము, వెడద నుదురు
నేరేడు కన్నుల్లు పగడంపుతునకల్లు
పట్టుకనుబొమ్మలును నునుపైనబుగ్గల్లు

పాదములు బంగారు, ముద్దైన కర్ణములు
సురులాసపడునట్టి అరచేతి భాగ్యమ్ము
గనుచు బిడ్డలలోన మాణిక్యమనుచు
లీలావినోదాల తలయూపినాడు
సన్యాసి జపమనే మరచి పోయాడు.
చన్నుగుడిపెడుదాది గోరుముద్దలదాది
మజ్జనము సేయించుదాది ఆడించు దాది
భూషింపనొకదాది చదివింపనొకదాది
దాదులార్వురి సపర్యల పెరిగియాచారు
గగనచరుడేశశియు బాలుడై దిగివచ్చి
నడక నేర్చెను తప్పటడుగులిడుచు వేగము
నుడువనేర్చె తీయగ కర్ణరసాయనముల
వాక్కన్య నోడించి బాలభాషణములను.

దళమెక్కి తూగాడ అర్భకుని మైకాంతి
జారినది మసక, ముత్యంపు మాణిక్యాల వెలుగు
కడలి అలలకును పవలునకు
ఎవ్వరిది ఆంక్ష
మట్టికిని మరులు గొనియెడు కనుల
శిశువుపై నాశ
పెరిగి బాలకుడు ప్రాకినను
భూమివిడదు
పొరలినా, నిలిచినా సొగసు
దోగాడుటలు
బాల్యము భగవంతుడు కరుణించిన
అనుకంపన కాలము.

చారువుకు జతనుండ నో యనునట్లు
భానుదత్తుని సమప్రాయులౌ సచివులు
ఆ మంత్రిమిత్రులైదుగురకునొకవార
మందుననె వరుసగా తనయులును జన్మింప
జాతకర్మలు పూర్తిగావించి పేర్లిడిరి
హరిసఖ గోముఖ వరాహక_మరుభూతి
పరంతపు లనియెడు అభిదానముల
జత చదివి జతనాడి జతగాళ్ళుగానుండి
మంచిపేరు గడించినారు జాణలు వారు
పరిణితులు, సాధకులు, నైపుణ్య సంయుతులు.

జతలోన తిరుగుచును అర్ధరీ బాలకులు
ఊరువాడల కెల్ల కొమ్ములు మొలిపించిరి

పెద్దవారల సుతుల ఎన్నబల్ దద్దమలు
సచివులా పుత్రులను శతవ్యసనపరులు
విద్యనే నైవేద్య మిడెడు సిరివర్తకులు
లోక వ్యవహారమున అపురూపములుగారు
ఇటువంటి అపప్రథల కంట చిక్కనివారు
చారు బృందమ్ములో ఆర్గురీ బాలకులు
పరిణితులు, సాధకులు, నైపుణ్య సంయుతులు.

అక్షర సాక్షాత్కార మస్త్ర శస్త్ర ప్రయోగముల
గుర్రపు స్వారి కరులపై పట్టు సూక్ష్మమతి
బుద్ధి బల, బాహుబల వ్యాయామముల, సాముల
చార రహస్యముల పలు శాస్త్రముల నవబ్రహ్మ,
రత్న, వజ్ర, వైడూర్య మాణిక్య నీలమణి
గోమేధ, పగడముల ముత్యముల పుష్యరాగ, మణుల
తూనికల పరీక్షల నిష్ణాత లక్షణము
వస్తు విద్యను ప్రథము డాయాత నిర్యాతముల
ప్రసన్న లీలా కైతను, బహుభాషల పరిణితుడు.
తర్కవ్యాకరణ వాఙ్మయ, ఛందోలిపి శాస్త్రముల
సర్వజ్ఞాన, గాంధర్వాయుర్వేద గజశాస్త్రముల
ప్రగల్భుడనిపించెను ప్రౌఢి నిరతిశయనిశిత
నిర్మలచిత్తుడు భానుదత్త సుతుడు చారుదత్తుడు
సంసార సారోదయకులరత్న భూషణుడు.

చాతుర్మాసంపు
వర్షం హర్షం

వాసు పూజ్యుల కర్మభూమి, సుమన
శ్రమణ సాధ్వీమణుల ఆగమన నిర్గమనము
ఏడాది వాసాస చతుర్మాస ముపదేశము
అంగమందిర కొండ రంగమందిరమదియె
చంపానగరము మీరి గిరికందరముల
నడుమపారు రజతవాలుకావాగు
నగరి వెన్కకు వదలి గట్టు ముట్టిన తెరగు.

చేయూపి పిలుచు నా పర్వతముని విరక్తి
ఉక్తి ముక్తాఫలోపదేశపు నయ సూక్తి

చంపాపుర నగరికి భాగీరథి యనగా
గల రజతవాలుకా నదితరంగముల
ఆగమ సారోక్తుల వీచికల నాట్యము
బ్రతుకుబ్బుతగ్గుల మర్మర ప్రతిఫలనమ్ము
తెలిసి మాగిన చేతనకు నురుగుకాదు
చతుర్విధ పురుషార్థములకు సాటియె లేదు.

చంపాపుర జనమన వారిధి వర్ధిల్లగా
ఈసారి చాతుర్మాసమును పురస్కరింప
యమధరులను మునిశ్రేష్ఠు లాగమింప
గిరిపంక్తుల కానన తరులతలకు పులకలు
చంపాపురి కంగ మందిరము గిరిశిఖరము
భవ్యుల నగరము నాగరికులధర్మ సేతువు
దిగువనగరముపైన గల గిరిశిఖరమె
ధర్మమందనురక్త భక్తిని కూడి యుండ

చారువసంతం
కథాకాండ **29**
చాతుర్మాసంపు వర్షం హర్షం

రత్నత్రయముల మెట్ల తుదికి జేరుకొనంగ
వందింప తరలిరటు భానుదేవిలలు
పురాధిపుడు విమలవాహనుడు పరివారము
పుణ్య మన్వేషింప వెడలిన సాధులవలె
గంధాక్షతలపట్టి నమోస్తు అని పలుక
త్రిప్రదక్షిణపూజలను ముగించి రాగ
అడుగుల బడు భవ్యజనుల కట నిచ్చుటకై
సహస్రాక్షు పదవియనగ మునిచేతిలో నొక్క
పలుకన్నుల నెమలి ఫించమది యొప్పారె.

మంత్రులకుమారులైదుగురు బహువినోదులు
చారుదత్తునికి పంచేంద్రియముల సరిచెలువ
పూజాదికముల భాగమందుకోరికతో
నగరాయణమది ధర్మపరాయణమై
సార్థకమౌ భావన ధన్యతతో తిరిగినారు
రజతవాలుకాతరంగిణీ తీరమ్మును డాసినారు
విశాల వేళాంతరముల సొగసులీను విపినమునకు
సురసుందరతర వనలతల కుసుమ మోదమునకు
నిర్జన నీరవ ప్రతానసురభి సమీర
తటినీ విలాసమునుగన నుత్కటమగు చైతన్యము

క్రౌంక్కారున భాగీరథి మహాతరంగిణి
ధీరగంభీర గజగమన ప్రియారూపిణి
తన వక్షము తెరచియుంచె లక్షపక్షుల సడికి
ఈద ననుకూలమనిపింప నీటదిగి కులికి
సఖులొక్క రొక్కరి తనువులపై నీర్చిమ్మి

చెట్ల నాకుల కొమ్మల తరచి విరుచుచును
సింహగర్జనల పులిగాండ్రింపుల, పందుల
ఘూర్ఘురములావరింప ఏన్గుల ఘీంకృతి
వెన్వెంటనె యురికిరి పట్టి, విల్లు, అమ్ములపొది, కత్తి
క్షత్రియుల వినోదమని వేటకు సిద్ధమై!

తరుణులు కేకల వేయుచు ఈలల నూదుచు
ముందుకు సాగుచు చిమ్మెడు హర్ష ఉత్సాహమున పలికిరి
అంగదేశము ప్రాభవ వైభవములనాడు
మా చంపానగరమిది అతిశయంపు బీ/వీడు
తలపు సాగ పొంగు నెడద మధురమౌపాట
అడవినరికి జనులకు వసతులిడిరీ చోట
పెరిగెడు నగరము మెరపులీను మందిరములు
గడగడవడకె చారు వీ, వ్రేల్పు పలుకులకు.

అస్త్రముల చేబట్టి యురకు సఖుల నాపెను
పలికె చారు జీవదయా నేస్తము ప్రకృతికి
నిలువుడో చెలులార! పూనుడోర్మి! ఎందుకు
కత్తులెత్తితిరీ ప్రాణి కోటి నడపగా
ఈ ప్రకృతి గలదు మన మానవకుల రక్షకు
పశులు పక్షి కీటకములు ప్రకృతి ఒడిలోన
తమ పాటికి తాము నెమ్మదిగనుండంగ
మన వినోద విహారాలకు గురికావలెనే?
ఎవరి తీట తీర్చుటకై మృగముల చంపుట
ఏల ఈ కేకలిటు, వెఱ్ఱులై అరచుటలు
శబ్ద కాలుష్యము కలిగింపమి యదేమేలు

చారువసంతం

బలుకీడు నీరు, భూ, వాయు సడి, మలినతలు
రాబోవు తరములకు గోలయౌ నకరమది
వినోదలహరికెరకారాదు జీవజాలము
చంపకుడిక జలచర, వనచర గగనచరల
మురికి సేయక భూ, జల, వాయువుల నుంపవలె
అన్ని ప్రాణుల నెలవు ఈ భువి ఎల్లరి సొత్తు
చంపుటలు తగదు చంపకుండుట మేల్మనకు
చెపుడేది మిన్నయౌ నిల జీవదయకన్న?
ప్రకృతి సహజగతిలో సృష్టి నవ్వుచునుండ
జీవ పోషణమందు సులభసాధ్యమదిందు.

వినుడు చెలులార వని దయనిడు జీవసుఖము
అన్ని మానుల పచ్చ స్థూల దృష్టికి నొకటి
సూక్ష్మ దృష్టికి దోచు పచ్చలో భేదములు
పనస, పొన్న, మత్తి, టేకు, చింత, వేప, మావి,
నూటెన్మిదిజాతుల వివిధ వృక్షసంపద
ఆకు లొకటె దాల్చు సదా జీవ ముందువరకు
అట్టి మానులెన్న నవి వట్టి పత్రోపేతము
పూలు, కాయలపళ్ళు నే నాటికి నీయవు
ఆకులతో పాటు పూల నొసగు పుష్పోపేతము
జాతుల వృక్షములవి కాని పళ్ళు నీయవు
ఫలోపేత జాతుల చెట్లు చేమలు గలవు
ఋతువులకనువుగ పత్రము, పూల్కాయలు పండ్లు
ప్రకృతి ఒడియది బహు రమ్య వైవిధ్యమయము
మనుజుల ఎదశ్వాసకు వలె మూడు జాతులవి.

సస్యశ్యామల మీ సమృద్ధి దైవకృప యౌ
ప్రాణులిరవున నుండు నీ నేల స్థిరమునై
పక్షుల కిలకిలలున్న యుండు నెమ్మదిమనకు
భూ, జల, వాయు, వెల్గుల కెల్ల కలదులంకె
యుద్ధమనగా భీతి మనుకులమున కశాంతి
జగతిలో నేమూలో సాగుయుద్ధమదెపుడు
యుండలేవు నిలువ నీరు నీటబద్ధ గుండువలె
భూజలము, గాలి పరిసరములు కుళ్ళు మలినమై
ప్రాణవాయువు భువిని నిత్యమ్ము కృశియింప
ఊపిరికి కడగండ్లు మనిషి బ్రతుకు నరకము
అమ్మ, చేతన దాయి ప్రాణ వాయువమృతము
ఎలమి బ్రతుకు పాలలో వేయకు దుప్పురాయి
మరువకుడు ప్రకృతినలరించు నీ బీజ మంత్రము
ఒక మాను నరకు మును, రెండు చెట్లునాటెడు తంత్రము
అడవి చేసిన చెడుగు ఏమి ఈ వూరికీ?
పసరు పో, నీ బ్రతుకు యుసురున కునికి యెట్లు?
చెట్లు చేమల ద్రుంప సుగమనమా మసనమునకు
మన సమాధులు మనమె త్రవ్వగ, వలదుబడిత
రండు చెట్లునాటి నీరిడుదము పసిమికై
మృత్యువు కమృత సేచనల మిత్ర సంహితకు
తలయూచి, తలవంచి తరలిరి తరంగిణికి
చెలులయనుమోదమ్ము తప్పదు చారువునకు
చప్పట్ల తెలిపిరిది సంసార సారోదయునకు.

✤

పరిపరి పజ్యాల ప్రాజ్ఞులు

చారువసంతం
34 కథాకాండ
పరిపరి పజ్యాల ప్రాజ్ఞులు

రజతవాలుకమీ దేవనది సంపదయగు
తుంగాతరంగ మాలికల బహు లీలలను
ఉభయపక్షములపుష్పిత వృక్షరాజి నూగి
మత్తెక్కిన భృంగ సంగీత సమీరము
వికసిత కనక పద్మపంకజ సముచ్చయము తీరము
మావూరి ఈ సొగసు కోరనివారెవ్వరు?
చారుదత్తుని నుడికి సమ్మతించనిదెవరు?
హరిసఖు డనుభవరుచుల వర్ణింపదొడగెను
వేరొకలతానికుంజము చెంతకు చేరిరి
రసికులకు అది నెలవు అది లతల పొదరిల్లు
పరికింప కనిపించె అమరదంపతులకును
రతి సుఖము నందించిన పూలపాను పెయది

చారువసంతం
కథాకాండ **35**
పరిపరి పజ్యాల ప్రాజ్ఞులు

వరాహకుడనగా ఆ గోముఖునకు
విషయము నిక్కమనంగా తగిన సాక్ష్యమ్మ
నాధారముకావలె ననియడిగె తన సఖుని.

గుర్తుగ రాలిన కపురంపురజము
జారిన మల్లియల మొగ్గలవె కనుము
ఎగయుచున్న చక్కని కస్తూరీ మృగ
మద, కుసుమ, సౌరభ లతా నికుంజములివిగో
గంధర్వ మిధునముల ప్రేమ కుంజములివిగో
పరంతపుని ఉవాచకు తలయూచగా నపుడు
హరిసఖుండనెనిట్టు లాశ్చర్యమే యొదవుడు
వదలివత్తురదేల గగనంపు సీమలను
ఆమోద ప్రమోదాలకు పేదరికమా?
స్వర్గలోకపు సిరులు క్రుంగి పోయినవేమి?
ఆకసము తాకినా బాంధవము మాయునా?
ఇంద్రుడైతేనేమి ఇంద్రియాల్ గెలిచెనా?
యతి వేషమును గట్టి అతివ సోయగమానె
ఆవేషమందె రావణుడు సీతనపహరించె
వనితలను చూడగా కనులు పొందిరి సురలు
భోగభూమికి దాన నవతరించి వత్తురు
బాహువుల బంధమున తనియని రతి కిలయెపాన్పు
ఏ మద్భుత మైంద్రియలోలుపచంచలమనము.

చారువసంతం
36 కథాకాండ

వినుడు సఖులు, కిన్నర కింపురుష గంధర్వులు
ఖేచర విధ్యాధరులు, చిరయౌవన రసికులు
ప్రియమారగ మిధునములై సనత్కుమారులు
ప్రేమమైకమున తనివికి నిట కేతెంచెదరు.
రతి మన్మథులై మెఱయుదు రామని ప్రియులు.
సుమశరము లైదుండ వారి నెవ రాపుదురు?
భూచరు లట్టుల ఖేచరులు
శాకినిఢాకిని నిశాచరులు
వారలు భూతప్రేత పిశాచములు కారు.

అమరులకండగ భోగమ్ములపై కాంక్షలు
సెలయేరుల లహరులు జలజలమని కులకగ
తరులు క్ష్మాజములు లత లల్లాడెడు నీ ధర
సురులకు కావలె భూమి యాసరలు
కౌగిలించుకొన ధాత్రి యె చాలును
నభము చేరగ వారి కవసరమ్మేనేల.

అడుగుజాడల నిపుణు డీచారు కుమారుడు
చెలులు తనువెల్ల చెవులు కా విన వివరించె
రండు సఖులు, అడుగుల సన్నల తెలివి జాటగ
ఇసుక తిన్నెలగురుతు గమనించుడు కన్నుల
నీళుల తీరములందున నునుపుగ చల్లగ
సన్నగ మెరసెడి ఇసుక రేణువుల పొన్నువ

కనపడు అడుగుల గురుతులివి విపరీతము
సూక్ష్మత గమనించుడు నది సోయగమునిట

చూచెడు విధానమిది కాదు; విరుద్ధమగు
నదిలోదిగు అడుగులు కావు, మరలి తిరిగిన
తీరు కాదు, లోనికి దిగుచూ ఒక్క సారిగ
నిలిచిన వారి అడుగులు రమ్యపు నెలవునను
తెలియుడు చెలులార జనపదులుండని చోట
దిగి వచ్చెడు వాడుక సురమిధునములకు భువి

ఇంకను లోగల సూక్ష్మత నెన్నుడు
ఎడమ కాలును కుడికాలు తొడపై నునిచియు
తన ప్రియురాలిని తొడపై కూర్చొన జేసియు,
కౌగిలించుకొని తన వామ హస్తమున
కుడిదిశకు వాల్చుకొని మిక్కిలి మించగ తా
వాలుచును దవ్వన చివ్వన గెంతుచును
ఆకాశమునకు లంఘింపగ సామాన్యమె?
సురభోగము! పూర్వార్జిత పుణ్యముకాదా?

అడుగుజాడలనుగని జాతకమును చెప్పగ
విదగ్ధ సెట్టి తా బలు చతురుడు సుమ్మీ

ముందుకు వెన్కకు తానడుగులు వేయుచు
వైశంపాయనమను కాసారముదూరిన
రారాజు సుయోధను ఉనికిని కనుంగొనిన
చారుడు మనచారుదత్తునకు శిష్యుండై
వుండియుండ వలెనని పలికెను పరాంతపుడు
కేకలు వేయుచు గంతులతో తరుణులు
ఈలలు వేయుచు గెంతుచు, నెగురుచు సాగిరి

ఒకచోటిసుకనుగల మూడడుగుల జాడకు
వరాహకుడడుగ తదంగమును ధర లత్తుక
పొడి, అంటి యుండగని రతిక్రీడల ఆసను
ఖచరుడు తన సఖి సహితముగా భూమిపైకి
మొదట తాను దిగి నిలువగ కౌగిలి జేరిన
ప్రేయసి తన యొక పదమటులుంచి నెమ్మదిగ
గమనింప అన్య దంపతులట రమించుచుండునట
కని వెన్వెంటనె సఖుతో నభమునకెగసిరి
అది కారణముగ మూడడుగుల జాడ యిదని
వాదము లొడ్డిరి అడుగుల జాడను కనుగొని
సంసార సారోదయుని మహిమ మదినెంచి.

✤

పూలు పరచితి ఖేచరుల సుఖమునకు

ఇసుక తిన్నెల పాన్పు పొరలు ప్రియుని కెక్కడ
జారెడు అణువణువున కవిసిన యున్మాదము
పూల సెజ్జ పరచిన వనతరు లతల పొదల
కస్తూరి యుమ్మిన పరిమళ వీడెము రాల్చిన
సురసుమ దళములు గుమ్మన, గోముఖుడడిగెను
జుమ్మనుచు నిదేమని? ముదమార రమించెడు
విద్యాధరులు మన సడికి ఎగసి నారిపుడె

విఘ్నము సలిపితి మమరుల భోగమున కనగ
పలుకులాపి కనులమరలిచి మెల్లన రాగా
ఇందుకు వచ్చిరదే చూడుడు ఖేచరులను
రతికేళుల కోరికతో విషయాసక్తులు
యుగయుగముల ధరణియె తూలికాతల్పమ్ము.

గొంతుకలుపనా మరు భూతి అడుగుజాడల
ఆచూకి తీయగా, నద్వితీయులు మీరు,
మదన క్రీడా గృహముల లతానికేతనము
తొలగి ఖచరుల జంట తరలినారిపుడిప్డె
అటు నిటుయడుగుల కదిపియుండగ వచ్చు నిదె.
నడచుచు నటునిటు చూచుచు చారుదత్తుడు
మరలి జరిగి చటుక్కున నిల్చెను తలనెత్తి

చారువసంతం
కథాకాండ **41**

పూలుపరచితి ఖేచరుల సుఖమునకు

ఎదుట గల కదంబ వృక్షమును గమనించుచు
బృహదాకారపు తరు శాఖోపశాఖలను
కదంబ తరవున సాచిన కొమ్మలకు కట్టి
తూగ విడిచిన మహాకాయు విభూతి పురుషు
విషమతరు శాఖలకు కీలించిన ఖేచరు!
గాంచిన యంతన బెదరిపోయిరి సఖులెల్ల.

ధీమంతుడు, సుశాంతుడు నిశ్చల కుమారుడు
బంధితుడా మహాపురుషు దరికి జనియపుడు
నిశితముగా గాంచె తలనుండి పదము వరకు
పరామర్శ, యోచనలతోడ నవలోకించె.

అర తెరచిన కన్నులు, ఎత్తిన కన్నుబొమలు
కోపమున క్రింది పెదవి పంటనొక్కి పట్టి
కొట్ట నెత్తిన చేయి గురుతులను కనగానె
"ఇపుడూహింతు జరిగిన ఘటనల వివరముల
సజ్జన వియచ్చరుని పగతురు బల ప్రయోగము
నెసగి మానున బంధించిరి కదలనీయక
ప్రాణములారిపోవు దశ దరియనుండగా"

చారుదత్తుని విచారణకు తలపంకించి
పంచేంద్రియ సములు సఖులు ఏకకంఠమున

చారువసంతం
42 కథాకాండ

పూలు పరచితి ఖేచరుల సుఖమునకు

పలికిరిట్లు "సకలాగమ శాస్త్ర ప్రవీణా
అనునయమున ఉపాయమును తెలిపి మరుజన్మము
కరుణించి గగన చరు పీడల నివారించు
జీవదయ మెఱపించు" సరియని చారుదత్తు
కనులు వెతికెను చుట్టూ అతని బుద్ధి నెన్నగ
పాదరసము, చెట్టుకు కట్టిన మహాశయుని
కనుపాప ఎడమదశ వాలుటను గమనించి
దరినిగల రత్న రంజిత హస్తఖేటకము
వెనువెంటనె తననుదించి పరీక్ష సేయ
కదంబ భూజ శాఖనుండి దింపిన దివ్య
తేజపు ధాలు నిక్షేపమున దాచియుంచిన
స్వర్గమునకేగ పగ్గమనిపించు మహిమల
మూడు మాత్రలుండెను. అవి కీలోత్పాటమ్మును
ఉన్మాల వ్రణ రోహియు మరి సంజీవనియు.
వైద్య విద్యకు వల్లభుడు చారుదత్తుండు
ఘటికాత్రయ అక్షయ నిధి తీసి నడుమలో
కీలోత్పాటనమునరగదీసి లేపించె
పగతురు కొట్టి తిట్టి ఆ గుట్టు విప్పగా
మహాకాయు క్రిందికిదించి యుపచరింప
ఉన్మాల వ్రణరోహిని రుద్దియు నలుమంగ
లక్షణ మాత్రమున బాసె బాధలును వాపులును

పూలుపరచితి ఖేచరుల సుఖమునకు

సంజీవనీ మాత్ర ప్రయోగింప చివరను
ఖేచరుడు నోర్దెరువ, ఏమిదిమంత్రమహెూ
చుక్కచుక్కలుగ నమృతమును ద్రావించినటు
మెల్లమెల్లగా కదలుచు, యూపిరి బీల్చుచు
మూర్ఛితుడా గగనవల్లభుడు కనుదెరచి
ఏమేమొ తలచినటు కలనేదో కన్నట్లు
తటాలున లేచె, తా నిదుర లేచినయట్లు
తొలగి జారిన అచ్చరజగతి మరలె మరల
కృతపుణ్యునణచియు నిర్జీవు జేయగా!
సులభసాధ్యమె యనెడు ఋతుసత్యము మెరయగ!

తన ప్రాణ దాతయా చారుదత్తుని మ్రొక్కి
వినయాంజలినిబట్టి గద్గదముగ నిట్లనె
భవదీయ ప్రసాదముననే నా కొదవె నీ
పునర్జన్మ! మీరెనా తలిదండ్రులైతిరి."
చిమ్మిన బాష్పవారిని వ్రేలితో తుడుచుచు
ఇభ్యవంశ ప్రభువు పలికె "నో గగన చర

నీవు జేసిన పుణ్యమే నిను నిలువరించె
నీ సుకృతమ్మె నినుగాచె నిజమిద్ది మనజులము
మేము నెపమాత్రులము నిశ్చయము నమ్ము మమర!"
సుగుణుడా! నీ ప్రసాద కరుణను ప్రాణమ్ము
నీయుపకారమతర్క్యము. సాహసివి. నిజముగ
యోగ్యమౌ కార్యమయె. ఇది మొదలుగానింక
నీవె నా మిత్రుడవు సోదరుడు బాంధవుడు
ఉపకృతికి ప్రత్యుపకృతి సేయగ తలంచెద
తగు వేళకై వేచితోడౌదు నోబంధు
వీరలిర్వురిగనుచు పలుకు లాలకించుచు
నివ్వెర పోయిరి చెలులపుడు కుతూహలమది
చిగురించ మంత్రి సుతుడు హరిసఖుడిట్లనియె.
"జనవినుత గగనచర నీకు నీయిడు మెట్లు
కలిగెను, ఎవ్వరిచే నిది సంభవించినది?"
అపుడు ఖేచరుడు తా బలికెనాత్మకథనము
తలయూచి వినగ సంసారసారోదయుడు.

పూలుపరచితి ఖేచరుల సుఖమునకు

ఖేచరుల
మత్సర కథనం

అమరలోకులునుగారు మాత్సర్యరహితులు
రాగద్వేషోద్వేగముల దాల్తురతివేగ
ఈర్ష్యాసూయలకెన్న వారలె ప్రప్రథములు
వెతల ద్రోయు ధూర్తులింకను మనుచున్నారు.

నాయదీ రజతగిరి దక్షిణపు భూమియది
విశ్రుతమౌ శివమందిరము గల దాదిశనె
పాలకుడు మహేంద్ర విక్రమునిది పెద్ద సేన
పరాక్రమమున వంచి తరుమును శత్రువులను
అతనిసతి సుదతి, తావిమలమతి గనుగొనగ.
వారల తనయుడేను అమితగతి నోవత్స
గగనచర చెలువ విద్యుల్లతయు ప్రియభార్య
వాలుచంద్రుని తూగుటుయ్యాల మంచమది
మబ్బుల చాటుగా తేలియాడుచునుండ

మంచి విందుకు దాంపత్య కూటమునకు తరచిరి
గౌరముందుని మారుతిముందుని స్నేహితులు
గుప్తముగ వారునా పెండ్లము నాసించిరి
తీర్థదండము భక్తి చెల్లింపవలె ననుచు
"నేడు ఈ భూమిని నిరుపమ వాసుపూజ్యుల
దర్శించి కృతకృత్యులైతిమని తిరిగి పై
అంబరము కెగయుచును చంపాజలమ్ములను
విహరించితిమి మేము. తీరమున మేమెగా
సురుచిరము లిసుక తిన్నెలల పూపొదల
నాగనాగినులమై మైకాన శయనింప
గగనచరులుకారు నిశాచర నీచులపుడు
ఆత్మీయత మాటున మావెంటనే వచ్చి
ప్రేయసి ప్రియులొప్పి కవిసి నిదురించగను
తటాలున త్రోసుకొని వచ్చి రీరావణులు
ననుబట్టి ఘాతించి దైవవిద్యను వంచి
కాల్సేతుల బిగించి పగ్గమున కదలనటు
కదంబభూజమునకు బంధించి కీలించి
గొనిపోయిరి నాదు ప్రాణవిద్యుల్లతను" ననుచు
వేడినిట్టూర్పులను తన వివరము ముగించె.

ఖేచరుని వ్యథమయ కథనువిని తమలోన
వెతనందె చెలికాంద్ర స్వచ్ఛమౌ హృదయములు.

"నాదు వార్తలమీర లాలించితిరి నిజము
ఈ విభుని జేర్చు అన్వయమెఱుగు తవకమ్ము"
యనగ నా గగనపతి నిండుకుతూహలమున.

హరిసఖుడు తెలిపెను సఖుని ప్రసిద్ధ ప్రవర
గర్భసుఖమును మీరి ఆగర్భ శ్రీమంతవరుడు
మహానుభావుడీ చంపలో పెంపదరు
ఇభ్యకులామృతఫలము, నుదాత్తచిత్తుండు
బహుశాస్త్ర పారగుడు సఖుడు చారుదత్తుడు"
చారుమతికి విచారమతి, ఆ గగనదత్తు
వినయమున వంగి నిడుబాహువులందితట్టి

చూడగోరెద సూక్త సమయమున నెమ్మదిని
లోకవంద్యా నాదుప్రియురాలు నాపదలు
క్రమ్మగా ధ్యానించుచుండె నేకచిత్తమున
తడవైన విద్యుల్లత వదులునేమొ ప్రాణము
గోముఖ వ్యాఘ్రములు చేసేరు శీల హరణము
కోపమున తవకపడె నా పంచకరణాలు
కత్తి ఝళిపించి డాల్పట్టి ఎగసిపోయెను
గగనమునకు ఎగసి వెంబడించె వంచకుల.

మరుభూతి చెప్పితా ప్రియ శుభాకాంక్షలను
మరవకుడు నీనేల మరలి వేగమె రండు
వచ్చునెడ కడు తిరిగి కొత్త యూపిరులూది
తీయని సిరుల విభవమునకు మేలిమంగళము
మేలు గోరెద పదిలముగ పోయిరారండు
మిలమిల మెరిసేటి ఖడ్గ ఖేటకముల
నభశ్చరుడు ఎగసి దివమునకు తరలగా
చెలికాండ్రు చంపాపురికి మరలిపోవగను
అశ్వరాజములెక్కి అత్యంత రభసగతి

మరువగా దైనందిన వ్యవహారమ్ములను
వచ్చెనదో మరల, మరులుగొలుపెడు చైత్రము
కొత్తయుడుపుల పూజారుల మందహాసము
కాసుల కాన్కలకు చూపింతురు కైలాసము
ఊరిదేవుని జాతర సాగె బల్ మోతగా

భానుదత్తుడాపురి పౌరుల నియ్యగొలిపి
ప్రాణి వధ నిలిపించి హింసను నివారించి
చంపాదేవీ జాత్రకుతెచ్చె సిరిమలుపు
చంపాంబికా పంచలోహోత్సవ మూర్తిని
ఊరూరను తేరు సాగుటెవరు మరచెదరు
జాతరలో నూరూరుల జనులు చేరెదరు
చుట్టూరా పదిపల్లెల దేవతల నిటకు
మోసి తెత్తు పలుదేవుల జాతర పరిసకు

జాత్ర జరిగేదిశ మాయాబజారు సృష్టి
ఆలుమగల నవ జంటకు రెక్కలొస్తాయి
బిడ్డలూ మనవలూ ముదమార కలిసెదరు
అవ్వతాతలు గొణుగు చింటికి కాపుందురు
ఇరుదెసల అంగళ్ళముందు ప్రజ మూగెదరు.

జాతరగురుతుగా యింటికి నరంజామా
బాలురకు రంగులబొంగరాలు గాజుగోలీలు
గృహిణులకు, చీరలు, రవికెల చెవుల దుద్దులును
కాపు బిడ్డలు కొంద్రు రిష్టమై పశువులకు
గలగలల గజ్జెలును కుచ్చులను కొమ్ములకు

బెల్లమ్ము శెనగలును, వేరుసెనగ, చెరుకులు
నారింజ, మామిళ్ళు మరిచక్రకేళీలు కావలెను.
అందందు టెంకాయరాసులని దేవరకు
మ్రొక్కుబడివారలకు, కురులిచ్చువారలకు
చెండు పూల్ఘుమఘుమల మొల్లలును చేమంతి
మల్లె, దవన, మరువాలు జాజులు సంపెగలు
దారికడ్డము నిల్చి సుమమాలలు మూరకు
విడక గీపెట్టుదురు ఒక కాసు కేయనుచు.

అన్నదైవము కన్న మిన్న ఇంకెవరెన్న
ముక్కు పుటములదురు బోనాల అంగడుల
వివిధాకారముల పేర్చిన ఖాద్యములును
స్పర్థలవిసాగినవి పంచేంద్రియాలకును
లడ్డు కొబ్బెర మిఠాయి కళ్యాణ సేవలు
కజ్జకాయలు, బెండ్లు, అటుకులును, జంతికలు
బొరుగులును, పేలాల వెన్నెన్నో తీరులును
డబ్బులేమి కనులంగడిగని చొంగకార్చి
వినలేదా? జనులు మరులో జాతరమరులో? యని.

మనో రంజనకేమి కొరత పెద్ద జాతరలోను
కాహళులుడప్పులు వేషము కోలాటము
దొమ్మరుల వేడుకలు మల్ల యుద్ధాలెలుగులు
నడుమ దూరు గ్రుడ్డి, చెవిటి, మూగ, తుంటరులు
బహుజనులే గెంతులతో తనియు తిరునాళ్ళు
బ్రతుకు పొంగిపొరలు భక్తి భావుకోత్సవము
కొయ్యగా మొద్దుగా అంచెలంచెలుగాను

గుడ్డల పతాకముతో సుమరాశుల కుచ్చులతో
మూల రథాలంకారము వసంతపు బొట్టు
నభచరులు జారివచ్చు రంగుల హరివిల్లు
రథము సాగి దేవలమునడచి దేవుడులియు.

వేల వేల మనసుల కలలు విరిసి కలరవ
మొక్కుమ్మడియై ఝుమ్మని జయనినాద ములియు
కదళిదవనములుకట్టి నేరుగ గురిపెట్టి
తేరులోకూర్చొన్న ఉత్సవమూర్తి దరికి
చెయిసాయి విసరనది పూజారి పై బడిన
అలుకబూనరు వారు అది జాతర నియమము
గుంపులో నెదితాక, నదియు దేవునిమహిమ
పరిస ముగియంగానే జనులు మటు మాయమ్ము
బెల్లమ్ములేనికడ చీమకే కార్యమ్ము?

పెండ్లి జరిగిన వీటివలె ఆ వసతి బయలు
జాత్రలో నుత్సాహముప్పొంగ చారు సఖు
లురికినా రటుఇటుకేల్మోడ్చిగనిరి కులికిరి
జనపదుల సొగసలరు తేరు కరగలకెన్న
పూలు కాయలపండ్ల నిడి హారతి చేసిరి
సఖుల నొక్కొక్కరిది యొక్కక్క జాతియౌ
తమతమ జాతి దేవులకె కేల్మోడ్చిమించి
నీతి నియమాలు పాటించుమని చెప్పిరన
నట తెలిపె చారు తామన్నించు విధానము.

లింగదేవుడు శివుడు రంగడోమాధవుడు
జిన బుద్ధ హరిహరులులోక నియంత్రకులు

పేరులో నూరార్లు వున్న వాడొక్కడే
ఎవరెవరి ధర్మమటుయుండనీ దేవతలు
సహజీవన సౌభాగ్యమున కడ్డురారాదు
ఆకాశమును జూడ దొమ్మి సేయుటదేల
ఐక్యతను జీవింప నడ్డు పడెదరదేల!

"నాది నాకుండనీ నీదినీకనమేలు
నాది నీదీ కూడ నీ యదే యన భేష
నాది నీయది నాకె యుండవలె ననుమాట
పేరాశ వాడాడు. అది గందరగోళము
మనసట్లు మహదేవ యను సామెత సత్యము
ఇతర దిద్దుటకుమును మనముండవలె సరిగ
ఎల్లరూ శుచినున్న జగము రమ్యత నెలవు
మరవుటో, చీకటో ఎఱుకె వెలుగుకిరణాలు
ఆచార విచార పూర్ణ జీవన పాఠము
చారువాక మననది నీతివాక్యామృతమె
హైమాచలోన్నత ధవళిమాప్రకాశములు
పారదర్శిక చరితపు సంహిత సారసుధ.

రూఢ మూఢ నమ్మకమ్ములను తలక్రిందులు
చేయుటయ రూఢిలో మేలి వైజ్ఞానికము
తాకుచో తొక్కుచో ఓహెూ మడిమైలలు
గుడులందు దేవళముల సాగినది దోపిడి
కట్టవలె దక్షిణ, కానుకల మాటి మాటికి
అర్థము వినా అర్థమేది ఇట్టి పూజకు?
ఆలోచన కనులద్రిప్పుత జగతిదారికి

స్వర్గమందుటగాదు స్వప్న మానసకోర్కి
స్వర్గమ్ము నిలదింపలాగుటది సాహసము
చావు వెలుపలి బ్రదుకు సాధు భక్తుల మదికి
జనులుండ నేలపై నీరందుత ఇహమున!

ఒకస్వామి కొలువు మేల్ పలుదైవ పూజలకు
తనమతమె మతమనెడు బింకమున పంతమున
కోలుపోయెను భూమి పలుసుఖముల బలినిడి
మేల్కిడులను భేదాల అసహ్యకీలలను
బలు నొచ్చి, ఇలుగవనులుద్రచ్చి అశ్రులమెసవు
జనుల నడిగేదెవరు? సంకటమది తీక్ష్ణము.

పరధర్మముల స్వధర్మమట్లె తలంచుడి
పొందుగలుగని పరభావములనుసహించుడి
సహిష్ణతకు పట్టము గట్టిన మనును మమత
వ్రయ్యలవక పసిడియౌ నీ రాజ్య గీతము
హింసల నెత్తుళుల, నిట్టూర్పుల పథమెక్కడ
సుఖశాంతులు, నెమ్మది మృగతృష్ణలనువారి
అహింసయన నది భీరువుల తంత్రముకాదు
భూషణము సౌహార్ద్ర జీవనము ధీరులకు.

జాతిమత ధర్మమ్ములనెడు నా పూతలను
ఆశింప నట్టి, యా నీతియుత భూపతిని

ఆరాధించును ప్రజా హృదులనుట సహజమ్ము
చక్కెరలలోనున్న మాధుర్యమది చాలె?
ఉప్పు కారము పులుపు కూరలును కావలెను
ప్రకృతియను నది యొక్క భవ్యమౌ వంటిల్లు
నలభీమ పాకాలు నూరు తీరుల గలవు
ప్రకృతియె తనకు తా చాటును సమన్వయము.

శైవ, వైష్ణవ, జైన, బౌద్ధుల లాజీవకులు
చార్వాకులు, శరణులు, శ్రమణులును, క్రైస్తవులు,
మహమదీయులు సిఖ్ఖులితరులను తామెల్ల
తమతమ సిద్ధాంత దర్శనముల మెచ్చుకొననీ
తమతమ గుడుల తమ ప్రార్థనల చెల్లింపనీ
భారతంబ కొలువెన్నదేమర కుండనీ
కోపతాపాల నుండీర్ష్య ద్వేషాలనుండి
ముక్తులై, కూడి సీమతీరునులాగనీ
హిందూదేశ మిది చీలరాదెన్నడును
వందేమాతరం దేశమంతటమ్రోగనీ
ధర్మమేదోకాని, మరల పది ఇటురానీ
సమన్వయ ప్రమిద తా నిత్యమై వెలుగనీ
సంసార సారోదయము అతిశయించనీ.

✤

పెళ్ళికి ముందుమాట

తల్లి వాత్సల్యమయి తండ్రి ముద్దులు కురియు
ఆప్త పరివారమ్ము ముదమిచ్చు చెలితనము
పోయి నెడ అడుగులిడ కురియు సౌఖ్యపు సోన
సుఖసంపదల కేకలు వేసెడు మిత్రతతి
వెలుగు నిశలూ, లోన బయటా బ్రతుకు గంధము
"యుగపురుషుడు యోగమహిముడు చారుదత్తుడు
పెద్దరికమున నితడు సజ్జన చూడామణి
గణ్యపుణ్యనిధి విద్యానిధి గుణనిధి గని"

కులదీపకు నుతియింతురు పండిత శిరోమణులు.
స్మరపుష్ప చాపోదయమన ధీరు చారుని
పై కొనియె యౌవనోదయ వాంఛనూగించు
సర్వేంద్రియలీలల హేలకు రూపగమకము.
ఇష్ట విషయము కామ భోగమనుభవించుచు
సుఖ సంకథావినోదమున సంతసించుచు
వైశ్యకులోత్తముడు భానుదత్తుడు మేడపై
ప్రమోద ముదిత హృదయుడై ప్రమద దేవిలయు
చవిబువ్వ తమలముల, ముదము నిర్వురు దినుచు
సరస సంభాషణల కూర్చొని యుండ, నపుడు
దైవమును పూజించి సిద్ధ సేసలను దెచ్చి
తలిదండ్రులకు మ్రొక్కి, యందించి తరల, నటు
తలదాల్చి సేసలను తలపోసి నారలిటు,
పరిపూర్ణ తారుణ్య తనయు సౌష్ఠవమునకు
వయసు వచ్చిన చారు డొంటి యుండుట తగునె?

తడవుసేయగరాదు తమ సుతుని వివాహము.
ఆడపిల్లల వారు వరుస నిల్చిరి వచ్చి
అక్షతల మంగళ కార్యమునకు జాగేల?
సంబంధము గూర్చెదము మేళమాలాపించి
కోడలుండని యిల్లు నిండుగా యుండునా
మనుమలతో నాడగ కాల్సేతులు తపించు.

మగనికిని భార్యకును మదిలందొకేమాట
తమ సుతుని పెండిలికి కాదనని యొప్పితము
కదిపిరి వెదికిరి, జాతక చిత్రపటములను
గ్రహ నక్షత్రరాశి పంచాంగపరిణతులు
కూటముల బలమెంచి, కలిపి తీసివేసిరి.

రూప విద్యాధరుని యౌవనోదయముగని
వివాహ ప్రాప్తుడౌటెరిగి ఇంటిపెద్దలను
రావించి, వయసు, బుద్ధి, శీలముల వృద్ధుల
బంధులిష్టులుకూడి చర్చలుగావించిరి.
ఆర్య వైశ్య కులమున తమకు సరి సమానులు
పేరైన ఇంటి విద్యావతియు వినయశ్రీ
కన్య ఎందున్నదను సంగతుల తెలియంగ
భానుదేవిలలకు నివేదింప నిర్ధరింప.

మనకుమారునికి వివాహమ్ము నొనరింప
మీ బావ సుతయుండ శాస్త్రమరయుటదేల
జాతకము గననేల మీనమేషము లేల
సెట్టి సతి దేవిల సమయోచిత సూచనకు,
భానుశ్రేష్ఠి తలయూచె; నాసతిబలుజాణ

సతియన ఇల్లు గోడ, స్తంభాది వస్తువులు కాదు.
దేవిల దరి నిస్సారము యిల్లాలి కెనయున్నె
కుంతల సీమలో వర్తక శ్రేష్ఠులనతడు
రాజసభల సహవాసియు, జాణ, విశుద్ధుడు
సిద్ధార్థుడు, ప్రసిద్ధుడు సాహసియు సార్థుడు
వాణిజ్యపు పనులకు నతడెమూల పురుషుడు
సరకుల సాగింపను సిద్ధార్థు సములేరి?

అడవికావల దాటింపగా వూరు నుండూరికి
వంక, వాగులున్న గజదొొంగలున్న, యముడు
దండుదాడులకైన సిద్ధార్థుడు ధీరుడు
నొవ్వక నొప్పించక తప్పుకొను వర్తకుడు
రాజుకోరిన ఏన్గు మంత్రివలచినవాజి
దళపతికి సైన్యమ్ము, అందలము ధనదులకు
ఏదికావలెనన్న తొలిపిలుపు నాతనికె!

సిద్ధార్థుడు వలచిన భానుదత్తుని చెల్లి
నిర్మల బుద్ధి, కుశల, అకళంక చారిత్ర్యం
వైశ్యకులమునలలనామణియగు సుమిత్రకు
అన్నయ సుతుడు చారుదత్తుడు మేనల్లుడు
సిద్ధార్థ సుమిత్రలకు కూతురొక్క తే
సార్థక దాంపత్యమున విరిసిన చిరుమొగ్గ
రూపవతి మిత్రావతి పేరుకు తగినదే
మిత్రావతి పలు నిపుణ వీణావాదనమున
వణిజునితనయకు వీణావాదనకుశలత!
చటాకు పావు సేరు, అచ్చేరులను కొలుచు
ప్రమాణమగు పల్లమో! తూగెడు త్రాసునకు

అమరించెడు తూగెడు కొలతల వెన్ని?
పొల్లు గింజల తూరు, ధాన్యమ్మును చెరగెడు
చేటయొ? వణిజుల తెలివి సాయము మెరవగా
మిరియములు, మిరపకాయలు కొత్తిమెర
వేరుశెనగ రాగి, వరి, కందు లెల్లను మరి
చింతకాయ, పప్పులు, జొన్నలును గోదుమలో?
చక్కిలాల్ నిప్పట్లు చేగోడి, రవ లడ్లు
కొబరి నౌజు, మిఠాయిల చప్పరించి మెసవ
ఈలాగున నిందింపకుండు, మిత్రజాణ
వణిజ పుత్రి అసామాన్య, అతిశయ అనూన
లోకరూఢికి క్రొత్త రుచి కర కుశలురాలు
మేనరిక బంధమ్ముృవ్యాపింప స్వప్నములు.

స్వప్నములు గగనకుసుమములుకాకున్నచో
ఫలియించు నేయిచ్ఛలైన, కోరిక బలసిన,
బానుదేవిలలు యేతెంచిరి శుభదినమున
మిత్రావతిని కోడలిగా గొనిపోవు నెపమున
చుట్టములు, బంధువులు మెరసిరి మొలకలై.

అంకురముల యోగి బలగమన్ని దిశలందు
మమత నిండి పెండ్లిపిలుపులకమ్మలకు
పసుపు కుంకుమపూసి శుభమనుచు నొసంగిరి
పెద్దలొప్పిన మంచి ముహూర్తమేతెంచెను.

గడియ గడియకు పూలవాన చారుదత్తుని
మందిరము మంగళపు ముంగిలియె నవీనము
సన్నాయి వాద్యాల సరసనిస్వనములును

చారువసంతం
60 కథాకాండ

పెళ్ళి యన్నది నెపము కలుసుకొన బంధులను
వధువునకు వరునకును పొందికైనది రాశి
ఎంచితిమి గుణియించి పంచాంగమును చూసి
మేళములు మ్రోయించి అక్షతల దీవించి
చంద్రతారాబలములతి శోభ కలిసినవి
ఇక నూత్నదంపతుల బ్రతుకు పూలపానుపు
శాస్త్రంపు మాటగా సన్మాన్యులనినారు
నమ్మకమ్మునదియె పరమ సుఖములతావు
కానున్న దేమైన కాకమానదు కదా!
పంచాంగమునకు మేరగలదు అది యోడును!
బ్రతుకునకు క్రొత్త గతి గలదది గెలుపొందుట!
గెలుపులూ ఓటములు వెలుగులూ చీకటులు
ఉన్నదే కద నిరంతరము సాగుత బ్రతుకు
లడ్డులను మండెగల పాయసముల సేయుడు
చుట్టాల పలుకలవి చవులూరు కడుంగడు!

ఇచ్చుటలు కొంచుటలు వద్దు వద్దే వద్దు
మాయదియు మీయదియు సరిసమ మన ముద్దు
కూతురును అల్లుడును వెలుగులై బ్రతకనీ
అంతకుమించినది వేరుఫలమే ముంది?
అంగనల మాటలకు పొంగి వియ్యపురాలు
సరిసరియు ఇదిమాకు మీకు నూ పదివేలు
కొడుకునూ కోడలు బ్రతుకు వెల్గులు గనుత
అందరిండ్లలో బ్రతుకు విధానమిదె
సంపార సారోదయము తానుప్పొంగనీ!

✤

చారువసంతం
కథాకాండ 61

వివాహోత్సవంలో నివ్వెరపాటు

అబ్బబ్బా ఈ పెండ్లి సంబరాల్
నంటులు నిష్టలు పొంగెడి బలగము
అక్కర చెక్కెర పొంగడు మనసే
థకథైథకథై మురియుచు గెంతుచు
నర్తనకనువుగ వాద్యము లురలగ
చంచలనయనల యుడుపులు తొడవులు
ధగధగలాడెను జగతిని వెలుగుచు.

పరిణయ గృహమది స్మరుని విలాసము
నివాళి దీయుచు నవోఢ కన్నెకు (నవోఢ = కొత్త పెళ్ళికూతురు)

అలంకరించిరి చింతాకు సరం
దండకడియములు ముత్తెపు గాజులు
మణులును మెరిసే వజ్రహారములు
హారతి కీరితి వారిజాక్షులును
వధువుకు కూర్చిరి శృంగారములను

అరతిసేయగ ఇలలో వంతులు
కలశములద్దాలను, సువాసినులు
నూనెల నలదే క్రీడ నాగవలి
పసుపును పూసే రంగులు దూసే
గుండ్రని పూవుల బంతుల నాడెడి
వివాహ వాటిక సంభ్రమసందడి
పన్నీరత్తరు గంధకుసుమములు
చిలుకరించు పరిమళ జలకమ్ములు

కొబ్బరాకులును అరటి స్తంభములు
వక్కల కాండాల్ పందిరి సొగసులు
సప్తపది, మాంగల్యములకు శోభ కదా!

పెళ్ళిచట జరిగినా
ఎవ్వరడుగగ బోరు
నిందింప బోరెవరు!
బాల బాలికలైన
ముదుసలి వారైన
పిల్లలు పిసుగులు కలిసియుండనీ
నవ్వుతూ మురియుటే తమవంతు రాగా!
చిన్నారుల కేరింతల మేరయున్నదా!
పెద్దలది గమనించినా సహించియుందురు
శాలల బెత్తాల బెదురది లేదూ
ఆహోహ ఓహోహో ఎంతహాయి పెండిలి
దినదినము జరుగనీ కొంగ్రొత్త పెళ్ళిళ్ళు
పిండివంటలదినుచు బాలలర్థించెదరు
బానల పన్నీటిని ముంతలతో తోడితెచ్చి
పరిమళోదకము చిలుకరింప జనులు మెచ్చ
సిరులకు సింగారములకు లేదింత కొఱత
ఉడుగరల కొరతలా? ఆహూతులు మురియ
తొడగ, కట్ట, తినగ, నొసగు పాణి గ్రహణమిది.

"ఏమి కావలె నడుగుడీ! రండిదే గొనుడి
పట్టుడని దోసిళుల మరిచి పిలిచి పోసిరి

ఎడమీక తనమనము, తనధనము, తనబువ్వ
ఆర్జించిన సంపద సార్థకత నందెలే
అనుచుతగురీతులను మన్ననలను జేసిరి.
నవరత్న బాసికము వరుని నుదుట గట్టిరి
ఆలపించిరి ముత్తైదువులు సుమంగళులు
ఇంపుగొలిపే స్వరము లెత్తి పెండ్లి పాటల
జానపదగీతముల మెచ్చగా జనులెల్ల
వేదమంత్రాల్చదివి ముత్యాల సేసలం
దీవించె పురోహితుండు వధూవరుల
అగ్నిదేవుడె సాక్షిగా నమరియుండగను
ఆలుమగలని వారలొక్కటై పోగాను
చారుదత్తుడు మిత్రావతి చేపట్టి యుండగా
అడుగు జాడలపై నొక్క అడుగు వేయగను
అన్నమయ జీవికకు దృఢమైన బ్రతుకునకు
ధనవర్ధనకు మమత, యనురాగములకనుచు
సుఖ సంతతికి అనుకూల కాలమునకనుచు
అనుగాలమలరు స్నేహ సౌభాగ్యమునకని
ఒక్కటొకటిగ నేడు అడుగులం బెట్టుచును
చేత చేయుంచి చుట్టిరి అగ్ని దేవరను
తూగియూగెడు జంట ఊయలల పూదండ
పచ్చనాకుల పందిరి ప్రాకెను బయలెల్ల
ఊరికావలనివల వేలాదిగా జనులు
పెదగుంపు గలవారి పెండ్లి పెద్ద జాతర
ఆదోని వెన్న కాచునప్పటి పరిమళము
ముక్కు పుటము లదర కలుగు పరమానందము

నేతిలో వ్రేల్చు భక్ష్య భోజన సువాసనకు
మలయుగాలికి గూడ ఆగి చవిగొను, నాస
అప్పడాల్ వడియాల నంజుకొని బొబ్బట్లు
పదినాళులొక రీతి బంధులు తిని త్రేన్చిరి
లేవలేక కదలక కుర్చొను భూసురులు
జందెముల లాగికొనుచు మంత్రముల పఠింతురు
దక్షిణల లెక్కించుచు నటునిటు గమనింతురు.

దివిజులెకట్టిరొ? ధనదేవుడె నిర్మించెనొ?
వసంతరాజ కౌశల్యమో యనెడు భావనలు
రేగునటు కౌతుకమ్మయె వివాహ వేదిక
చంపలో భోగభూముల శృంగ మనిపించు
గోడల మరకతముల, కంబముల వజ్రకాంతి
వైడూర్య కలశముల, శశికాంత వాసములు
నీలిబోదెలు, పగడాల చూరులు సొగసులు
మణులు, తాపిన చిరుమువ్వల మధుర నాదము
ఆకుపచ్చ, ఎఱుపు, పసుపు, నీలితెలుపు వన్నెల
కుసుమ మాలలు, వేదిక, విలాస మనన్యము
సకల సంసార సార సదనమటు ధన్యము
పెండ్లి సంబరమో వసంత సంరంభమో?
సురులు జరుపు లలితోజ్జ్వల దీపావళి యన
ఆడే పాడే చూచే వేడే స్తుతి సలిపే
జనుల జాతర చేరెనచట! అది విచిత్రము
ఈ వింత వెలుగు కలనైన కనలే నట్టిది
పరివారపు స్త్రీ పురుషులు చెలరేగిరి మురిసి.

వధువునకు వరుడు, వరునకు వధువు, బంధులకు
మృష్టాన్న భోజనము, ప్రియములను సామెతకు
ఎంత వడ్డించినా ఎన్నొ పంక్తులు సాగినా
అక్షయముగ సాగు బువ్వ బంతుల సాలు
హనుమద్విలాసమున తనుపు, నల పాకనిపుణులు
అతివలకు వంటిల్లు అంతిపుర మనపొల్లు
నలభీములను భట్లు గరిటెలను చేబూని
ఎన్నెన్నొ పెళ్ళిళ్ళు చేసినవారు రసన
లూరజేసినవారు మీసములు త్రిప్పుచూ
తమలముల నములుచు షడ్రసముల దింపిరొహొ!
వీడెముల పోకముక్కల రాసులు బయలాయె
భోజనశాలనుండి అందముగ తలయూచి
తినలేదింత చవిబువ్వ కొనలేదింత దానమ్ము
ఎన్నగా దక్షిణలు శుచిరుచుల నింపెసగ
పరిణయపు గరిమకును ధరణిలో పెన్నుబ్బ
సఖులు బంటులు బంధు లెచ్చుగా మెచ్చుగా.

కనుడన్న తినువారు వెండిగిన్నెలతోడ
ఫలము, వీడెము దక్షిణల గొని తలయూచుచు
చారుదత్తుని యింట మావూరి రూపవతి
సిరిసంపదల దొరకు తగినదీ మృగావతి
మెట్టి నింటను సౌభాగ్యవతిగ జీవించనీ
వధువరులు వెలుగుచూ బ్రతుకుడను, దీవెనల
సాగు లయ గమ్మత్తు వాద్యములకసరత్తు
ఈ పెండ్లి కన్నారము ధన్యులము, కళ్యాణమస్తు.

పూమాల వేయుచో మగని ముద్దు మొగమ్ము
గాంచి సిగ్గున నగుచు నెమ్మదియె మదినిండి
సిరివధు మిత్రావతి సిరివరుచారుదత్తు
చెయిసోక పులకించి తలచె నింక నాతని
సర్వాంగములు సోక, నదెట్టి విలాసమోనని
తేలినది మురిపెముల దైవలీలగ నెంచి

చిగురాకు తోరణాల లంకారములకని
తరుల కొమ్మల రెమ్మలను ద్రుంచి తేకుడీ
వృక్ష సంపదబెంప దీవించు నా తల్లి
తరులతలకుండె మనయట్లె సుఖదుఃఖములు
రంగురంగు వలువల కుట్టి కట్టించిరీ
వరుసతోరణములును చించి విసరక మడచి
జతనమున కాపాడి నగరంపు వీథులను
జరుగు శుభ కార్యముల కిందు పండుగలకును,
పచ్చ నాకుల దూయక వీనినే కట్టుడి
మనిషి ఎదతిత్తులకు పసిమియే యూపిరగు
పెళ్ళి తీయని తలపు మాయనీక చారువు
తండ్రి చేసిన యుదార కార్యముల మరువకయ
నవ్యాశ భరవసల నవోదయమొ వెలార్చి
శతాబ్దుల హైన్యత వ్రేళ్ళతో పెకలించి
ఊడిగపుమాన్యాల విధికి శాపవిముక్తి
యజమాన్య భూస్వామ్య సంస్కృతికి తానె మంగళమనుచు

ఋణములను గొని పిదప వడ్డీల బిడ్డలై
బ్రతుకెల్ల గడిపేటి, ఆ ఋణములందీర్చ

తరతరముల జీతగాళ్ళుగా పాటుపడు
తెరువునకు మంగళము పాడి దయమన్నించె
చిన్న చిన్న బిడ్డల కూలినాలి కంపకయె
పలక బలపము లిచ్చి పంపించె బడులకని
అఆ ఇఈ అక్షరజగతి నడువుడని
సమన్వంతరంపు వైతాళికుడయ్యెనని
పేద పిల్లలు నేర్వ పాఠశాలల గూర్చి
జాతిమతములెన్నక అంతరములు చూపని
రీతిలో, ప్రీతిలో, నీతిలో నిలుపుచును

సహజీవి, సహపాఠి సహజన్ముల తీరున
అక్కర చక్కెరను మెక్కి ముద్దులా నద్ది
సహజీవనమను తొలిపాఠము నేర్వగా
నియమించె గురువులను జీత భత్యములిచ్చి
మఠములచదివిన వారికి నుద్యోగముల నిడి
వారి తలిదండ్రుల యూడిగపు ఋణముదీర్చె.

సుతుపెండ్లి యొక సూక్త దానంపు నెపమయ్యె
అక్షరాలజగతికే తెరచిన ద్వారమ్మయ్యె
సర్వోదయ సూత్రమును భానుడమలు పరచె
సార్థకమ్మనిపించె నీ మంగళ శిరద్వాహమ్ము
పలికించి సంసార సారోదయ మంత్రమ్ము.

సుందరకాండ

సంసారయోగ
ప్రహసనం

మిత్రావతి కన్యామణి లలితాంగిపతికి
కులవధువు ఇలునింపె నిజకుల తిలకునికి
శుభ వివాహము గడచి మరల సంసారమది
కొనసాగినది వ్యాపార కార్య భారమది
కాయకమె కైలాస మగు నెల్లవారికిని
ఎల్లకాలములందు చెల్లు సత్యధ్వని.

పలు అంతస్తుల మేడ భానుదత్తుని గీము
ఆటల విందుల వంటల ఇండ్ల నతిథులబస
ఆప్తులు పుణ్యహితులు నవ్వులకు లోగదులు
దినమంత పాకశాలనె అతిథి మర్యాదలు

సంగీత నృత్య పారాయణల గోష్ఠులు
ఒకటి ఇంకొకటి మరియునొకటి
ఇలువాసి గనుచుంట జాయ మిత్రవతికి
రాచకీయ మూరిపెత్తనము భానువునకు
ఆతిథ్యపుటేర్పాటుల అజలు దేవిలకు.

చారుదత్తుడొకపరి అంగడి వరుసల జుట్టి
నమ్మదగు యధికారిక కరణికుల నియమించి
మదిగోర హస్తప్రతి నిలయమున దూరి
రవి పశ్చిమమున గ్రుంకగని తా వెనుదిరుగు
రవి గ్రుంకుటకు మునుపె, నేరుగా వచ్చి
ఆగమములభ్యసించు నెల్లవేళల యందు
ఆత్మకాంతారతిని మమతలే మరుచుచును
తనకాంతతో కూడుట నావలబెట్టి
ఎంత విచిత్ర మీ నవదంపతుల పంతము
అంగదేశమునందు మిన్న చంపాపురము
జగతిలో తనసాటి కాగల నగరమేద?
దేశీయులు ఆబాసవారు ఉత్ప్రేక్ష వారి శ్వాస
చారుదత్తుని ఇంటికీ ధనలక్ష్మి చేరె
బయటికి రానేరదు, కాళ్ళు విరిగి పడియున్నది
ఏటి నీటిని ఏరు వదలినను వరలక్ష్మి
కరుణతో గమనించి అభయహస్తము జూపె.

పరితపించెను పత్ని దుఃఖమ్ము పైబడగ
నెలల లెక్కించుచును నెలలు గడచుటయంతె

చారువసంతం
74 సుందరకాండ
సంసారయోగ ప్రహసనం

రేయెల్ల జాగరణ కనులేమొ గగనమున
రిక్కలను లెక్కించుచు నిదురకై వెదికి
కన్నీటిలో తడిసి ముద్దైన తలదిండు
పానుపుల దుప్పట్లు చెదరలేదిసుమంత
పాన్పున చల్లిన సుమదళములు వాడలేదు
ఉడుపులను మడిసేయు మడివేలు వెరగుపడె
గొందల పడి చూడగ ఉడుపులింత మాయవు
సోయగ మీ నవదంపతుల ఈ విధానము.
మట్టి గాజులు పగిలిన ముక్కలచ్చటలేవు
ఎరుపు మరకలు లేవు వీర్యస్ఖలనములేదు.

చారు తిరుగుచునుండె పుస్తకాలయమునకు
ధారుణిని సరియున్నె అక్షర లోకమునకు
విద్యాబుద్ధుల ప్రగతికి తలవంచి మ్రొక్కి
ఓ జనని జపమణీ శ్రుత దేవి శారదా
కరుణించుమోవరద, పారదర్శక విధుల
రామాయణ, భారత, గాథా సప్తశతుల
తాటి యాకుల కట్ట లోనున్న తవనిధియు
వాడిగల నిశితమతుల ప్రతిభలతో మైత్రి
విశ్లేషణల నేర్పు దిగిరాని నామదికి
దివ్య దర్శన మోంకారమ్ము వినిపించుత!
శ్రుతులు శాస్త్రమ్ములును, కావ్యములు వెలయనీ,
సకల మత ధర్మముల సారమ్ము జుఙ్టి వలె
చదువుతూ మననమ్ము సలుపుచూ ధన్యులవ
జన్మ జన్మలకు శ్రుత భండారమే చాలు.

చారువసంతం

గ్రంథమ్ము చేబట్టి చారుడట మగ్నుడయె
చీకటుల తొలగించు గురు గ్రంథాలయమున
అధ్యయనముల మగ్నుడై రేలు, చీకటులు
ముసరగా వెతనొందు, పగటి పూటయె సదా
యున్నచో బాగుగద! అనుచునెద చింతించు,
మరు క్షణమె, వాస్తవమ్మరసి కొని రాత్రియే
లేకున్నచో ప్రకృతి బిడ్డలౌ పక్షులును
మూగ జీవులు మరియు శిశువులును ముదుసలులు
నిద్రపోవుటకిలను బలుకష్ట మయ్యెడును
రేయి, బవళులునుండ వలయు నీధాత్రిలో
శ్రీ, వాణు లిర్వురును అక్కచెల్లెళ్ళవలె
జతగూడి యొద్దికగ మనుట చూపెడు నాశ
వాణి వీణా పాణి హంసవాహన ధవళ

కమల పీఠస్థితా! జపమాల కరయుతా
కవిత్రయములను మదిని పూజించు నిలువాడ
వేడెద నీ మూడు మరివేళ నే గోర
వీణ, జపమాల, జ్ఞానభండారముల చెవి
తడవనక కరుణింపు మోయమ్మ నీదాసు
చాలునమ్మా నేను నర్తింతు మోదమున.

కాకముదిరిన నేల సెగలు చిమ్మెడు వేళ
వాన జల్లులకస్మాత్తుగా కురిసినటు
పేగుల నిట్టూర్పులు అశ్రువుల వేడి యైనట్లు
కళ్ళు కానకున్నను తల్లి పేగు గనునని
తెలుప తానై వచ్చె అన్నగారింటికీ
సంభ్రమముతోగూడి సంతసాన సుమిత్ర
పుట్టింటి దారిలో రాళ్ళుముళ్ళుండవట
దవ్వు దవ్వులనుండి నీ యాత్ర నొకయాశ
బిడ్డ యిప్పుడు తల్లి కానుండగా నోపు
ఇంతలో మనుమలను కనగల్గు దినమేమొ?
కొత్త నెమలీకల మోసిదెచ్చె సుమిత్ర
తొలి కాన్పునకు సుతను గొనిపోవు నాత్రుతను
చూలాలి కోరికలు దీర్చు తమకమామెకు
సీమంతమునకు పిలుపేల రాలేదంచు
పుట్టింటి మమకారమది కొంచమాయనే? యని
ఆలోచనలవరదకు తలనిండె తుములము
దారిదూరమౌట ఎఱుకకు రానేలేదు.

పుట్టింటి మర్యాద తొలివలెనె సుమిత్రకు
దేనికిని కొరలేనిదిది తన స్వగృహమ్మే

చారువసంతం

వాత్సల్యమొలుకగ అన్న, చెల్లి సుమిత్రను
ఎప్పటి వలె సోదరుడు జనకుండే యనిపించె
వదినయౌ దేవిలకు మరదలన్ననెయుబ్బు
గతజన్మమున తాము తోడబుట్టిరొ ఏమొ?
మేనత్త పదధూళి నెత్తిపై దాల్ప, నా
చారుదత్తుని నోరార దీవించె నామెయు
మిత్రావతి దండమిడి తల్లి కాళుల మ్రొక్కి
తలయెత్తి చూడవెచ్చనికన్నీ రొలుకగను
ములుగ్రుచ్చినట్లాయె, తల్లి మమకారమది.

ఒడలు వికసన మంది పుత్రావతికి మారు
కమలముఖి మిత్రావతికి మ్లానవతి నీడ
రెణ్ణాళ్ళు గడచుటను బిడ్డ స్థితి తెలియగను
మైదడవి హత్తుకొని, నివాళించి సుమిత్ర
యనె "నిశివేళ కమలమటు వాడినది మోము
అత్తమామలు మరియు పతి చారువుండంగ
ఈ యింటి పరిజనము లెవరితో నీకిట్లు
పసయారి బెండైన నిండుపున్నమి శశికి
మబ్బులు ముసిరినవి పలుకు మా నోర్విప్పి
కన్నతల్లికి గాక ఎవరితో మదితెరుతు
తోడుకొందువె తల్లి యాతనలు వేదనలు
ఒడలదాచిన చంద్ర నిప్పులను క్రక్కివెయ్.
తాను నాటిన తీగ వాడగని వెరవకనె
ప్రేమతో కోపించి కన్నమ్మ పలుకగా
"మాతృదేవత ఎదుట పలుకుదును సత్యమునె
అత్తమామలును గడు యోగ్యులు సంపన్నులు

ఎవరి తప్పూలేదు అంతయును నా కర్మ
కర్మఫల మనుభవింపక తొలగ దీ జన్మ
వ్యర్థమీ జన్మమను నుడి పిడుగునెత్తి పడ
గడ గడ వణికి కూలబడెను సుమిత్ర
పరిచారకుల వలన స్థితిగతుల గ్రహియించి
తెలిసినది అల్లుని చదువుపై గల మోజు
సౌందర్యవతి సతియు చెంత తానుండియును
రతి ననాసక్తి యది పుస్తకమె కతముకా!
పుస్తకమె గతియయ్యు సతి వైపు జరుగగా
సరస సంసారమ్ము మధుర దాంపత్యమలరు
కొండెమాడని పుత్రి పలుకులను వెతలొలుక
తల్లి కడుపు పిండిన యట్లు భవిత గడబిడ
అన్నకు తెలుపనా? అల్లునికి తెలుపవలెనె?
దంపతుల గుట్టురట్టౌట పురుషులొప్పరు
గొంతు కొచ్చిన కుత్తు తీర్పవదినయే సరి
యనుచుతలపోసి దేవిల సేరెను సుమిత్ర.

దరికిరా సుమిత్రను లోపలికి గొంపోయి
దరిని కూర్చొన జేసితలదిండు పై వ్రాలి
"ఏవమ్మ సుమిత్రా మొగమేల బిగిసినది
వదిన చెవులను వేయ భారమ్ము కరగు గద!"
"కరగ గల్గిన కుతియె చెప్పు వదినా? మోస
పోతిమి మేము బిడ్డ నిచ్చి! అన్న పల్కులకు
పిడుగుపడి కూర్చున్న పాన్పు కూలిన యట్లు
కనుపాపలు తేలిపోయి దేవిల తూలెను
మరలి సర్దుకొని చేటికల పోనిచ్చి తా

నడిగినది తడబడు పలుకులతో సుమిత్రను
"ఏమంటివి సుమా
మోసకారులమె? మేము?
ఎంత పలుచని మాటలివి
ఇభ్య కుల ధవళిమకు నల్లచుక్కలివి గాదె?
ఏమైనదో, కొంత వివరించి చెప్పుమా"
"చెప్పనేమున్న దిక సుతబ్రతుకు ముక్కలయె?"
గాయముపై కారము పూసినటు లిదితగునె?
పిచ్చిపట్టు, నేరుగా పలుకు! దోసమేమొ?
ద్రోహమే కాదు దేవిల! మోసపు తల్లీ!
చారుదత్తు, తనసతిని కండ్లార చూచెనే?
ఆమె అవసరాల నడిగెనే? తనభార్యతో
సంగడికాడు, ప్రక్కలో పండెనా? ఎలా
చెప్పను ఈ గుట్టు బట్టబయలు జేసి, సదా!
పుస్తక దయ్యముపట్టిన సుతునకు జవ్వనము
మిత్రావతి సొగసు రుచి దోపమి, అటవీ రోదనము.
ఏ ఒక్క సారైనా వినిపించెనా నీకు
నీ కోడలు వినుపించు మౌనవేదనము."

పలుకుటే తడవు ఆ దాచుకొన్న వరదను
సంకట ప్రవాహధాటికి గట్టు తెగి పోయె
గొల్లుమని రోదించి కోపమేద్పుగమారె.
దుఃఖించు మరదలు సుమిత్ర బాధలో, మరి
ఆ బాధలో ఆమె యాడినపలుకు లోహెూ
తేళులెన్నో కుట్టినటుదేవిల మూర్ఛిల్లి

పాన్పుపై పడ జల సేచన మేలుకొలుపగ
కట్టతెగిన కన్నీరు ధారగా ప్రవహింప
సంసార దుఃఖాన ఒకరికొక్కరు తోడు.

పెద్దలా మానములను వీథికి తేరాదు
విషయ విశ్లేషకులు ఆ వదిన - మరదళ్ళు
దుఃఖమది శమియింప తాపమది చల్లార
చెయి సాచి హత్తుకొని మెల్లగా నిట్టూర్చి
మొత్తముగా వివరాల గ్రహియించెను దేవిల
దేవిల ధీర! సమయోచిత వర్తన మరల
దుఃఖ ముమ్మలికమ్ములు నగవుల వితానమయె.

సుమ! సంసారపు నౌకలో మనకు సహయాత్రికులు
మన ఎల్లర నిరీక్ష, మ్రొక్కులు నిజమెకద!
మిత్రావతి దాంపత్యము తప్పక ఫలియించు
చింతించకు, చారు నిర్జీవ పుస్తక జీవి గుట్టు
అన్నది, నిజము. నిర్జీవ పుస్తకము ప్రక్కనిడి
సజీవి మిత్రావతిని తుది మొదలంట చదువు
దాంపత్య జీవనము కర్తవ్య మనగవలె
నిశ్చింత వగుము పాలుచక్కెర లొకటౌను
వేసవి చల్లబడ తెల్లమబ్బు చెదిరినట్లు
మాటలాగినా మౌనము మాటలాడినట్లు
నొప్పికీ కొమ్ములు మొలిచినటు ఈజోడి గనుడి
ఆహా ఇదేమి? సంసార సారోదయు మోడి.

✤

ప్రేమ ప్రస్థానమునకు
క్రీడావేదిక

తలమీది తనచింత కన్నతల్లికి మోపి
నిశ్చింత తను తాను మరలిపోయె సుమిత్ర
దేవిలకు తలపులను కనుపట్టె సోదరుడు
అతడు రుద్ర దత్తు ప్రళయాంతక ప్రచండుడు
యోచించి దేవిల పిలిచి నియోగింపగను
గూఢతను నడుపగా రహస్యమున కుట్రను
దేవిల గుసగుసల చెవులననె రుద్రదత్తు
"గోప్యంపు విషయమిది మరియు గంభీరమ్ము
ఇంద్రుని సిరియుండ నేమి? ఇంద్రియ సుఖమ్మున
నిరాసక్తి, సంసారమునుదాసీనత, భోగమున
యోగివలె నుండుటలు చారుదత్తునకేల?

వైద్యశిఖామణి నీ అల్లుని ఇంటి పేరు
ఇభ్యకుల మానమును రక్షించు బాధ్యతయు
నీదేను తమ్ముడా!" "చెప్పక్క ఏమాయె?
ఎంత కష్టమురాని గొంతుకయు తెగిపోని

ప్రేమ ప్రస్థానమునకు క్రీడావేదిక

గుట్టు వదల, వదల పట్టును, దేవుని ఆన
ఖూని సేతునా కాక గొంతుక పిసకనా?"
"వద్దు మహాప్రభో ఆ నైచ్యపు చంపుటలు
జీవహత్యయన నరకమునకు దారి యౌ
పిలువబంచిన తప్పు మన్నించి తొలగిపో"
"బెదరకు మక్కా ఉత్సాహము పొంగెడి మాటల
హత్య చేయగలడే వైశ్యకుల సంభూతుడు
ఆనతిండు తదుపరి కార్యవిధాన మిపుడు!"
కార్య విధానమ్మెఱుగను తమ్ముడ వలవల
వేదన క్రమ్మెను మము; చారుదత్తు వరుసకు
నీకును అల్లుడు, ఉరకలు వేసే ప్రాయము
అప్సర పోలు నితంబిని యింట నుండగా
గగనము చూచుచు కూర్చొను స్థితి ఇట!
రూపమ్ము జూతుమా అపరకాముండితడు
ఆచరణమునందున జితేంద్రియుడెన్నగ
సరసత కలవక సతితోడ మాటలాడక
కాలము గడుపును శాస్త్రపురాణ కూపముల
మనోభవ, సుఖవిముఖ పతిపరోక్షములోన
మిత్రావతి సతి దేవుడె గతియని విలపించు.

రుద్రదత్తా మన చారువు జడత మాన్పుము
చదువుల మోజులవిడి సరసతదిశలాగుము
పుస్తక జాడ్యము వదిల్చి రసికత నేర్పుము
ప్రేవుల తీగను తెంపక, సాగెడు తీరున
కొడుకు - కోడలూ దాంపత్య జీవమందు
బిడ్డల పొందిన చాలదియ దేవుని వరము
చారుదత్తు మదన దత్తుడగు తీరును తలచుము

సొమ్మునకు చింతలకు నిండు సంచిని గొనుము
సంసారరథము ప్రేమ పథమునకు మలుపుము.

"అతని కదిపి పుస్తక మోహమును వదిలించి
రసిక జీవమునకు ద్రిప్పెద చింతవిడుము"
కాసులసంచిని నడుమున చిక్కించుకొనుచు
ఎవరికి జెప్పక రుద్రుడు కనులకు దవ్వుగ చనె.

చారుదత్తు చదివెడి శారదా గృహమునకు
రుద్రదత్తు డిటు వచ్చెను ఒకానొకదినము
మెల్లగ తెరచెను మాటకారి, మరి నేర్పరి
"నీవుత్తరమవు నే దక్షిణమునై, నడుమ
గల యా ధ్రువముల దూరమరయుదు నేను
నాకును నీకును ఈ అంతరములవియేల?
"ఓహెూ మామా అపురూపమహా నీరాక
సూర్యోదయమైన పిదప ఏదెస నినుకానను
చదువూ నీవూ నూనే - సీకాయలు గద
ఇట్టిదె బంధము మధురాదపి మధురమ్ము
కావ్య రసామృత సారము నోటను
చుక్క నానిన కాళిదాసె తా సిగ్గుపడు!

నా ఈ అజ్ఞానమును ఎగతాళి చేయి-విడు
చోటు నిమ్ము దినమూ పాఠము నేర్పించుము
ఊరి జనుల నోట నీవె నిండి యుంటివి లే
తాటాకుల పసిడి పత్రముల వలె చదివెద
తెలివికి గురుడౌ చారుదత్తు వాణి విందు
తప్పక వత్తును సెట్టి గురువ కేల్మోడ్చితి

చారువసంతం
సుందరకాండ 85

ఛీ ఛీ ఏమిది మూర్ఖత్వం కాళ్ళబడెదవు
చదువుట కొస్తే నేర్వగ వస్తే బహుప్రీతి
అమ్మ శారదకు పలక బలపము తల్లిగదా!
పలక బలపము ఆకులు, కంఠము దైవముగా
తొందరగా నేర్చుకొన కష్టమె చోటిత్తు.

రొట్టె విరిగి నేతి గిన్నెలో పడె రుద్రునికి
ప్రతిదినము వచ్చెను సహ చదువరి చనువునను
కొన్నినాళ్ళకు పెరిగె గళస్య కంఠస్య
పరిలుప్త యతి చారు రుద్రుడు సూత్ర ధారి
చెలిమి మహిమకు చదువరి జపమాలను మరచె
అలౌకికత విడి దిగె మట్టి వాసన దాల్చె
శాస్త్రము పట్టు జారెను మెల్లగ శుచిగనుచు
శారద గృహమున సరసతయు ఆనందమన
ఒక్కట నగవుల అల భళియనదేవిల గృహమున
రుద్రుడు చివరికి తానె గెలిచిన మోదమున
కుమ్మరి కొక ఏడు – బడితకు క్షణమే చాలనె!

పూరణ జ్ఞానము చర్చకు గమనము లాగగ
ఆగమ విద్యవలె పరమోన్నతములన వలదు
రస విద్య, చోరవిద్య, కామవిద్యల ఘనులు
అనంత విద్యను చిత్తము నిలిపిన సొగసు సుమా
కనులు కట్టి కానను వదల కనుపించునా!
బహురూపుల వనశ్రీ విలాసము గ్రోలుటయ?

మామా గురునకె తిరుమంత్రము నేర్పెదవా?
చేపకు నీటు నీటను ఈదుట గరపెదవే

చారువసంతం
86 సుందరకాండ

చతుఃషష్టి కళల సాధనయున్నది కాని
జ్ఞానవార్ధి కావలి యొడ్డు తుది నెఱిగినవారెవరు
ఏకమేవా ద్వితీయము మేర నెరుగనిది
వినయమె విద్యామందిర సువర్ణ కలశము.

అనుదినమీ మామ అల్లుండ్ర
మాటల సరదా వినోదమూ
నగవుకు పాటల విడంబనమునకు
రుద్రుండక్షయ తూణీరం
చంచల పలుకుల మాయలో
అల్లుని నటనల తాళములో
ఔ నయగారి చావిడిలో
రుద్రుని మాటకు బదులేదీ
మామ విసిరినా వలలోనా
యోజన కొన యౌటకుమున్ను
ఫలింపనేయ రుద్రదత్తుడెమిన్న
సహర్ష కంచుకిత గాత్రుడు నక్షత్రకుడు
అల్లుని బుద్ధికి అగోచర నియంత్రుడు
నాగస్వరము చక్కగ నూదిన మాంత్రికుడు
మెల్లగ చల్లగ మాటల మొదలిడె నొకనాడు.

ఏలయా పుట్టితిరి భూ భారమును పెంచ
చూడగా కన్ను, వినగ చెవి, మూర్కొన
నాసిక, బుద్ధిని హృదయమ్మును, తెలియగా
మూకయ్యా నీ వుత్సాహము చస్తూన్నది.
ఇటురమ్ము అటు చూడు నిగనిగల తారలవె
కూపస్థమందూకమా ఎగురు నభమునకు.

పళ్ళు రాలి వెన్ను వాలి గడ గడ వణుకుచు
కళ్ళు గానక క్రొసరగ చెవుడనుచును,
వీథులందున రాగ ఎక్కుమందురు "చితిని"
తడవక తక్కక సరిపదనెరిగి రసికతను
గ్రంథమును ప్రక్కనిడి జుట్టును ముడివేయుము
కాసె పోసి పీతాంబరమును కట్టుకొనుము
శిరసున వివిధమ్ములను సుమమ్ముల దాల్చుము.
శ్రీ గంధమును పూసి శాలువ కప్పుకొనుము
మరకత విభూషణాదుల ధరియించి మెరయుచును
కరవస్త్రము త్రిప్పుచు సరసవిహారమునకు
వెలువడిన వేళ నీ వమరాధిపతివె గద!

నీ యది మృదుత్వ మెరుగక ఎండిన హృదయము
అక్కడి కిక్కడ కెక్కడి శిలా హృదయమది
చెల్లక పోతివె శునకపు చనుబాలు పగిది
నీవన వట్టిగ శాస్త్ర జడుండవు మోదువు
కోమల భావనల నరనాడులు ఝల్లనగ
వ్యాకరణమును నేర్చి గోకర్ణమునందున
శుక్లాంబరధరమను మంత్రము జపించుచును
డుంకురుంకరణెయనెడు సూత్రమ్ము చెప్పుచును
చదివి చదివి పిచ్చెక్కిన కూచంభట్టువు.

చదివి చదివి పిచ్చివాడయె కూచంభట్టు
చారుదత్తు సిరిమొగ్గ, వెర్రివాడు, గాలికి
విరియదేమి? రుద్రుని మధుర నాగస్వరమునకు
చారుదత్తుని నాగమనము గిరగిర తిరిగె
తన ఈ బాణము లక్ష్యము తాకియుండగనె

ఇనుమది ఎఱ్ఱగ మెత్తగనై యుండగనె వేళ
అదును నెంచి మాటల దూసి శంఖము
అల్లుడ చెలుడా గురువా దండము నీకిదె
నృత్యగాన నిపుణా! మన నగరి గుడిలోన
విడిదిని సదా సాగెదు, నాట్య వినోదము
పోదము రా! గీత నృత్య నాద రంజనకు
ఊరుల దారుల 'చంప' కు తూరుపు దిక్కుకు"
ఒప్పికొంటిననె చిరు నవ్వుల చిందించుచు.

తనుమనములు సాగిలపడి విహారమ్మునకు
గడపదాటి బయటికి చేరిరి. ఆనందముగ
సర్వధర్మములపుట్టిల్లా అంగదేశమది
చంపాపురి దేవాలయ సముచ్ఛయకోశము
గుడుల వీడు ఎటు చూచిననూ ఆయతనం
దేవశిల్పి, విశ్వకర్మ సృష్టి యాతనలు
శివాలయ, విష్ణు గృహ జినాలయముల, సూర్య
మందిరము బౌద్ధవిహార బ్రహ్మాయతనము
క్షేత్రపాలు యక్షగేహ, బ్రహ్మాయతనము
దేవకులవీథి మంగళము పూజారవము
భక్త వృందమున భజనవృంద గీతస్వరము
మడివలువలు దాల్చిన భక్తితన్మయులు
జలకమాడి మడియుడుపుల భక్తి నిండిన వారు
పూనిన మ్రొక్కు దీరిచి ధన్యతను గాంచెదరు.

ఇంటి, కుల దేవతల మ్రొక్కి పొర్లు దండాలతో
కృతార్థత బడయు తీరిది వరుసలవేచి

పూలు పండ్లు టెంకాయ ఫలాలు సమర్పణ
శంఖజాగటుల సవ్వడి ప్రసాద వితరణ
భగవంతుని భూమికి దింపెడు కైంకర్యము
కాయక నిరతులు తన్మయులైన పురోహితులు
మంత్ర పఠనము పవిత్రనాదము రథవీథి
భక్తుల జయ నాదముల తేరుసాగినది
పూలు కాయలు పళ్ళు రథికునికి నివేదన.

పంచమఠముల పట్టపుటేనుగులు గోశాలలు
బాలవటువుల బ్రహ్మచారుల వరుస చాళ్ళను
మతధర్మ చిహ్నాలాంఛనాంచితులెల్లరును
గర్భగృహమున హారతి యభిషేకము లెల్ల
అంగ రంగ వైభోగ నివేదన మచ్చట
నృత్య సేవ, ప్రక్కవాద్యముల వైఖరిలో
నట్టువాంగ మాలాపన, తాళగానములు
కళ్ళు తనియవు చూసి మనసు తనియదు వినుచు
చారుదత్తునికి విస్మయలోక దరిశెనము
తొలి సుప్రభాతంపు చవిచూపు పులకలును.

పులకలింకను పోలేదు నిమిరెనతని
హర్ష చిత్తము, చారుదత్తు మాపటిదినము
వచ్చి, ఆ దేవాలయ నృత్య మంటపమునకు
అటుదూరి చూడంగ కిక్కిరిసిన జనములు
నృత్యాల మెచ్చి తమ చప్పట్లతో సూపెదరు
మృదంగ తాళ వాద్యలయగతుల పట్టుదురు
వివిధ నర్తన ప్రవర్తనల చతురాంగనలు

మరుని నూటిన వాడి యలుగులటు చూచెదరు
లేతమెరుపుల తేటనొసలున లాస్య చారి
వలచు నర్తన విలాసముల నాస్వాదించి
ఉల్లాసపుటలల శయ్యపై తేలాడు పొంగు
పరిభావన చపలత నపహరింపకోరుచు
వాలుగన్నుల చూపు వలవిసిరెడి ప్రమదలు
ప్రౌఢలును కృశోదరులందరు కనిపింత్రు
విద్యుల్లతలు మరియు మదనుగరడీవారు
అనంగజంగమ లతాలలితాంగిణులు
జవ్వాజి పరిమళము విసనకర్రలవారు
రకరకాల జడల వలల విసురు కాంతలును
సంధానమునకు విట పురుషుల చుంబనములు
వ్యవహారము కుదిరిన రసికుల జోడులును
మెయినొడ్డి మెయిదాకి పరువిడి దాగువారు.

వాహ్యాళికని మొకటి సంగీతమును కొకటి
చవులూరు నృత్యమునకు దేవలమునకని పలికె
చారుదత్తు కొనితేగ రుద్రదత్తుండంత
దినదినము వినోద విహారముల రుచిమరిగి
ఆమోద ప్రమోదములకు వశుడయ్యె నిటు
ఇంకొకనాడు పానశాలకు బయలుదేఱ
మూర్తిపూజకుల దొమ్మీల సందడి కారుద్రు
మూర్తి భంజకుల హింసల పోరాటములు
ఊరు వాడల సందు గొందుల పానశాల
చెంతనే గలవహో తనియించు వంటిండ్లు
గలవచట నాడుల నాడించు నాదలహరి

ఏమి చెప్పున దయ్యయ్యొ వైరుధ్య మీజగము
వలయు వలదను అవియు చాలు చాలనియెదరు.

లోకోభిన్న రుచియనెడు మాటకుగలవు
ధుర్భిణీ కావలెనె నిదర్శనము చూపగ
నిలిచిన తావు గలదు చూపు సాచిన దిశయు
వారు వారులు చూడ దైవలీలయె కలదు
జనులు రానీ పోనీ ఆట ఆగుట కల్ల
వూరి బయలున నున్న పడమటి వాడలోని
మధుపాన గోష్ఠులవి గోలగా సాగగా
చేరిన వారందరు కల్లు త్రాగెడు మునుపు
పేదవారని యచట వుచితమీరరెవరు
ధరణిలో నంతటను ధర్మమ్మున్నది గనుడి
ధర్మమునకే జయమనుచు పలుకుదురు త్రాగి
సురులు నింతేకద సురాపాన ప్రియులంద్రు.

త్రావి క్రొవ్విన దొరల వరుసలవి వేర్వేరె
నేలపై నుందరు ప్రపంచ జనులెల్లరును
నాక నరకముల, పాతాళ స్వర్గాలలో
కొలత కందనివారు మత్తులో విహరింత్రు
'అన్న' యందురొకప్డు కొడుకు యందురొకప్డ
మరుక్షణమె మెల్లగా చెవులందు గుసగుసలు
ఉన్నట్టులుండగనె గెంతుదురు కూసెదరు.
గాలి తగిలెనని విలపింత్రు దైన్యత నంద్రు
కుయ్యోమని ఏడ్చెదరు, ఏడ్పాపి నవ్వెదరు
సురలోక వేలమున కొందునని కేకలిడి
ఊర్వశి రంభా తిలోత్తమ మేనక

కోటియైన సరే విడకే పాడుదు నేను
ఇంద్రుడైనాసరే కాల్చేయి విరిచెదను.
యనుచుండ వేతొకడు పానమహిమ ఘనము.
సంసారపు గుట్టులిటు స్ఫోటించు బయలౌను
మత్తెక్కినమదికి సురమే సోపానము
ఊపిరాడనిచోట తొలగిపోతే చాలు
బంధు బలగమదెరుగ నే చెడిన భూగతుడ
మదిరకును నాకెన్న దూరమతి దూరమ్ము.
కల్లుతాగని పొల్లులాడని భవ్యమైన
బ్రతుకునకు నిపుడిట్టి దృశ్యమ్ము దర్శింప
విశ్వరూపమె దర్శనంబాయె నాకిటను.

అరబు దేశపు తెల్ల గుర్రమ్ము పై సాగ
వందిమాగధులెంద్రొ చామరాల్ వీవంగ
రుద్రుడు మదనావతార ఛత్రముపట్టగ
భానుసెట్టి సుతుండు చారుసెట్టియు చాల
ముగ్ధమోహన సకల కళా విదగ్ధుడు పిల్ల
తెమ్మెరల దేలుచును పైదుకూలము జార
తెరచిన ఎదపైని జందెము సవరించుకొనచు
కంఠహారము మంచి ముత్తెములు తారకలు
గండభాగము నొసలు మీసములు నాసికలు
లావణ్యము తొణకగ సౌందర్యము రాచఠీవి
కనులవిందు సంతృప్తి మొగ్గతొడిగి అలర
మదన వీథిని కృష్ణుడేతెంచు మోహనమున
శృంగార తరంగాల తేలియాడెడు, మనము
రసిక సంసార సారోదయుని సరిగనము.

✤

చంద్రవీథిలో

చారువసంతం
94 సుందరకాండ
చంద్రవీథిలో

వైశ్యవిలాసి తావేశ్యలవాడకు మధువు
చంద్రవీథిలో చారుదత్తు సెట్టిని గని
భోగిను లోహొాయన తంత్రులు జుమ్మ్మజుమ్మన
దడదడ మనివచ్చిరి తమ మేడల దిగుచును
చారుదత్తు డితడు సుమా! మరుని దివ్యబాణం
ప్రాప్త యౌవనుడు కొంగ్రొత్త ముఖమతిముఖ్యము
గణికలు గనుడదె కోరిక లీరిక లెత్తగ
వీథిలో కామినులు నిట్టూర్ప నోర్దెరచి
వారాంగనలు వరుస నిల్చిరి సందులలోన
నవ్వుకొనిరి తమతమలో లలిత పదములకు
రాయవిటుడు చూడుడు కుర్రేనుగు లభించు
పడునేమొ తా, నీదు పెద్ద గుండిగలోన

కాముని సైన్యమనగ సొగసుల ప్రవాహమై
తండోపతండాల కుంటెన కత్తెలు వచ్చి
అగణ్య లావణ్యవతుల పూల బాణమది
రక్కస సేనకు బెదరి అచ్చెరల పిలిచి
చంపాపుర పణ్యాంగనలవాడ దాచిన
రీతిగా బింబాధరలు నితంబినులెల్ల
సౌందర్య రూపముల పొగడ పొగడన సాధ్యమై,
జనుల మనసులు కనులు రేకురేకుగ విరియ
కోమటి కుమారుడు మదనవాడకు రాగా
కుబేరుని ఖజానకు రంధ్రమే వేసెదము.
చింతామణీరమ్ము కల్పతరువారమ్ము
లలనలకనులు పుణ్యముగ గోరుకొనుచుతా
తపన తాపన దహన విమోచన నిశితములు
కాము శరములు తాకి ఎడద చీల్చిన యట్లు
ఈ జన్మ మిటుముగిసె మరుజన్మలోనైన
ఇతనితో కలయిక యుండుగాకని గోరుచు
ముదితలు; ప్రాయమున నితడు పుట్టకపోయె
సొగసు, జవ్వనములోడెగదా మాయందు
పూర్వజవ్వనులు గొణిగిరి నిట్టూర్పులు వదలిరి.

రుద్రదత్తు మొరటు మల్లోలుడు ఉడుము తీరది
అక్క జతలో వెన్నంటి వచ్చె పంతమున
కాముని వీథికి నవచారుదత్తను కోడెకు
సమమనిపించు కామధేనువు జత కలుప
వెడలెను వెదుకగ, ఘనతకు తగిన జోదుకై

చారువసంతం
96 సుందరకాండ

ఊరికొక పద్మావతివలె మను అనామిక
ఇట్టి వృత్తిని చతురయగు బెబ్బులి జారిణి
కూతు వసంతను గజ్జెపూజకు యొప్పించె
నిషేక ప్రస్తముల తొలిరేయికి కుంటెన సరసి
గిరాకికై పొంచివున్న సువార్తకు మురిసి.

కోరిన రకముల తావులు తనిపెడు మేడలును
గ్రాహకునికై వేచియుండు సువార్తకు మురిసె
అపూర్వ గృహములు చంపానగరపు తూరుపున
గోరిన పరి పరితావుల, తనియించు మేడలు
సురతాలయమది రసికులవీడు సొగసులగని
ఊగుతీగలు చలించెడు, జారెడు, తీరులు
రంభా ఊర్వశి మేనక తిలోత్తమలును
సాము నేర్చిన గరిడిసాల దివోత్తములు
"పగలు కునుకు రేయి కులుకు" ని తలాయింతురు
రాత్రియె పగలన ఒడలినితాకే కోరికతో
వేటగాళ్ళు వేటకు వచ్చెడు పేటయిదే
వేడి వేడిగా రుచియౌ, దినుసులు నాల్కకు మసాలాలు
ఉడుకుడుకు, రుచిరుచిగ తినెడు నాల్కల చవులు
తను, మనములకిటు కొరతలెరుంగని మోదాన
రసికులకుకోరిక మెయి సుఖములు దొరకులన్న
తార్పుగాని సూచన మెండుగ ధనముండవలె.

రుద్రుడు వచ్చె వసంత మందిర మరయుచును
అదియె సౌధము వసంత తిలకది కేతనము
మరుని వన్నెల వలరు గీము రసికుల కిక్క

కాముని విల్లుకు పుట్టిల్లు పూవలుగు మొన
ఇంద్రుడు వచ్చుట చంద్రుడు వచ్చుట జుమ్మన
మదన సదనమునకని రసికులందురు మోదమున
దవ్వున వెలుగుల మెరయునదె వసంత మహలు
పసిడి ఘంటిక నొప్పు సొగసైన వాకిలియు
చూచి వేశ్యాగృహమనుచు ఖచితపరచుకొని
రత్న రంజిత వితానము నొప్పి కనిపించు
మీన కేతనమెగురు భవ్య హర్మ్య మయ్యది
కనులకు నెదలకు నచ్చెరువు గొలుపు సదనము
మరలివత్తును నొంటినై యనుచు తిరిగిచనె.
ఒక దినంబున తానొకడె వచ్చెను రుద్రుడు
రహస్యముగ షడ్యంత్రము సంయోజింపగ
పూర్వాపరములెరుగును పలుకుల కడుజాణ
తొలుతగా వసంత తిలకతల్లిని చూచెను
శక్ర చాపశ్రీ ఆసనమునగల వనితను
సుయోగ్యమమూల్యము లుడుగరతో అత్తను,
ఇలుమెత్తను నిధానము కుబేరు ఖజానా
కల్ప వృక్షమును తెచ్చితినే చింతామణిని
చంపాపుర వణిజపతి యారాజు శ్రేష్ఠియు
భానుదత్త సుతుండు బహుకోట్ల శ్రీపతియు
మనోహర చారుదత్తుడౌచో నీ అల్లుడు
రేపటి కత బంగారపు సంపుటియే సరి”
భాను – చారుదత్తుల జంటి పేళ్ళు చెవుల
అమృతోపమము ఇభ్యకులపు శ్రేష్ఠ డీసెట్టి
చారుదత్తుడే నా సుతకు చేరువెయైనచో

చారువసంతం
98 సుందరకాండ

కామరతులకు కనకాభిషేకము పూజయు
చేయింతు మా వాడ నన్న సంతర్పణము.

కలకన్న దామెమధ్యాహ్నపుటెండలో
రుపాయలచెట్టుపెరటి చేయితోటలో
నాటినట్లు కల్పతరువు ఫలమిచ్చినటు
మరియు నా అతిశయ ఫలభారమున
ఇంట కామధేనువేపాడి గూర్చినటు
సుతను చెంతకు పిలిచె తన వృత్తి తీవియను
బాలపాఠమ్మును వాత్స్యాయన సూత్రమును
మెచ్చి పొగడగ రహస్య వివరమ్ముల నెల్ల
శృంగారమె బంగారము, ఇది గణికధర్మము
స్త్రీ రూపమె రూపమది, రజతము తవనిధియు
యవ్వనమున్న గెలుతు మూడులోకమ్ములను
యవ్వనమున కూడిన లలిత లావణ్యవతి
హావభావ వినోద విలాస విభ్రమకాంతి
అస్త్రశస్త్రముల సానబెట్టుట నేమరకు
పట్టు పీతాంబరములూనుము నగలు తొడుగుము
పదమునుండి సిగకు రతిమైకము వాడనీకు
మదన భండారపు శమంతకము వలెయుండు
అంగజ రంజిత వినోద క్రీడాసక్తులు
నచ్చి మెచ్చుచు వెచ్చమునకు నిచ్చ మిచ్చెదరు
తారుణ్యమె తాళపుచెవి సకల సమృద్ధులకు
జవ్వన మారకమును, గడింపుమమితైశ్వర్యమును;
ధనవంతుడే గుణవంతుడగు మనకు
ప్రాయమున గడియింప నదెయౌను శ్రీరక్ష

లేవయసున వసంత శిరోమణి జారిన
తడుముచు వచ్చును గడగడ వణికెడు శిశిరము
ముదిమి హిమమ్మును చిలుకరింప విడుదలకై
కామోపాసన దారినిడు శివోపాసనకు
చనులుముడి విడివడిన జపమణి గెల్చునుగా
తప్పక లోకపురూఢి నిలిచియె తీరునుగా...
అమ్మ చూపెడి శ్రద్ధ దిద్ది తీర్చెడు బుద్ధి
వంచి శిరమును మోడ్చె చేతులను తల్లికదా!
వసంత తిలకము పఠించె మాతృ సంహితను
సిద్ధపడెను సిద్ధాంత ప్రయోగ పరీక్షకు
చతుర వ్రీడా, క్రీడల వనిత శంఖినీజాత
సానివాడను దాటి రుద్రుడేన్గుల గొంది
తారాడు జాణ మావుతులతో చర్చలకు
మావుతుల నేతతో తన యోజనల దెలిపి
ఝణ ఝణల సంచినిడి వెనుదిరిగె నాతండు
పూర్వనియోజిత క్రమమున నాలుగేనుగులు
కొండలకు కరపదములున్నట్లు ఘీంకృతుల
తొండములాడించుచు నిలిచె నా వీథిలో
బయటిరా దబ్బరని ప్రజదాగె నిండ్లలో
రవ్వ సేయుచు నురికి క్రొవ్వెక్కి కరిమూక
కేకలిడి తరుమగను మావటు లంకుశముల
సరకుగొనక యథేచ్ఛ నటునిటుల తారాడ
పడుచు, లేచుచు పరుగు తీసిరా జనులెల్ల
వేధింప బూనిన మత్తేభముల నొంపగ
మెల్ల మెల్లన సామోపాయ ప్రయోగమున

అంకెకు గొన, యత్నించు మావటుల నిపుణత
ఫలమీక కదలమిని ఇళ్ళదాగిరి జనులు
మద కరులదరి పండుటాకులై వణికె ప్రజ
గజశాస్త్ర మెరుగుదును, ఇపుడె దారికి దెత్తు
నేర్చిన శాస్త్రము నిపుడె ప్రయోగింతు ననగ
వలదన్న, మదించిన కరులివి తడవబోకు
పద మన మపుడు చూచిన ధవళ, గారంపు
మేడ ముందరి టక్కరి ఏనుగు నెక్కుదము
మదము దిగి ఏన్గులొక దిశ జరుగ తక్షణమె
ఏకబిగి పరుగెత్తి ఇలుదారి పట్టుదము
రుద్రుండాపె చారు తెగువకు వేసికళ్ళెము.

అందమైన వసంత తిలక ఇంటి అరుగెక్కి
గంధపు గోడల సమతలమున వరుసలందము
సమతలమున గోడల వరుసలు బహుళందము
బహు భంగిమల గోడ చిత్రముల వర్ణ విలాసము
తలయూపుచు నిలుచుకొని, తలవాకిలి దిశగ
కనులటు వాలగా సోయగాల నివ్వెరవోయి
కుశల కార్మికుల గోపురమో స్వర్గద్వారమో
జాణత చెక్కుటల మనమోహక ఫలకమొ?
దేవ శిల్పి చెయి లాఘవ నవ సృష్టియొ
వజ్ర, పుష్ప, స్తంభ, లతా, శాఖల వెన్నొ
నృత్య,శాఖ, పంచ శాఖల మహాద్వారమొ
లలాట, బింబముల పూర్ణ వికసితంబయిన
విశ్వ పద్మము మీద రతీమదనుల మిథున
చిత్రము, నెడమ చేతను దాలిచి సంభ్రమత

చెరకు విల్లును, కుడిసేత సుమశరములను
పట్టిన స్మరస్వామి బోలు మోహక రూపము
సుదతి రతిని త్రిభంగుల మాయల సౌందర్య
లహరిని, ఇదేమి సురగృహమొ దేవాలయమొ?
అడుగ నగుచు నిజమిది ప్రేమాలయమనెను?
స్నేహసల్లాపము విధవిధముల సాగగా
సురలోకము కవాటము, తెరచుకొనగ నట
ఇంటి ముందరి ద్వారము మృదువున తాక ఝణ
ఝణ మని రవళించెను. వాకిలి చిరుగజ్జెలు
వయ్యార మొలికించు లాస్యము కురిపించుచు
కాలి అందెలు మ్రోయ గాజులవి ఘల్లనగ
చంద్రవదనలు ఇంటి సరసులగు సఖియలును
కొప్పులను బిగియించి రంభాది అచ్చెరలు
వంగుచు వాలుచు శూన్యమధ్యలు సుందరులు
సొగసు కత్తెలు వచ్చిరటకు మందాకినులు.

తూగుజడ పట్టి గిరగిర తిప్పు భామినులు
తామరమొగ్గల తలపించి కేలు మోడ్చిరి
బహు మృదూక్తుల రామచిలుకలటు పలికిరిటు
బావగార్లూ రండి ప్రీతిదయ చూడుడీ
ఊరకనె నిలుచున్న అలియుదురు ఇటురండు
నడుమింటి కటురండి స్వాగతము సిరిరాని
వద్దువద్దన చారుదత్తుడు పోవద్దన
తప్పేమిటిందులో బహుకాల ముందుమా?
దంతులటు తొలగగనె వెనుదిరిగిపోయెదము
అందాక మేడలముందు బసవలను పోలి
నిలుచు బదులు కూర్చొనిన కళంక మేముంది?
వట్టి బింకము మాని లజ్జ బూనుటదేల
మంచి వారలు పిలువ మన్నించ తడవేల
చెయిపట్టి లాగుచును వేవేగ సాగెనటు
గడప దాటుచు క్రొత్త గృహములోనికి దూరె
పడసాల కాల్పెట్టు రసరమ్య లోకానకు
జొచ్చినట్లాయె పీఠమిచ్చిరా సఖియులు
చేయి చూపినదిశ దూది, హంసతూలికల
మృదువైన ఆసనము నిడి సత్కరించిరి ప్రేమ.

తరుమగ విసువును అరకొరలేవీ లేవట
దారులు, గలవీ వినోదమునకు ఈ ఇంట
హరిహర బ్రహ్మల గెలుచు వీణా వాదనము
తుంబురుడే తలయూచగ గీతామోదము
రసికుల ఎడదలనె గంతులేయించు నృత్యము
మేళముల మేలుగా పాడువానికి రోకలిపాట

సూప విశారదుల అన్నపాన పేయమున్నది
కామ సూత్రాల రహస్యముల చిత్రసంపుటి యిదే
తెలుపుడు పలుకుడు ఎన్నుకొన్న రంజనములు
ఒక్కతె మాటలు ముగియక మునుపు మరొకతె
చారుదత్తు డెరుగని చదువులు లేవందురు
కవి, గమకి, వాది వాగ్మి ప్రవరుడందురు
పరమ వైశ్య ప్రభుని కాంతిలో జలకమాడు
సందర్భ ప్రాప్తి యిదపూర్వ సంయోగమోయ్
మా దొరసాని వసంత పాచికలాట నెరుంగనోయి
మీ దొర మా దొరసానిని గెల్వ నేర్చునే
జూదము కాదు బావలార కేవలముమోజె
జూదపు పావులిడ మెత్తని ముసుగుతో
రుద్రదత్తుని కవ్వించు ఆటలాడినది
నెత్తమునే కాని, మా నాయిక చిత్త భావ
మైనను గెల్వ బావ" నెన్మిది గుండెలున్నవె?
బావ; జూదము మహావిద్యయా మా ఈప్రౌఢ
మీ యజమానికి ఓడుట కేలా తొందరన!
చారుదత్తడనెను, ఆడుటలు చూచుటవి
మాకు తగనివీ నడలు నుడులు పోదమింటికి
భయ భీతులతో పాచికలాట పలాయనము
గెలువలేక యుక్తిగ ఆటయె వలదని
జరుగును తరతరాలుగ వచ్చు మగవారి గుణం
పుట్టుకతో వచ్చినది పుడకలతోగాక
పోదని నెఱజాణలు పండిన కుంటెనలును
సొట్ట మోముతో మెటికలు విరిచిరి

వదతనొక చీకటి బాణము
"ఇట్లను టేల మేమేమీ చవటలు కాము.
ముయ్యికి ముయ్యి సేరుకు సవా సేరుగ"
మునుపటి వాడుకాడు చారు వాక్చాతురతకు
సంభవించునదె ప్రమాణము సాక్షి కుశలతకు
దమ్ముంటే పట్టుడీ గవ్వలు, పడనీ మీ సంఖ్య
చారుడు నినదించె, ఆత్మ గౌరమును వెదకినట్లు
పలకల నాడగ సిద్ధమైతిమి ఓ మామ!
చప్పట్లు కొట్టిరి లలనలు భలే బావా!
సమయోచిత వర్తన పండిన వృత్తికి
రుద్రదత్తు డనెను అల్లుడ యువకుడ
వైశ్యకులోత్త! మీ శకుని వలచిన క్రీడ
దేశకోశముల కూల్చు ద్యూతము, పాండవులు
జనిరి వనవాసమునకు వద్దు సుమా వీరు,
జూదరులు చెలిమి యిక నడు వేగ మిలుజేర
మన మిందుండుట తరముకాదు కాదనియెను
చారుదత్తుడతి సరళుడు నిర్మల హృదయుడు
పూర్వ నియోజిత కుట్ర నాటకము గజిబిజి
తెలియని ఋజుపథగామి సత్యధురంధరుడు
వెనుక ముందులు తెలియక వెంటనె పలికెను
"తప్పే మిందున? పాచికలాటాడగ" యనె
ఆహా చిక్కెను విసిరిన వలనని క్షణమున
సంసార సారోదయ మన్మథ జాలమునకు.

✤

ఘుమఘుమలాడె
సుగంధం

సుమపరిమళము దాల్చి చలిగాలి వీచింది
ఘట్టివళ్లి పూసిన సుగంధము ఘుమ్మనింది
భావ సంచార స్పందనగ నూపురమ్ములు మొరయ
చెలువంపురుగురి, ప్రక్కలను వ్యాపింప
సప్తస్వరముల గాజులు మెల్లన రవళింప
అచ్చెరల దివినుండి భువికి దిగునను జోడి
గంగయే భూమికి ప్రసన్నయగు మోడి
ఇంద్రునొడ్డోలగపు రూపసియె వచ్చెనన
మెరపుల నాగకన్య నేలనుబికెనన
వెలిగ్రక్కు కాంతి రేకల చిమ్ముచు షోడశి
వసంతతిలక మేడ నుండి దిగెనూర్వశిరీతి
సురవసతి నుండి దిగు సురాంగన రాకకు
తలవంచెద పదమంటెద జ్ఞాన గురువునకు
మీకు నితరము సెప్పునేర్పెరుగని దానను

చారువసంతం

ఇంద్రసము వందించె సురభి నిట్టూర్పులను
వెరగు కన్నుల వ్రేళ్ళ మీటు చారుదత్తుకు
ఎంతటి వినయ, సుసంస్కృతి సారస వాణికి
విపంచి నాదముల చలించు వేణులహరికి
నడనుడుల పదును జతి, తాళమేళములిలకు
పసిడి పూలకు సుగంధము చాల అలదినటు
తొలి చూపుననె పలికిన పలుకునకు, ఆహా!
మధురగానము విన్న సుస్వరము పులకలను
సొగసు ననుభవించి మెచ్చుకొని కేలెత్తి
దీర్ఘ సుమంగళివి కమ్మనుచు దీవించె
ఆమె కడకంటి చూపెరిగి మెచ్చి ముదాన
సుగంధ మాల్య తాంబూల కరండకముల
పరిచారికలు అందముగా నలంకరించిరి
పగడ సాలను పరచి నెత్త పలక నుంచిరి
సాధనోపకరణాల చక్కగ నమర్చిరి.
సత్యభామ కృష్ణులటు పాచికలనాడుడి
యని సరస వారిజలు పురికొల్పి తొలగిరట.

కూర్చొనిరపుడు చారు వసంతలు ఎదురెదురు
వసంత యొడ్డిన ఒకటి రెండాటల ఓడి
కెలక నభిమానమ్ము నభమునకు పడగెత్త
మోదుగ వృక్షంపు రంగు పడి జూదమునకు
వసంత యొడ్డిన పందెము గెలిచె చారుదత్తు
విజయ మైకమది మత్తెక్కించగ ముదమున
ఆటకొనసాగించె దంతపు పాచికలను
వసంత చేసిన సంజ్ఞ లెరిగి రుద్రుడు

తడయక మెల్లన సంభ్రమించి మాయమయ్యో
సఖియలు, సఖులు లేరు తామ ఈ జగమెల్ల
నెత్తమాటలకన్న చిత్తమాట నిపుణకు
తామెచ్చిన వరుడట! వెచ్చగ కూర్చుండగ
కాయమె పగడసాల పాచికలంగాంగములు
శృంగారపు పాచికలాట కారంభమది.

మొదలుపెట్ట తగు అవయవాల వదులు జేసి
మితిలేని వలపుల సుఖపు తెరమరుగుజేసి
చారుదత్తుని వేరుల కదిపి నీరుద్రాపి
మదనవిలాసముల నాడించి కదిలించి
పందెమొడ్డిన విత్త మెల్ల నోడి మనసిడి
మరలమరల ఎంతలాడినా ఎంత ముక్కినా!
తనకు విరోధముగ పడు పాచికలను తిట్టి
తిక్కితిద్దీ పాచికల జిమ్ముగ పొరలినవా
పాచికలా గెలిచిన బేసి సంఖ్యను పై నిడి
ఆహా చివరికి యోడె వసంతతిలకమని
వెంటనే తానొడ్డిన పందెము నివ్వగోరి
గెలుపు మైకమున చనువున నాయమ మెడలో
ముత్యంపు సరులకు చెయిసాచనది తెగగ
ముత్యాలు విడివడి చెదరంగ నడుమన
చిరు తారలన చారుదత్తు చెమ్మట మెరసె
మెడ హారమునకు చేసాచిన చారుదత్తు
ముంజేతి నరచేత నానించి నళినముఖి
అందెను చెఱగు, చెరగు జరుప జోడు కలశము
లమృత పీయూష పానమునకు తెరచు గడగ

రవిక జార స్మరుడువదలెను పంచశరములు
నవనాడులు జుమ్మన ఎద కొట్టుకొనుచుండ
మృదు చనుగవ తొలితాకు ననుభవమునకొహెూ
రంగులవసంతము చారువిలోల కటాక్షము
లేత మొగలి స్పర్శకు సమశ్రుతి స్పందనకు
అనంగ వృక్ష కాంతికి సురభి నిశ్వాసమునకు
సిగ చెలువుకు కడగంటి చూపునకుబ్బెదకు
శృంగారవృక్షకాంతికి మదవతి జవ్వనికి
జంఘులకు మదమెక్కిన గులాబి పెదవులకు
స్మరువిల్లు కన్బొమల, పట్టువంటి చెంపలు
చనుల గప్పిన మోహపు కొంగు వైతొలగ
చిరు జాణత సూప వడ్డాణ మదిజార
ఉన్మీలత లోచనుడు వాలిన మొగ మెత్త
గుండ్రని బంతువలె నున్నతములౌ చనుల
రెప్ప వేయక ఏమరక చూపు నిలుపంగ

ఈ కన్నె ఆ కన్య మెరపుల ఫళఫళమని
చిమ్మె నవనవల చైతన్యమొసరి ఝళ ఝళ
తల పదతలము దాక వెన్నకరిగి నెయ్యై
కామరస స్రవంతికి సంయమగట్టు పగుల
ప్రవాహ వేగార్భటికి తెలివెల్ల బెదరగ
జపతపముల మరచె సన్యాసి వీర్యస్ఖలనకు
చిత్త క్షోభ అల్లోలకల్లోలమణగ
సంయమ పరిలుప్తధైర్య గెలిచెకాముండు
ముగిసె పాచికలాట చిత్తజుని నగవులో
గెలువగా నిప్పుడే ఇచ్చెదను చెలికాడ
ఓడిపో నీయనో బ్రియతమా రావోయి
చేతలను పట్టుకొని పైని మేడమీదికి
రత్నమయ హర్మ్యమున గొంపోయి మందిరపు
లోగదికి దివ్యమౌ రమ్యంపు శయ్యకును
సాలంకృత రతి వివాహాగారమునకు
గంగాతరంగముల ధవళ దుకూలములకు
ప్రచ్ఛాదాచ్ఛాదిత కోమల తల్పమునకు
యవ్వనంబాసించు సురభోగ భూమికిని.
చీనాది నేత్రపర్వ దివ్య వస్త్రములను
పరచి పంచరత్నముల రంగవల్లుల దీర్చి
మణులు తాపిన హేమముక్తాహార తోరణ
ములిడి విభూతిమయ శయ్యాగారమునుమెట్టి
సురలోకమున దూమాకై పుణ్యుడు చారుసెట్టి
కామదేవుని దివ్య భండాగారపు వాకిలి
తెరచినట్లుగ రతికేళికా గృహమొప్పగ

చారువసంతం
సుందరకాండ 111

వసంత తిలక చారు కరమూని గొనిపోవ
ఘుమ ఘుమలు పూల మంచము నెక్కించ
వేసినది బొండుమల్లియల హారము మెడను
రతిపతికి కామసామ్రాజ్య పట్టముగట్టు
నటు మెల్లమెల్లన మెత్తె వాని మెరయు
పెదవిపై తనదు నధరామృతము కురిపించి
రాగరాజ్యమున కిది యుడుగరగా నొప్పి
ప్రత్యక్షము కామదేవుడితడని యొప్పి
పాచికలును మఱచిరి పానుపును చేరగనె
నిషేక ప్రస్తమునకన తనువు కరములు హత్తి
కూర్చొని తానుండ ఉడుకు నీటను కాళ్ళ
తడిపి కోమల పన్నీళుల చిలకరించుచు
మృదు దుకూలముల తుడిచిరి తొత్తులు చెలువలు
తాంబూల కరండభోగోపభోగములగు
సారద్రవ్యములెల్ల అటుయుంచిరి వేగ
వృత్తిలో పండిన ప్రౌఢ సేవిక లటచేరి
కాశ్మీర కేసరి ఘన బాదామి శర్కర
అద నెరిగి కాచినపాల వెండి గిన్నె నిడి
అమరించి చక్కగా సుగంధ ధూపములను
మోదకపు (పరీమళము) నెత్తావి నత్తావు మత్తెక్కి
రతిమదనులున్మత్త చిత్రము చెక్కిన సిరి
గంధపు తలుపు మూయుచు వారలు ముసిముసి
చిరునవ్వు లలరించిరా వనిత లటసేరి
వనితల పలుకులుడిగి ఏకాంత మేర్పడగ
నెత్తమున విజయుడవు ఇదెగొమ్ము పందెమ్ము
చూడుమని తన తనపు దిసిరిని జూపగా

చారువసంతం

112 సుందరకాండ

ఘుమఘుమలాడె సుగంధం

కామశాస్త్రము చదువు తత్త్వములు పురివిప్ప
నేముందు తాముందనుచు నొకటొకటిగా
గంతులు వేయుచు ప్రయోగమున కరగి రచట
అది రతికాముల ప్రయోగశాల యయ్యేనన
అంతింతనుచు ఉచితమా దాని ప్రకటింప!

ఉచితమో కాక అనుచితమో ఖచితమయ్యే
అనురాగ బలిమిని అన్యోన్యాసక్తులు
రాగానురాగాధిక్యతను క్రొత్త బ్రతుకు
కాలి అందెలు ఝణ ఝణమన పోరాడుచును
నాగలోకపు నాగనాగినులటు మురియగ
కామించి భోగించి మధురబంధములను
రతి మదనుల కదనము పలుకుటలు న్యాయమా?

తన మనోరథముతో రవిరథోదయమునకు
సెజ్జ నుండి లేచి మంగళ ప్రభాత గీతికి
కనులు తెరవుడు నాదొరా తెలవారె లెండు
ముంగిలిని చిలుకమ్మ సిగ్గిలు ప్రియ స్వరమది
వెన్నెలను పాల్కడలి కొని తెచ్చు సంచితము
రోమాంచిత సుఖోష్ణవారి గూర్చెడు హితము
మై విరుచుచు కనులు ద్రిప్పగ వసంతతిలక
అరుణోదయ మంజుఘోష అచ్చర యన తొణకి
పొంగగా గతరాత్రి సౌఖ్యమును తలచుకొని
సుఖమునకు చేరువకు తాకుటకు పెచ్చుగుచు
చిబుకమంటి సఖుని పొగడ్తలకు పైకెగసి
మెల్లగ పెదవికొరుకుచు మిగుల నుత్సాహమున

జాణల దొర మెసవెను అధరమ్ముల బెల్లము
పట్టి హత్తుకొని మరి మరి ముద్దిడు పులకల
వేడి కౌగిలి హితము వల్లభ యుప్పొంగగ
తేనె రుచుల చెలి తనువు పులకింత కంపనము
కామాతురపు మేరనెరుగదు మనసు వాగై

నోట నోరు బెట్టి రసతాంబూలమును జుర్రి
ప్రియుడు ప్రియురాలు చెంప చెంపకు చేర్చి
కూడియుందురబ్బబ్బా, మధురమా కేక
ప్రాయమున రూపు సత్కళల వారు సమానులు
వలచి కూడిరా! సిరిమంచముపై పండిరి
భోగోపభోగోచిత వస్త్రవిశేషమైరి
విలాసముల నోలలాడిరి సురభోగులు
మారసుధాస్వాదన, వదలు సీత్కారముల
తనిసిరి సరసనిద్రకు లొంగిరి - మరునాడు
మేలు వస్త్రముల తొడిగి పావుకోళ్ళమెట్టి
మేడ నుండి దిగి ఆ తన్వి వామహస్తము
పట్టి కవులకాపును చతురుడు కోవిదుండు
నాటకశాలకు నడిచె, చారు, గంభీరుడు

పూమాలదొంతి ప్రసరింప సుమసౌరభము
నాట్యమందిరమో పుష్పవాటియో యనిపించి
కామసూత్ర భంగిమల భావించి దీర్చి
సురఖేచర విద్యాధరల గోడల వ్రాసి
రంజిత నాట్యశాల మెరసెను చిత్రశాలగ
ఇది మయనిర్మితము కావలెనని దోచినది

ఇంద్రునోలగము గురించి నేటి నర్తనము
రంభా ఊర్వశి, మేనకాతిలోత్తమలును
నర్తన ప్రతిభాప్రదర్శన స్పర్థయొక టేర్పడి
దేవలోకము అనుకరించు తాళమేళములతో
అందెలరవళి నానావిధ గానలహరులతో
చెలికాడి యొడ్డోలగమున నుండు యజమాని
విరాజిల్లుదురు దేవేంద్ర పదవి మీకోసం
తానె శచీదేవియైనది, మొదలును గూర్చుటనె
కామ సామ్రాజ్యమున మీరిన సామ్రాజ్ఞి ఈమె
చామరలడపమమ్మి పాత్రలద్దము పట్టు
పరిచారికలు స్థిరు సహవాద్యముల చెలురు

సంగీత లాస్య నృత్య వాద్య
శాస్త్ర విశారదులు నాట్యమయూరు
నానా కావ్య వాచన వ్యాఖ్యాన విదగ్ధులు
కామశాస్త్ర కోవిదులు

చారువసంతం

రసికుల వాడల కళాకారులు
అప్రతిమవిలాసులు నిపుణులు
కావ్య ప్రయోగ పరిణితమతులు,
తండోపతండములు వచ్చి
ఉపనదులు కూడినటు నృత్య
గృహవాహినిలో చేరుకొనిరి
సిగ్గిలుచు తన ప్రియుని పరిచయించె
వసంత నెమ్మదిని.
కొంగ్రొత్త సాహిత్య రచనలో
నిత్యము మెప్పుగాంచెడు కవులును
మా వాడలను, బలగమున గలరు
ప్రతిభ గలవారు వివిధ రాగ
తానముల వీడ్కొనెడు రసికులు.

నట్టువాంగపు ఆలాపన సైగసేయ
జరిగిన దవనిక పాల్కడలినురుగు
మదనుని ముహూర్తమునకు వేచియుండ
తెర దవ్వు జరిగినట్లు తాళ ముయుచుండగ
వీణియ, వేణు, తంబూరమృదంగమ్ములకు
తక్కిట తోకిట కోంధిక్కటయన
నళినముఖులు నల్వురు లీలాజాలముగా
బాహువుల పైకెత్తి పుష్పాంజలిని కురిసి
పూలవానలుగురిసె నర్తనశాలలోన
తలనుండి పదతలము వరకు సాలంకృతులు
పుష్పమంజరి వాసంత విలాసినులునట్టి

కంకణ రత్నముద్రికను చేతికి తొడుగుకొని
బాహు పూరముతో కర్ణావతంసముంచి
బలమైన ముత్యాలదండతో మెరయించి
కస్తూరి సానకై కాటుకను కడు బెంచి
ముఖ బింబమునకు ముక్కరను జతగాచేసి
కాశీజరీచీర కుచ్చెళ్ళతో గట్టి
కస్తూరి తిలకము నుదుటిపై వెలయించి
నీలకుంతల రాశి కొప్పుగా బంధించి
మైసూరు మల్లియల దండలను సిగతురిమి
యక్ష కర్దమ జవ్వాది మధుర పరిమళము
ఘుముఘుమ్మనె సురభి, మలయపవనము వీవ
ఆహా వచ్చిరదె సురసరసినులన నిజము
భావభంగిమలతో తీరైన నటినతో
తొడిగి నక్షత్రముల వేషభూషణములుగ
దివినుండి దిగినారు దేవకన్నెలువారు
రంగపూజ నొనర్చి వెనుకబోయిరి వారు
ఇద్దరిద్దరు కూడి గీతముల పాడిరి
కనులు ముఖము కర పదములున్నత వక్షమ్ము
ఆంగికాభినయమ్ము బాహువుల భ్రమణమ్ము
హావభావ విలాసమొయ్యర విభ్రమము
నాట్య సారమట సాక్షాత్కరించినయట్లు
వనితాలలామల మృదుల విన్యాసమ్ము
సౌకుమార్య మ్మొలుకు సమంచిత లాస్యమ్ము
వాగ్వైభవము సాహిత్యరసము విరాజిల
నృత్యపు వాద్యముల గీతాల విస్తారము
భరత కళారసమున చాల నోలలాడుచు

చారువసంతం

సుందరకాండ **117**

ఘుమఘుమలాడె సుగంధం

రసికులు వీక్షింపగ ధన్యులై బొమ్మలై
కౌతుక విన్యస్తులై చారు డాహ్లాదమున
వాసవు నివాసమై వెలిగె నా ఓలగము
సౌందర్య భామినుల కంకణ నిక్వణముల
కిణికిణిరవళుల మంజుల సునాదసంభ్రమము
సరళత నేతెంచియు విరళముగా వారలు
మెరపులతో మెరసిరి శంపా లతలబోలి
చెరకుగెడను వంచి నారిని సారించినటు
మోహమ్ముల వానకురిసి చిత్తము భూమికి
తొణకగ నటియించిరి పుష్పరాణులు కదా!
మోహక దృక్కులమించి సభ స్తంభించగా
అనురాగపు గింజలు విత్తిరి మదులుదున్ని

పుట మెత్తి నటియించు పటుతనము మేలనుచు
నృత్య విద్యాధరుడు నుచితమన్నన దనిపె
కానుకల మర్యాదతో పిలిచి నిపుణులౌ
నట్టువాంగ వాద్య, మేళము వారికి పసిడి
మోయు మేరగ పాత్రతను జూచి తానొసగె.

స్త్రీ రూపమె రూపము రసము శృంగారమే
ఋతుసత్యమ్మెదుట అంతయును కాల్కసువు
అను నాట్య శాస్త్రంపు సారము సందేశము
ఉదాహరణమయ్యెను నీ నర్తన వేశము.

కాముని కామిని విద్యా విశేషమెసగక
దాల్చు నొక్కొకసారి వాసంత విశారద
వీణావాదన చతుర గానమందచ్చెరయె

విద్యలలో సంగీతమె రాజ విద్య కద!
వాద్యముల వీణయే పట్టపురాణి కద!
నృత్యానికి ప్రధాని పదవినిడిరి గురువులు
వేణు మృదంగములె సచివోత్తములొహెూహెూ
కళావిలాసముల చవిగొనుమనమె రాజును రాణియు
అభిమానమునకు సమరతికి చొక్కిన రోమాంచితులు
నాగదంపతుల కూడుగ మోహరసమున మత్తిలి.
హృదయ సంజాతమౌ హర్షమున పరుండిరి.

వారమున కేన్నాళ్ళ సొమ్ము దక్కనె లేదు
సురత క్రీడాసక్తుల గోల తరగలేదు.
భోగ సుఖ శిఖరోన్మత్తులారతిమదనులు
సంభోగసదుల సుధారసాధీన చిత్తులు
యోరిమి జెఱుప ననామిక చింతాక్రాంత
అల్లునిటుకు దోలి తరలినరుద్రదత్తు
నాడు వెళ్ళినవాడు మరియిటకు రాలేదు
ఎప్పటట్లానాడు వెలసొమ్ము లందక
మేలిమి పసిడి తొడవులను గానకయ
గజ్జెలందెలు నృత్య మణియమును శూన్యమయె
సైపక చిడిముడి పడి తంత్రమొకటి యోచించి
చారపరిచారకుల దండొకటి పంపించె
సిరి దేవిల కడకు బంపెదండును నెమ్మదిగ
వందింతుము తల్లి దేవిల శెట్టితివెమీ
చారుదత్తుడున్న ఇంటినూడిగము వారము.
పుత్రరత్నము భోగోపభోగజీవితము
నిత్య వెచ్చమునకు పసిడి కోరి పంపిరిచటకు

"మేలుమేలాయలే కొడుకు కోరినసొమ్ము
దీనారముల నిత్తు నిపుడె" సంతసమమ్మ
దౌర్బల్య దోషపుత్ర వాత్సల్య మనునది
ఏ తల్లి మాత్రమాపగలదు తనయు మోహమ్ము
పసిడి నొసగె సారాసార వివేకమువిడి
వేల దీనారముల పండుగ పబ్బాలకు
ఆరేళ్ళలో షోడసి కన్నియు వేటకని
కరగినవి షోడశ కోటులు సుతు సుఖమునకు!

చారుడె భోగరాజు వసంతయె భోగినిగ
భోగ సృష్టికి యింటిలోగిలి భోగభూమి
పరివారమునకు విహారవనము సేవకులకు
తేరులకు జాత్రలకు సేవకుల ముదమునకు
పెళ్ళిళ్ళకు వడుగులకు మొక్కులు ముడుపులకు
నామకరణమ్ములకు నూతన గృహమ్మైన
కొయ్యలకు ఇంటిలో పాత్రలకు పడగలకు
విడి విడిగ ద్రమ్మ (బంగరు నాణెం)లు,
లక్షలు లక్షలుగ గొంచును
దేవిలను దోచుకొని తన మేడ నంతటిని
భోగ భాగ్యముల కాంతులతేలి యాడుచును
దీర్చినవి అనామిక బహువిధమ్ముల ఆశలు

అటువైపు దేవిల మందిర ప్రభ లారగా
ఇటువైపు ననామిక సౌధము ధనదు నిధిగ
సిరిదేవి పథమందు చలించుచు నుండగా
రత్నద్వీపపు వరుడు వైశ్యుడు తను జేసిన

రత్నకంబళమును చంపాపురిలో నమ్మి
లాభమార్జింప సిరివంతుల వీధి జూసి
తిరిగి తిరిగి బడలిన, కంబళి వెల హెచ్చని
కొనజాలకుండగా అనామిక తా పిలిచి
లక్ష హొన్నుల వెలకు కంబళిని కొనియపుడు
పంపినది కూతురికి వెచ్చగా కప్పుకొన
వసంత త్రిప్పిపంపె చాల యుడుకుడు కనుచు
చారుడుండగ వేఱె పచ్చడమదేలనని
అనామిక నెరజాణ, పాదరసపుబుద్ధి
నడిమి గోడకు నిల్పె భానునే నిల్పినటు
మిలమిలా మెరయు వెల్గుల నీహారికను వలె.

చింతామణి చారును గన కతి ప్రేమ
'సుకుమారుడల్లుడును భోజనమునకు పిలువు'
తల్లి పలుకుటె తడవు బిరబిరా వసంతిక
కొప్పుపై చుంగు తొలగ సవరించుకొనుచును
జారుముడి నెమిలికా నడచె ప్రియు దిశ నగుచు
పసిడి చెంబు నీట లేతపదములు కడుగుచు
మృదు ధవళ వస్త్రమున తడియొత్తి ఓటునిడి
కూర్చొని రారోగణకు సరిలేని రతిపతికి
తళియ, చెంబు హరివాణము గరిట గిన్నెలను
వెండి, బంగరు పూత గల వంట పాత్రలును
చిత్రాన్నము, పాయసాల్, పాలు, ఖీరు పళ్ళు శ్రీకరణం
తెలిచారు సాంబారు కాయగూరలు పెరుగు
గంధ శాలాన్నము ఘుమ ఘుమల పేరిన నేయి
అప్పడము క్షీరాబ్ధి దరియవచ్చిన కజ్జాయము

చారువసంతం

సుందరకాండ **121**

ఘుమఘుమలాడె సుగంధం

తెలిమొయిలు పెరుగు మీగడ పాలు, కేసరియు
చనుకట్టు బిగియించి మీది రవికను సర్ది
వీపుపై నాడు నీలకుంతల రాశి శూన్యమధ్యమున
చిక్కిన జినుగు కొంగుల యువతుల లంకరించిరి
వివిధ సారముల తతుల భక్ష్యముల వడ్డించిరి.

వడ్డించు స్త్రీల దవ్వనిపి తా ముద్ద నిడి,
దయితకు దివ్యామృత సుభక్ష్య పక్వ పదార్థములొసగి
తృప్తిగా తినిపించి తనిపి తనిసె రాగిణి
ముద్ద పెట్టుచు నొకట ముద్దులిడ గమనించి
చూచి చూడని రీతి చెలులుంద్రు తమ సాని చవులాన
మనసైన దంపతుల విందు గనుటె పసందు
సుందరమని మరి మరి యాడుచు పరిజనములు
పట్టి పట్టని యట్లు బలుమోదము గూర్తురు.

చంద్రశాలకు నడుమన హంసతల్పమునుండ
ప్రశ్న విస్తీర్ణపు తూగు టూయల మంచమున
వెనుకనొక లోలాక్షి పట్టిన నెమలి ఈకలు
వీవనలు త్రిప్పుచును సాలభంజికలుండ
పదములొత్తుచు వాడి గోళ్ళు చీల్చు విడెమును
కర్పూర మిశ్రిత వక్క పలుకులు లవంగము నోటికి
ఉత్సాహ దేవి శూన్య మధ్య కురంగ నేత్ర
వసంతతిలక శోభించె చారు తొడలపై.

కదలిరి పై గల మిద్దెల మేడను పడకటింటికి
సురభవనము స్మరసదనము సంగమ సీమకు

ముత్యములు మాణిక్యములు గూర్చిన సుమమాల
మెట్లు సుగంధతోరణములు రంగవల్లులు
లలిత శృంగారమయ పాన్పులతాపల్లవము
రెండు తనువు లాత్మయొకటియన హత్తుకొనిరి
తొడవులెన్నొ తొడిగి పట్టుచీరను గట్టి
కుంకుమ వర్ణ పంకజానన రతినె మించి
కాంతిజిమ్ముచు దరి జేరెను మనసైన కడకు
కల్పతరువును కల్పలత లల్లు కొన్నట్లు
సురభామ వసంతలతిలక పట్టి నిలువగ
కొంగు మొగమున కప్పి స్తంభము మరుగు జేరిరి
తలవంచి సరస లీలలకు మరగిరతివలు
తీయని పండ్లు తిని మీగడ పాలు త్రావి
నోటిలో (మున్నోట) విడెమురస మెఱ్ఱ నవగ మురిసి
చావడిని గూర్చుండి ఓలగమ్మునకు రసిగదొర
వసంత ప్రభువు శ్రీవిలాసము చూపించెను
కుసుమ బాణుని కీర్తి నుగ్గడించెదరు.

భోగ సామ్రాజ్యంపు సమ్రాటు సామ్రాజ్ఞులు
మదనుని మహిమలో ఏలిరి ఓలలాడిరి
విభవమెందుగాంతుమొ యనుచుండగ కాంతలు
నిత్యము నివాళింత్రు దృష్టిని తీసి
సంసార సారోదయు సౌభాగ్యము ఘనము.

✤

స్వర్గాన ఇటువంటి చెలిమి దొరకునేమి?

సహచరులు మిత్రుని మైత్రిని తలచుచు
చారుదత్తుడు నచ్చిన స్నేహితుండటంచు
ఇంటి యిల్లాలిని తల్లిదండ్రులను
చెప్పక పెట్టక వదలిపెట్టె నదేల
పిలుచుకొని రావలెను పెద్దిల్లు నిలుపగా
చెలికాడైనను వర్తన సరికాదు
మన నచ్చిన ఎనుమిటు దున్ననీనెనుకదా!

శాస్త్రము చదివిన కుబేరుడౌగానేమి
నెయ్యుల తలవడు. ఇలు యావ మరచెను
అపమార్గము పట్టుట అపరాధమే కదా!
తన తీర్పు వెలిగ్రక్కె కోపాన హరిసఖుడు.

మొలక మీసాల తరుణుడు చారుదత్తుడును
యోగియూ కాడు వియోగియూ కాడతడు
భోగియై చవిజూచి బ్రతుకు బెల్లమ్ము
తెలిసి బ్రతుకు వారికి కొఱతేమి రాబోదు
ఉండనియ్ గణిక కౌగిట విటుడు
వైశ్యబాలుడు వేశ్యబాలిక వద్ద
తీట తీరినమీద తనకు తానై మరలి
వచ్చులే బయటపడి తొట్రుపడగానేల
బదులిచ్చె నెమ్మదిని పరంతపుడు దానికి.

కోతి చేతికి మాణిక్యము దొరికిన నేమి
చారుదత్తు యోగ్యత తెలియగా గలరేమి?
రుద్రదత్తుని కుట్ర ఇది! యపారసంపద
పైనున్న వతని కనులు. గైకొనక మానడు.
"పంగనామాలు పెట్టు పోకిరి అతగాడు
ఓర్మి మేరలు మీరె మరుభూతికి సైతము.

చేసిన కర్మ ననుభవింపక కొనయౌనే
చేసిన వారి యఘము మాటాడిన నోట
వదలుడు, వదలుడు నిందల తగాదాలనిక
మన సన్మిత్రుని పిలుచుకురా నిదే అదను
వసంతసేనాగృహముపైని దాడి
వరాహకుడు పలికెను సిద్ధాంత సారమును.

ఓహో నీకూ తగిలినదా మదనుని గాలి
నేస్తమా గురుతించుమది వేశ్య నివాసము

గోముఖ వరాహకుల వాగ్యుద్ధమే సాగె
"మంత్రి తనయుడనొహెూ తిరుగుబోతునుగాను
ఊరు మొత్తమెరుంగు నీ తండ్రి విలాసాలు
అచటనే వత్తురదె రాత్రి వారి భాగము
గోముఖు కఠినోక్తికి వరాహకుడుకనలి
"తండ్రి గురించిన తంటకు వచ్చుచో జాగ్రత్త
నడుము విరుగగా చేసెదమనే నేర్పాటు.
మీ నాన్న ఎఱుగడా? వెలయాంధ్ర రుచి బంటు
ఎల్లరిండ్లను దోసెలకుండుగద రంధ్రముల్
తొడకొట్టి తగవుకురా దెబ్బలు తప్పవు"
పడగ విప్పి బుసకొట్టు కోపాన ఫణిపతి.

నడుమన దూరెను తటస్థు డౌమరుభూతి
"ఆపుడు, సఖులూ చకుముకి రవ్వల యాటలు
దారితప్పినది ఎటునుండెటకొ జారితిరి
కలసియున్న సుఖముండు, నైక్యత మేలుకద!"

ఒకటైరి మిత్రులు మరుభూతి వ్యంగ్యమునకు
అందే యుండెడి భామకు భయపడు రణధీరుని,
మదన మనోహరు చారు వదలి వలచునే వీని
శివ మందిరము ముందటి రెండే కొమ్ముల మరుడు.

ఓ ఏడుపు మొగమా నీ పెళ్ళింకా కాలేదు
బొంకెద వెందుకు వుంకునివోలె గడగడ వణికి
కోతికి మెడలో మాలవేసినా ఫలమేమి?

వసంతతిలక వరించదు నిన్ను అటగలడపరంజి
వాగున పడ తోడేలు అందరి చేతుల రాళ్ళు.

ఎట్టి సఖుడు చారుదత్తు! దరినుండ ఎంత సుఖం
రండి అందరూ కూడగ నడ నుడులు బహు సుఖము
ఐక్యతకు బలముండు దేవుని వరము గలదు
సర్వోదయ సూత్రపు సన్మిత్రులు డాసిరి
వేశ్యావాటిక దాటగ వసంతతిలక గృహము
ఆపిరి బయటనె కావలికున్న బలాఢ్యులు
మిత్రుల బలగపు భావమెరిగిన అనామిక
చారుదత్తు రా నిచ్చగింపదని యుక్తిగ
మాటలు పెంచక మిత్రుల గుంపుల ఆపగ
వచ్చిన దారికి సుంకము లేదని మరలిరి.

సఖులు వచ్చి పోవుట నెరుగని చారుదత్తు
ప్రేమి మదన మదనోన్మత్తుడు అవిచారి
అమర సన్నిభ, రత్నములు తాపిన మెట్లుగల భానిని
దేవుని కొలనున దూరి సోపానములుదిగి
మనసారగ నీదులాడి స్నానము ముగించి
సిరిదోటలోన విహరించె జక్కవలు.
దయిత రా రసమూరు పటావళి జల్లరా
ఇట్లురా పరిమళించు వసంత మొల్ల రా!
రాసలీలకు కాము దహింప సిద్ధమై రా!
వేణునాదము పిలుపుకు చెంగున ఎగిరి రా!
వెన్న నునుపుల లేత బాహువుల చాచినది

దరిలాగి ముద్దిడుచు కౌగిలించుకొనినది
సంభోగ సుఖమునకు కృతక శైలము నెక్కి
లజ్జతో జతకూడి కోరినది చేకొనిరి.

ఆత్మసఖి ఆత్మసుఖి రసిక రాజేంద్రునకు
మధుర మంజుల రసతరంగిణి ఝణత్కృతికి
పండియున్న వీణాశారదను మేల్కొలుపు
నీతోడనేజేరి సరస సుమ్మానమున
పలికించు సమ్మోహనమౌ సొగసున్న దనగా
స్తుతి పాఠక ప్రియుడె ప్రియురాలి నుతింప
మొదలిడుట తగునే? ఎవరినో మెచ్చుకొన
మణియింప, నర్తింప వరియింపగానమా?
ఎద పొంగుటకు ముడుపిది అంకితము బ్రతుకెల్ల.

"రాజ మదనా పదిలమా గతరాత్రి
నిద్రాలింగనమది హితమయ్యెనే యనును
రాగమాలాపించి చిరుగాలి నెదకొసగు
పెరడు చే తోటలో రమ్యకృతక శైలము
నిర్ఝరిణి పల్చనగు సల్లీల సలిలము
పెనుబంతులు చామంతులు జాజియును మొగిలి
అగ్ని సంపెగ, నాగసంపెగ వనమంచునకు
చెంతనే కలదు బహుమెట్లుగల పుష్కరిణి
నాల్గువైపుల నుండి దిగుటకనుకూలమ్ము శ్రేణి
అచ్ఛోట నిర్మల వారిస్ఫటికము ముకురము
కాసారమందీదులాడుటొక అనుభవము.

చారువసంతం
సుందరకాండ **129**

రాదొరా! పూజచేయ్ మంగళవారమందు
అని వచ్చి చెయి బట్టి చారు జలకమ్ములాడి
నిల్వగా రతి మన్మథులు బెదర అటతెచ్చి
మీనకేతనుని మూలస్థానమిది
ఇలవేలుపు గుడి మన్మథాలయమిది
రతియె కులదేవి కులస్వామి మరుడు
సురుల మకుటమణి రంజిత చరణుడు
మాకు కులపతి మదన హంవీరుడు
ఇక్షు చాపునికి చెరుకు గడల విల్లును.

పెరటి తోటను బహువిధముల పూలు త్రుంచి
మరుని అమ్ముల పొదికి బాణముల సేయుదురు
మాలలు గట్టుదురీ పుష్పలావికలు

మదను మందిరపు వాస్తు శిల్ప సౌందర్యానికి
శిల్ప కౌశలమునకు గుడిగోపురాల శుభ్రతకు
ప్రసన్న ప్రభావళి సాధనకాంతి చెలువునకు
మనోజుడు నిజానికి పూజార్హుడు మనకెల్ల
మన్మథు జినాలయదర్శనము కొత్తకాదు
బాహుబలి ప్రథమ మన్మథుడు రూపవంతుడు
మనసిజుడు లోకవంద్యుడు అందరి భగవంతుడు
మంగళవారమున ఏమి కొరత ఎల్లప్పుడూ
శుభమే. అన్ని క్షణములు మంగళ నిర్మలము
వెలిగే మంగళదీపావళి ముకుర దీప్తి
మెరిసే అభినవ రతిపతులు చారువసంతులు
ధర్మాతీననంగదేవుని వందించిరి
సూక్తి గాథ వృత్త కందముల ప్రవచనమున
నృత్యకేళుల సాహిత్య సంగీత గోష్ఠుల
కావ్యాలాప సుహృత్సల్లాప పానముల
ఆరు ఋతువుల చక్రమవలీలగ తిరిగె
కోరి చుట్టిన మృదుకరములకౌగిలి హితమున
చలికాలమున చలిదోపక ఉడుకు గ్రీష్మమున
సెగదోపక కామవల్లరి ప్రియుని చేరువ
క్షణక్షణము సుఖియించు వసంత ఋతువైనది
ప్రణయలోక సారమున మధుర నియమ మదియ
విషయాసక్తులకు తప్పక ఆగే మజిలీ
ఇంద్రియము లైదింటి కూడల సంగమమది
యవ్వన క్రీడులకు సుగమ భూకైలాసము
పరిభావించెను చారుడిదెట్టి వరమ్మని.

స్వర్గాన ఇటువంటి చెలిమి

ఎచ్చోటనుండెనో సప్తస్వర సరసము
అంగాంగముల నిపుడు సరిగమపదనిసలు
ఎటదాగి యుండెనో ఈ రసికతాధునియు
గట్టుతెగి దుమికినది రాసిక్యమదధార
ఎవరాపగలవారు మారుని ఈ గీర
హరిహరులు బ్రహ్మయును బానిసీంద్రాతనికి
నెలవేచి రావలెను వర్షమ్ము లీభువికి
వ్యర్థ పుచ్చితి నిన్నాళ్ళు చదువులోపడియు
మస్తకమునకుపట్టి పుస్తకాల పుటలను
ఊరకనె చుట్టితిని ముజ్జగమ్ముల కొలత
రతిమైకపు ఆహ్లాదముల అనుభవించక
వ్యాకరణము అలంకారములు ఛంద లాస్యములు
శబ్దశాస్త్రము భరతుకావ్యనాటక నృత్యముల
వ్యర్థ ప్రయాస అక్షర విలాస నివేదనము
దిగదీసి సంద్రాన త్రోసి ఏడ్చుల విద్య
కామాలయమ్మెదుట గ్రంథాలయము మిథ్య
వసంతతిలకమె దైవము కామలత దివ్యము
అనంగ జంగమలతాలలితాంగియై ఈమె
అన్వర్థమయె పేరు, వేయిమాటలవేల?

మృదులహస్తములు, పదునైన సన్నవ్రేళ్ళు
చిలిపినవ్వు పెదాలు - పొడవైన గొంతుకయు
చిరుగాలి కలలట్లు తూగాడు ముంగురులు
లేత సంపెగ సిగ్గిలు, నయమౌ తనువున్న
జవరాలు; దంతాల దిద్దినధవళ దేహపు సుదతి
ముందు వెనుకల కూడ సమతూక ముండునది

చారువసంతం

132 సుందరకాండ

స్వర్గాన ఇటువంటి చెలిమి

తాకుచో నదివెన్న కొరుకుచో రసాలము
'రత్నపినద్ధ' సురతాలయంలో వసంత
లాగి కప్పుకొన్న తనువెల్ల వెన్నెలపూత.

అరచేత నాడేటి రామచిలుక ఆటకు
ముంజేత చదువగల ముద్దుల చేతలకును
అంకితము, వసంత మేడనున్న గూడు.
శుక శారికాది బహు విహగ ప్రకరము
మాటలను నేర్పించి చెప్పుచో నేర్చుకొను
మాటలను, నేర్పింప, పోషించి పెంచుచూ
అందాల రాంచిలుక మధురమౌ పిలుపు
బావ రా! ఓ మహానుభావా రారమ్ము
ముద'మొసగునది' సాటిలేని రాజకీరం
దానిమ్మ విత్తులను ఆ చిలుక కొసగినను
ప్రియుని గొంతున జాణ కీరము మరునాటికి
'వసూ ప్రియచారు దేవుడు వచ్చెను'
పక్షికి అక్కరలుక్కగ సంబంధం
ఏమేమిటి నాస్వాదించితి ముద్దు చిలుక
అక్కవసంత చేయి యన బెల్లము
చొల్లు కారెడి ప్రియురాలి సొల్లు
చారుదత్తుని భుజము వదలితే
వసంత భుజముల వ్రాలి
పగలంతకు వారిని వదలదీ
రెండుగట్లనుకలుపు
రసిక శారికా మధురవము.

సురల నందనమ్మును మేల్కొలుపు సుందరవనము
రసికత పెంపొందించెడి ఉద్యానవనము
దానికి నట్టనడుమ కట్టించిన కోనేరు
వివిధాకారముల జలయంత్ర మోహనతకు
నీరాటము పోరాటములకు చిన్ని కొలను
ఎంతెంత త్రాగినా తరగని స్వచ్ఛ జలము
వృందగానములపై ఆలాపన వినుచు
వినోద వన విహారములనాజలకేళుల
గానగేయముల కావ్యాస్వాదన గోష్ఠుల
అలరు తుంపరల ఇంపు సొంపారు గుంపుల
ప్రమదావనుల పరమరతి నిత్య శోభనల
సుఖ సంకథా వినోద విలాసాసక్తుల
వసంత నెనరునకు తీరని కోరిక లెక్కడ?

వెన్నెలో, అమవసయో, పూర్ణిమయో
పగలో రేయో, పగలే రేయో
గురుతే తెలియకే జరిగె మాసములు
కాలగణనమున ప్రణవమున నృత్తములు
నేర్పితివి కామునికి సరిక్రొత్త పాఠాలు
స్నాన, బోన, పానముల వేళలనెఱుంగరు
స్నేహితులుండరు పలుగంటల పలికింత్రు
ఆరోగణమునకని శంఖము పూరింతురు
వట్టివేళల సుగంధికపంఖను వీచెదరు
పరిమళపు వేరుల సువాసనగా స్వర్గమున
వేసవియు వచ్చినది వసంతఋతు హితవున
ఆరు ఋతువులు కలిసి ఒకటియగు కేళిలో.

శృంగార నూత్న రత్నాభరణము లొలిచి
ప్రకృతి రూపసి సమ్మోహన దిగంబరి
భోగమున కనురాగమునకు నిరాభరణ చెలి
మోహము పుక్కిలించు మనోహరీ రమ్ము
వలపులు పొంగారు మీన కేతన రుచి రార
అంగమంగమున నీ సంగమె అనంగరంగ సుమా!'
నాకము నూకెద నీవలపులె స్వర్గకణం
తీపికురియుముద్దుల కాదిమేర ప్రియరమణ
ఉలికి పడితిని చిత్రమగు నచ్చెరలమాయకు
ఒంపు సొంపుల వయ్యారపు శూన్యమధ్యకు
మారువోతిని అప్సరల పెదవి ముద్దులకు
అడుగెత్తి బానిస జేసిన రుచుల వేటకు
నిడుజేతు లూయలకు మధురతర మొదసుడికి
నాలోన దాగెనా ఈ రసికతాఝరులు
చాటి చెప్పెదనిపుడు నా కొరతలవిదీటె
విద్యలుండియునేమి బుద్దులుండగనేమి
ఇల్లు సత్రము మహలు మేడలాస్తులు భూమి
పాలేర్లు, పరివారము అరబుగుఱ్ఱము జీను
తీసివెయ్, విసరివెయ్ రతి సుఖము సాటియా?

రవికలో నెగుడు దిగుడులకు తబ్బిబ్బేల?
నేను చూడని జగము నే నెఱంగనిదినము

ఒక్క దెబ్బకు గొంటి మూడులోకమ్ములను
నేనొకపరి, తానొకపరి, క్రిందొకటపైనొకట
వలపుల కూటముల ఎల్ల తలక్రిందుల భోగము
రతికి అంబరము క్రింద దిగంబరులై యుంద్రు.

పొంగి పారిన రతి నిశల సుఖపు పొగరందు
పక్షుల కలకలము కోళ్ళ కూత వినలేదు
చుక్కల జనుగు కిరణము కూడను కనలేదు
పగలురాత్రి ఎగుడు దిగుడులు నెరుగము
సఖుని వ్రేళులు దువ్వుచుండగ ముంగురులు
ఎగిరిపోయెను పవలు జారిపోయిన విరులు
కారి జరిగెనా ఆకసమ్మున తారకలు
దిన, వార, మాస సంవత్సరములు భ్రమణము
క్షుదార్థుదాహారమ్ము లాగికొనినయట్లు
కౌగిలించిరి విరహభీతి జక్కవల వలె
మెక్కిరి ముద్దులిడుచు ఎటు జిక్కునేమొయని
సంసార సారోదయులెవరిలో నెవరో?

✤

ఉన్ముఖ కాండ

నిడుదహారపు
యాతన

హెచ్చుగా సిరితనముగలవరకును వెచ్చగా
బొక్కసము పోగా "నికచాలు
పేదలకు మనకును సీకాయ నూనె యట్లు
ఇపుడె తలుపుతీసి త్రోయుము, చాలు బిడ్డా
చారుదత్తుని పంపించు మింటికి వెంటనె"
"చారుదత్తుడు ప్రాణవల్లభుడు బ్రదుకులో
మిండడుగాడు మనసైన మగడమ్మ నాకు
ఆ మగని కౌగిలింతల సంతసమెక్కుడు
లేత బాలకుల చూడ బోనిక కన్నెత్తి
చారుదత్తు వసంతల బాంధవ్య రాగము
ఎన్నొ జన్మలనుండి స్నేహానురాగమ్ము
పల్లవి నీవె పాడుచుంటివిగదమ్మ
అమ్మా వలదు వలదు గెంటివేయకుమతని
చారుదత్తుడు నాకు చంద్రహాసుడు సుమ్ము

నాడు ఎదపైని నవరత్న పతకమ్మతండు
ఆతడే నాపాలి సారసర్వస్వమ్ము."

"చారుదత్తుడో మరి దేవదత్తుడో భువి
చంద్రహాసుడో మరి మందహాసుడో యిల
ధనలక్ష్మియే మనకు కులదైవతము సుమ్ము
ఝణం ఝణల సడితో సంచులు తెచ్చువారు
లోని కొచ్చెడివారు ఎవ్వరో ఏమొకో
ధనము నిచ్చెడు వారు సుఖములను పొందెదరు
లోజొచ్చి రా, వొకపరి బయటి వారగుదురు
వచ్చిపోయెడి నిర్వురి ఋణమంతతో సరి
తరలిపోదురు వారిపాట్లు వారలవె యగు
చారుదత్తుడు కూడ తొలగవలసిన వాడె"
తల్లి మాటకు కనలి కోపాన దిట్టుచును
తన చెలుని గెంటుటకు తా నొల్లననియనుచు
దుడుదుడుమనుచు మెట్లు నెక్కినదా వసంత
కోపాన గది తలుపుమూసి గడియ వేసినది
తల్లి మొగమునపుడు వైరమే రాపాడె
కూతు మోహాతిశయమున కామె బెంబేలు
ఎటువచ్చె నీమె కీ ధైర్యమూ సాహసాలు.

తానె నడిపి పోషించి పెంచిన ఈ తీగ
చారుదత్తుని కంటుకొని జిడ్డైన నంగ (మళ్ళు)
తనమాట కీనాడు గుడ్డి గవ్వయె విలువ
గురువుకే పంగనామాలు పెట్టిన తీరు
కూతు చేతనమనసు చింతలో మునిగెనని
నెరజాణ పండిన పాతపులి యోచించి

ఉపాయమున తంత్రము గమనించి నియమించి
లేతకొబ్బరి బొండమున మందును కలిపి
మత్తెక్కించి నిద్రపోజేయు దాని బంపె
ముగ్ధలాయిద్దరు ముద్దులాడుచు త్రాగిరి
మోహనపు పల్కుల నాడుచు మత్తెక్కి పోగా
ఒళ్ళెరుగని మైకమందుపడి నిదురించిరి

నీరవత నిండిన నడురేయి నియోజితులు
నలుగురూ భయంకరాకారులు మల్లులు
మైకమున నున్నట్టి చారుదత్తుని పట్టిరి
భానుదత్త శ్రేష్ఠి ఇంటిముంగిట తెరవు
ఆ వీథి చీలిన నాల్గువీధుల కేంద్రమున
కసువు కుప్పల తిప్ప పై చూచి విసటి
అమలునికి చారునికి మలినముగ జేసిరటు
తెల్లవారెడు వేళ చల్లగా ప్రసరింప
మత్తుదిగి దిక్కు దిక్కుల జూచుచు
జుగుప్సాకర పానుపు నుండి లేచుచు
కలచెదిరినట్టి భగ్నమనో రథుండతడు.
అనన్య విభవ విభ్రమ రహితుడు సద్వినయుడు
కసవుగడ్డి దుమ్ముధూళిని పేడతిప్పను
ఆడుపంది కోడిపుంజు కెలుకుతూ నుండగా
ఊరి గుడ్డలు మోయు వెన్నుగల గాడిదయు
చుట్టూ ఆవరించిన కత్తు పొరవించినా
చుట్టు ముట్టిన గద్దల ఈగల జాత్రను
బురదను మిడుకుచును బెదబెదను వేయింపుల
శూలమున కెక్కినటులై నొచ్చితల వంచును
ముళ్ళదొక్కిన వానివలె ఎదకూలబడుతూ

ఎట్టి కొడుకునకైన వలదిట్టి పాట్లు
లెమ్మోయి చెలికాడ మేడపైకి పోదము
హీన దుర్వాసనల నెలవైన తిప్పదిశ
జతగూడిన, ఆపదలలోన వేగిపోయి
వైశ్యోత్తముండనగ పేరుగాంచితి నేను
నేడు వైశ్యాధముడ యనగ విని కడునొచ్చి
పరులతో పలుకంగ వెరచి సిగ్గున కుంది
వాయిలేనట్టి వట్టి మూగవాడుగ నిల్చి
సైరింపలేక నిలువలేకను మరుగుచును
తల నెత్తజాలకను మదినెంతొ వెతక్రుంగి
ఆరడుగుల దేహము జానెడంతగమారి
పేలవమౌ జీవచ్ఛవమ్మై పతనమై
కప్పవలె, వృద్ధునివలె తడబాటులు పడుచు
తీగలా అల్లాడుచు తల్లడిల్లిపోయి
చేతరించుకొనెట్లొ తనయిల్లు జేరె.

“ఆగరా అచ్చోట ముందుకడుగిడకు జాగ్రత్త.
ఎవడబ్బ ఇల్లని ఎంచినావుర కొడుకా?”
ఉరుములార్భటితో పలుకు, లెక్కసేయకనె
నా తండ్రి ఇల్లనుచు వచ్చినా నిటకనగ
ఎగ్గు సిగ్గులు లేని హీనుడౌ ఓ చోర
దుర్గంధమున మునిగి మురికి బట్టల పోర
సిరి నాట్యమాడు ఈ ఇంట కాల్పెట్టకుము
సేవకులార వీని లాగికొనిపోయి గెంటుడు
పాపి నడచిన నేలను పేడతో నలుకుడు!
అన్యపురుషుడు నిల్చి ఆజ్ఞాపించెనపుడు
కదల నీయక చారుకోలతో నదల్చుచు
బరబరా లాగి గిరజాల మీసల వారు
మరల వచ్చెదవేమొ కాల్విరుగు జాగ్రత్త
ప్రాకారమున కావల గెంటిరి కసవులా
పేదవాని కోపము పెదవికే చేటనుచు
మదితాకెను జీవన పాఠము బుద్ధొచ్చినటు
హెచ్చరించిరి దౌవారికులు కఱ్ఱతో కొట్టునటు.

అచట తెలవారినది ఎప్పటివలె కాదు
కళవళ పడినదా కాంత తల్లడిలిపోయి
తల్పమున పండిన విలాసంపు నచ్చెలువ
తన ప్రియుని ఎదతేని కనజాలకుండుటను
“నిజ ప్రాణవల్లభుండెటు వోయె కనరాడు”
చెలు లెవ్వరూ తనకు బదులీయకుండగా
ఎరవన్నె కన్నె మేడలో వెదికి వెదికియు
చారుదత్తు గానక మూర్ఛలో మునిగినది.

చారువసంతం

అరటాకు వీవెనల మందమారుతమందు
మేల్కాంచి కన్నీరు కురియగా శోకమున
క్రాంతమతి వసంత వానకాలపు కోయిల
మూగయై మౌనియై దుఃఖించెను. కోమల
ప్రలాపముల కరగిన ప్రీతిమతి ప్రియచెలులు
"నిజమునే పలికెదము ఈరీతి నేద్వకుము
నీదు జనయిత్రి తా నపరాధ మొనరించె"
యనుచు సంపూర్ణముగ జరిగినది వినిపించ్రి.

చారదత్తుని తల్లి గతవిత్తయై కూడ
సిరిచెడిననూ అభ్యాసము చెడదను రీతి
తమ సొంత భవనమును విక్రయించి దేవిల

శుల్కమ్ము పంపించె ననుట దా తెలియగనె
ధనహీనుడౌ అల్లుడు కసువుకు కడయనుచు
తిప్పపై త్రోయుమని ఆజ్ఞ తానొసగినది.
నెచ్చెలులు తెలిపిన పూర్ణ వివరము లెరిగి
జననియును పేగుబంధము లెక్కిడక త్రెంచి
అయ్యోయని దబ్బున శయ్యపై కూలబడి
పరిచారికలు శైత్యోపచారములు, సేయ
వసంతతిలకమేల్కొని రోదించినది
కన్నతల్లికి గలుగు ధనకాంక్షకును కనలి
చిన్నారి కందమ్మ శోకాగ్నిలో రగిలి
వడలి బెండై చాల బలముడిగి వసివాడి
ఆగని ఎక్కిళ్ళ హాహారవములు చెలగె.

హాహారవము విన్న తల్లి తాదిగులుపడి
మేడనెక్కి పరుగున సుతకడకు వచ్చినది
బహు దుఃఖాక్రాంతయై యుండ ననామిక
"హాముద్దుల కూతురా వో వసంత తిలకా
హా! నా యింటి పరిమళ మందార పుష్పమా"
ననిచాల ఏడ్చుచు దరిజేరి యోదార్చగా

కురియు బాష్పవారిని తుడువంగ చెయిసాచి
అమ్మను త్రోయుచు "నీవెవరివే శోకింప
అశ్రుధారలు కురియ మెయిలు నింపినదాన
తొలంగు మిటనుండి నరకపాతాళములకు
తోకత్రొక్కిన త్రాచువలె పడగెత్తె కసిని,
కోపపు మాటయై సిడిచెక్క లాంటి నుదులు

చారువసంతం
ఉన్ముఖ కాండ 147

ఇచ్చితిని తర్పణము వదలితిని నువ్వు నీరే
పిడికిలి బంధించి శపించి అవాచ్య నుడులను

ఓపాపి ఓసుఖవైరి పిసినారి లోభి
సూత్రము పట్టి ఆడించితి గాలి పటము
దూతికను వదిలించి దినకూలి పిలిపించి
ఎన్న మా అత్తిల్లు కన్నమును వేయిస్తి
మామగారింటికిని ధన పిశాచిని బంపి
నామగని గృహమునకు తరిమితివి నీ దండు
వా పురుషులు నిలుకీర్తి ధూళిపటమును జేసి
కసపూడ్చి నున్నగా అలికించి సరిదీర్చి
రౌరవ నరకమునకు రహదారి పరచితివి.

ఉప్పుకన్న రుచి, బంధులాత్మకన్న మరిలేరు
జనని యెన స్వర్గమున కన్నను గరీయసియగు
'మాతృదేవోభవ' యనెడు సూక్తులును గలవు
రాహుకేతువు అబ్బ ధూమకేతువు నీవు
నూలువలె చీరయును తల్లివలె కూతురును
యనుట సత్యము చేసితివి నే గరితనైతి.
సామెతకు అపవాదమైతి మిద్దరము గన
అనేక పరిగ్రహములులే వేకపురుష వ్రతి
అన్య కుసుమా మోదమునకు కోరని దాన
ఏకపరిగ్రహవ్రతి సోదర సమానులెల్ల
నిర్మలమౌ బ్రతుకునకు చారువెగతిమతి
పతియతడె ప్రియుడతడె, ఇదె నాదు వ్రతమెన్న
గర్భమున పెరుగు నిదె భాను సూనునియంశ

నీవుతల్లివా కాక కూతు తిను రక్కసివా
ఏమౌదువో ఇపుడె గమనింపుము రయమున
చారువు లేని నేను నీటి బయటి చేపన
ప్రియుడున్న తావదియె నాకు నివాసమౌను
వంచింతువో? మేడపైనుండి లంఘించి
నెత్తురు వసంతమున భ్రూణసహిత మీదుదు
ప్రేమను చంపి ఘోర తాపమ్ము గూర్చితివి
హృదయాన పూజగొను ప్రాణకాంతుని మరల
వంచించి నిద్రనుండగ బయట పడద్రోసి
సంజీవుని ఆత్మేశుని తరిమితివి గదా?
కులటయను మాటను నిజము చేసినావుగద!
తప్పదు తిరిపెమెత్తి తిను కష్టము నీకును
మానసము కోయు రంపమాయని శపించుచు
నోటి కొచ్చిన రీతిగా మందలించగను
తిత్తి నొత్తిన రవ్వయై కోపముప్పొంగ
ప్రళయవేళల ఝుంఝు యన పండ్లు కొరుకుచును,
క్రోధమున నిరినిటెల్లని కాదని నిందింప
తబ్బిబ్బు పడినదా తల్లి అబ్బబ్బయని
జరిగినది గని కూతురాడినమాట తలచుకొని.

తను కనిన తల్లి కసి నుడులకూలబడి
కొంపోయె అనామిక నలిగినది తలగినది నిశ్చలత
పొరిలినది తనలోనె తాను బలు బడలినది
ఒక రెండు నెలలలో మైకాంతి కుందగా
తల, లేత హంసతూలికలట్లు తెల్లనయె.

వసంతతిలక మానె నాహారము సైతము
నుదుట తిలకము బుగ్గల మకరికలును లేవు
ముంగురుల పూలు ముడవ దెప్పటి యట్లతా
గొంతు, వ్రేళ్ళు, ముంజేయి నడుము చరణములను
హారము, ఒడ్డాణము, మంగళము
కలకాంచీ దామరసర వియోగ విధుర
చిరతేజస్వినియు గృహతపస్వియై యుండ
సుందరి వసంత కలల పాలికి పెనుగాలి
ఆ వసంత మందిరమున నిపుడు గ్రీష్మమ్ము
ఇల్లంత నావరించె స్మశానమౌనమ్ము
తీపి తలపులె చేదు మాత్రలు బహుకఠినము.

అందెలేని చిందు ప్రియుడు లేని పొన్పు మ్రోడు
ఆట చెల్లని పాట నొల్లని పనులు బోడు
నరములను పురిబెట్టకాయమైనది కాదె
మండుచున్నదీ మనసు విరిగి అదర మరచితె?
వినరాద పిలుపుదొర మదంతరంగపు మొర
రా! చల్లగా తనుపు సొంపుగా మెరయింపు.

ప్రియుడుండ ప్రేమ యన అమృత మంచనుకొంటి
చారు లేకనె దేహము దహించు నీయగ్ని
భగ్గుమన వెలిగించి తింద్రియముల వత్తిని
నూనె లేకయె, దిగ్భ్రమతో మాడిపోవుచు
ద్వార మండి యేతెంచిన చంద్రకాంతి కంతి (జైన సన్యాసిని),
చుట్టూ వున్న చిత్రాల ప్రేత మెగిరినటు
ఆతడున్నపుడు తీసిన నగలు బట్టలును

చారువసంతం
150 ఉన్ముఖ కాండ

అరటియాకులు పరచి కూడు దిని విసరినటు
కనుమఱుగు కాగానె నా మార మయూరము
సమృద్ధమౌ వలపులకు ఎంతటి కరువు
ఆకలిగొన్నమారి నాపై నామె సవారి
ప్రణయ సందేశ వాహకుడు మాయమయె
ప్రశాంతమౌ ప్రేమ పుష్కరిణిలో నిపుడు
బురద నిండుటను అల్లోల కల్లోలము
నడచి నడచి తీర్చవలె బడసిన కర్మముల
ఎవరికివారె దాటవలె వారి వారి దారి.

వసంత తిలక ఎడద చీకటి గుయ్యారము
ఎందున్నాడు నా హృదయాప్తుడు విలాసుడు
అనంగ నాయుధము కనరాడు చారు వరుడు
ప్రతి నిత్యము నా ఇచ్ఛల తీర్చు సచ్చరితుడు
ఇంతుల ఎద ఏలిక ప్రాణవల్లభుడతడు
అందగాళ్ళ కందగాడు మదనమోహనుడు
ఎటుపోతివి రసికా సురతాలయముదూరి
వెక్కుచున్నాడో కందిన తీపితలపులతొ
బడలకుము చుఱుకెండ, వాన, గాలుల చలికి
ముట్టడించెడు మధురస్మృతి మరలకెలికి
ఉద్వేగ దుఃఖమున వసివాడి ముకుళించి
వడగాడ్పుకు లేతతీగ విరిగిపడినట్లు
ఎండిన నదిలోని కొరమీను వై పొరలుచు
పదునైన కత్తికి తెగిన అరటి చెట్టువలె
చారుదత్తు తలచితలచి అడలి దుఃఖించి
మూర్ఛపోయెవసంతతిలక కన్నీరొలుక.

చారువసంతం

చందనరసపు నీరు చిలికించి గాలి రా
మేల్కొనియె, మరియొత్తివచ్చు కలయికలకును,
లేచి కూర్చొనగ, వేధించు నాలోపలనె
ప్రియమైన లయ నీరవత వేగ అలుముకొని
ఎద కంపనము వెదుకులాట సరసి బెలియకు
ముంగురులు దువ్వి చుబుకము నెత్తి కంపనల
తనియు వరకొత్తి జుట్టిన తీపి పెదవుల
నూనె లేమి వత్తి కమరువాసన పకపక
చకోరిని మండుటెండల విసర మిడుకునటు
నిమిషమ్ము దివసమై దివసమ్ము మాసమై
మాసము సంవత్సరకాలమును క్రూరమై.

(కోరికల) కామనల రగిలించి అలరించి క్రొత్తవగ
పరిమళించి జీవధారను తనిపిన వాడ
హరివిల్లు వెలుగు తొణక నెగిరించినవాడ
ఏలవిత్తితి విరహంపు నీ బాధ నెదలో
కామదేవా! పావనా! రారా! గృహమునకు.

శయనింప మెత్తనౌ పానుపే ముళ్ళాయె
పట్టు వలువల చిగురు పోగులవి శూలములు
చెలికాని తలపులకె గలగలమను గాజులు
ఎడమీక కేకలిడు మెడలోని హారములు
అత్త దేవిల గృహము దారిచూపుదు వేగ
పోదునా చారుడున్నట్టి తరికి రయముగ.

గొల్లు గొల్లున లబలబమని తారోదించు
ఏడుపుతో ప్రతిక్షణము గాసిపడు తనయ

పవలూ రేయీ ఆహారమును గైకొనదు
యువ తేజస్వికి తననుతానిచ్చుకొన్నది
తన బిడ్డ ప్రాణముల వదలునా యను భయము
అనామిక కిపుడెన్న భయ భీతులాత్రుతయు
చుట్టు మ్రోగెడు చీకటి నడుమన యొంటియై
గడ్డకట్టిన వ్యథల తాజేసినది తగునె?
వేరెవ్వరున్నారు సుతకు నాకొక పడవే!
చారులేని తల్లి బిడ్డ లిద్దరనాథలు
చిన్నారి సుత, రన్నారి చారు వనాథ
అంతరంగ వాణికి అమృత గడియ పండినది
పదిలమా బ్రతుకు ననాథ మంత్రమైనది
పట్టిన ధన పిశాచిని, త్రోసి పొరలు వదిల్చి
కవాటోద్ఘాటనమై సత్యము నిశ్చలమైనది
సూర్యప్రభువు ప్రస్థానమునకు అడ్డు తొలగె
దెసదెసలకు సుధా ప్రసారము నవ్యత గూర్చె
సిరిమొగమున చంద్రికా వాగ్లహరి పొంగినది.

తన కూతు దరిజేరి మేన్నుదుకుచు పలికెను
"అందరి ఎదలందు దాగిన దమృతకలశము
తల్లి బిడ్డల బాంధవ్యము అనవరతముండు
బొడ్డు తాడుతో బంధము శాశ్వతమై నిలుచును
కథ పూర్తి కాలేదు ఆకు తొడిగినదిపుడె
చిగురు దొడుగుచు జీవము పెరుగుచు గట్టివడు
వ్యాప్తితో వృద్ధియగు ప్రాకుచూ, మునుసాగు
అమ్మతనము మలుపుకై గడప కడ నున్నయది
కన్నమకు మురువు ఇలువెలిగించిన సుతయన

మరచిపోవేతల్లి ఈమునుపు తప్పిదాల్
చారువీ ఇంటి కల్లుడు నీదన్నదెల్ల
తిరిగి మీకు గూర్తును గడించిన ఆస్తి నెల్ల
జన్మమిచ్చిన తల్లి మౌనమ్ము విడిపల్కె
అమ్మనోటి నుండి అమృతోపవాణి యొకటి

మెరపుల దొంతి చలించి నరనాడులు జుమ్మని
ఆశ్చర్యాఘాతమున ఆనందపాణి ఎమ్మె
తాళజాలక నర్తించె వసంతతిలక తాన్
"అమృత ప్రేమయె గెలిచినది తుదకనుచు నామె
కొనియాడిరి తల్లికూతుళ్ళు మరలి వచ్చిన సిరికి!

కలలు కొల్లగ నుబుకించు చారుదత్తునిపేరు
పచ్చదన మారి తనబిగి కౌగిట నూపిరిని
పొల్లుపోక చిగురించిన దామె తొలికడుపు
ఫలించు సుక్షేత్రమున గింజలను విత్తగా!
చిప్పలో పడిన స్వాతిచినుకె ముత్యమ్మగు
వసంత గర్భమున చారుదత్తుని మొలక
వీచుచున్నదింట మలయమారుత మల్లన
సరసిజశ్రీ వెలిగించు గర్భమున నిరతము
నిలిచి కలువ పూల నయకాయమొందెను.
వృత్తముల బోలు ఘనకుచముల చెలువుపెంచి
నాభి సుడి గుంపిపుడు సొబగుబడయుచు
త్రివళియది మోదమున తెరచి చూపించుచును
పేద నడుముతాపొంగి, యుబ్బుచు పెరుగుచును
ఇక్షుచాపము భ్రూలతనాశ్రయించినదపుడు
అరికాలు ఎర్రకలువలోని కెంపు దాల్చినది
క్రొత్త సౌభాగ్యలావణ్యముల పెంపనగ,
చారువిటు ఘనత గల మదన గజ గమన
సంసార సారోదయుని ఎదలోన యమున.

✤

తండ్రి
వేదన

చారువసంతం
156 ఉన్ముఖ కాండ
తండ్రి వేదన

ఏ తండ్రి కీ వద్దిట్టీ మూగరోదనము
భాను వైశ్యవరుండు వాపోయె దుఃఖమున
తలఎత్తి ఏరీతి నడతు నంగడి వీథి
వణిజవర్గములోన మాటలాడుట ఎట్లు
వణిజ మండలిపీఠ మందెట్లు కూర్చొందు
పంచె కట్టెడు వేళ నంగిదాలిచి వల్లె
కప్పుకొని భారమౌ పాగదాల్చెడు నపుడు
దిన నిత్యముదుపు, తొడవుల గేలి, హింసలును
ఏమిస్వామీ మీ సుతుడు వచ్చెన యనడుగ
చారుదత్తుడు వేశ్య కౌగిలిని క్షణమేని
వదలి రాడట యనుచు మేలమాడెడు వేళ
వైశ్యుల సుతుడు వేశ్య ఇలుసేరినది చూడ

మసిని బూసినయట్లు యౌగదా యని పలుక
పాతాళమునకు దిగిపోయినట్లే గదా?

చెయిక్రింది భృత్యుకన్న హీనమయ్యెనె సుతుడ
అపవాదు పాల్పడ్డ ఇలువాసి నెన్నగనె
సలసలకాగి పరిభవ దావానలమ్మున
దందహ్యమాన మానసుడనై వంతతో
గడ్డిపరకకు గూడ తక్కువైతని తెలిసి
వచ్చిన కళంకమనుచౌక రీతిగనొచ్చి
ప్రజల, సేవకుల రాజు మొగ మేమొగాన
చూతునందెదరోసి తలవాల్చినా దపుడు
దినము దిన మాహార మరుచి కా రేబవలు
నిద్రపట్టక పవలు పొడుగో నిశయొ దిగులు
తెలియదాయె రాహువు పట్టిన మందమతికి
వ్యాపారము పసచెడి స్తబ్ధమయె నీ బ్రదుకు
ఊరికెల్ల వుపదేశమిడు విరిగి నింటికి
బుద్ధి చెప్పెడు శక్తి జారిన ఈ నాల్కకు
కరవుకాలము వచ్చె చింతలింకెన్నాళ్ళు

చారువసంతం
158 ఉన్ముఖ కాండ

సైప నసాధ్యమౌ నెదపగలు నొత్తిడికి
తామరాకుపై జల బిందువటు సాగచును
అంతయును వదలి సవణుడవ వేచితిని
మోహజాలమున సతియు సుతుడు కోడలనుచు
ధాన్యమంతయు పోసి ఎగిరితి, కణజము పాతరలు శూన్య
వెండిబంగరు రత్నపేటి అపురూపమౌ
నగలవన్నియు మాయమవగ బావురుమనె
కూచౌనితినగ కొండలైన కరగిపోవును
సాటిలేని ఇభ్యకుల మసభ్యమవజేయ
కడివెడు పాలనొక పులుపు చుక్క పాడొనర్చు
రమ్య చిత్రమసహ్యమనిపించు మసిపూత
మిగిలె నొక్కటె సవణదీక్షా రాజపథము
పసిచావు లాత్మ హత్యయు కుత్సితము కీడు
అమోఘ మిది నాకు నింద తప్పదనెటిగి
వైశ్యపుంగవుడప్డు చేబట్టె మునిదీక్ష.

తమకున్న భవ్య భవనము నమ్మి కష్టముల
తరింతురు సతి జాణ! అపరూపమౌ నామె

సంస్కారవతి పడతి దొరికె భాగ్యవశాన
అమృత గడియలో వచ్చె తల్లిదండ్రులు వొగడ
బంధుబలగమునెల్ల నేర్పుతో కాపాడె
అమృత రేఖనుదాల్చి అన్నపూర్ణనిపించె
కాకవ్యసనము నేత్వె సుతునకు తామమతకు
వశమౌచు, తానుగా ఆపదకు గురియయ్యె.
సుతునుండి వచ్చిన గండమును గెలువగలదు
భావుకయయ్యు వివేకి చేరునావలి గట్టు
సకలవృత్తి వివృతి విరాగరస వశుడయ్యె
సంయమీంద్రుడు చాల యోచించి భానుండు.

దాటితి నీ వరకు ధర్మార్థ కామపథములు
నాల్గవది మిగిలినది అదిమోక్ష మార్గమ్ము
చతుర్థపథాశీలవృద్ధులెల్ల విశుద్ధులు
నీతివిధులు తపసులు తెలిపిన రాజపథమునకు
చన, పురుషార్థ సిద్ధికిని సిద్ధమ్ము తడవేల
ఆలస్యం అమృతం విషమందురు పెద్దలు
బుద్ధి చంచలముకద! కొమ్మనెక్కిన కపికి!

అవమాన దావాగ్ని నోర్వరు సచ్చరితులు
భానుదత్తుడు పరమ వైరాగ్య చిత్తమున
ఆచంద్ర తారార్కము నిత్యమా యనుచును
అతడెట్లు చింతింప నదట్లట్లు తెలిసి
శ్రమపడు పేదల పిలిచి పసిడి, ఉడుగరలిడి
దారిద్ర్య మోక్షమిది శ్రామికుల తా బనిచి
ఇక నిక్కడిక్కడకు నాసంతతంతటికి
చారుదత్తుడె ప్రభువు రాజశ్రేష్ఠి పదవికి
మదిలోన సుతునికి శెట్టి పట్టముకట్టి
దీవించి, పాలన సహితముగ మూపుపైగల
భారమెల్లనుడించి మోదమున నవ్వుచూ
సత్య శౌచాచారముల చేరి వైరాగ్య
పరాయణుడై కదిలె నెమ్మదిగల నెలవుకు
భానుదత్తుడు సమస్తము తృణమనుచు వదలి
దీక్ష బూని శాంతిని తరలె తా తపసియై
చంపానగరి దాటి దూరపు కారడవికి
కోరుచు సుఖము సంసార సారోదయునికి.

అమ్మ ఆరాటం

ఏ తల్లి కీ వద్దు ఇటువంటి సంకటము
తప్పు కొడుకుది కాదు నేనెపడ(త్రోసితి గుంతలో
తడవు సేయక నింక పడిపోదు నాగుంత
కొడుకుపైకి రావలె! రేయి చూచిన బావి
పగలు (త్రోసితినయ్యో, గర్భ సుఖి నీవిధిని

గర్భమున పెరిగిన తీగ కెన్ని పాటులో
చెడ్డ సమయమందు యెట్లో యేమారితిని
వేరేదొ యుపాయము, వెదుక బొయ్యెడిది
మరికొంత కాలమ్ము కాచిన మేలయ్యెడి
దుడుకు చేసినయపుడె తప్పుబోదిక బాధ
ఉప్పుతిన్న వారలు త్రాగవలదే నీరు
ముత్యమంటి కోడలికి ఎంతటి ఆపదలు?
కడకా, రుద్రదత్తుకు బుద్ధి రానే లేదు.
తప్పాయె వానికీ బాధ్యతను మోపంగ
సరివారిలో తలనెత్తు కొనలేని స్థితియయ్యె?
ఓటమికి నిలువునా కూలిపోవుచునుంటి
కారణమ్మెరిగియును జనులడుగుచుండెదరు.

చారువసంతం
ఉన్ముఖ కాండ **163**
అమ్మ ఆరాటం

అనారోగ్యమా?
వైద్యుని రమ్మనందుమా?
త్రోసుకొని వచ్చునీ యుత్తరము
వైద్యునికి బదులుగా యముని పిలిపించుడీ!
చాలాయె నీ ముదివగ్గునకు జీవితము
ఇంకనూ ఉందమను కోర్కె ప్రాణమ్మునకు
వైశ్యకులమండనుడు నాకొడుకు చారుండు
ఇప్పుడో అప్పుడో వేగమే వచ్చేను
కనులారగాచూసి తలను మూచూడవలె
చెవుల విందుగ వాని పలుకు లాలింపవలె
ముదివగ్గునకు గూడ బొడ్డు తీవియు పాట్లు
జీవజాల సూత్రము నాడించు చేతలు

చేతల ముద్దు కోడలి కెంతటి వెతలాయె
కారుణ్య నినాదముల తడసిపోయెను
కులపు? తెల్లని కీర్తి! అయిన నామె తప్పేమి?
తప్పు? జరుగుచునున్న ఘటనల దిట్ట నేమి?
గొంతెత్తి ఏడ్చి పుట్టుకను దూరలేదే?
వంశజాతకముల పెరికి చించి వేసెనా?
రూపుదాల్చిన యోర్పు భాగ్యవంతుల బిడ్డ
మిత్రావతి నిండుగా పొంగుచూ వచ్చినది
పేరుకు తగ్గ నడనుడులు, అందరి నెచ్చెలి
మగడు రాలేదంచు కడునొచ్చి డిందుపడె
తన బాధలను మ్రింగి లోలోన వెతనందె
దాని ప్రతిధ్వనినాప, గోడకు చేరబడె

పాన్పుపై విసరినది తనమీద దుప్పట్లు
నీటనద్ది తీసినట్టు పిండగా తనగోడు
రాలుచుండినవయో దోశెళ్ళ కన్నీళ్ళు
ఇంటికొచ్చిన వేళ ఈరంభ
మిత్రావతి ఎంతటి పట్టంపు బొమ్మ
లోన, బయట నడయాడ సౌభాగ్యపు
చిగురు నడచినట్లు! నవ్వెనా తొణకు వెలుగు
మృదుల భాషిణి ముద్దులరామచిలుక పలుకు
నయము వినయవతి మిత్రావతి సుజన
అత్తమామల మాటకెదురు పల్కద దెపుడు
పతికెదుట లజ్జ చెడి అడుగులందియలసడి
సేయకయ అందరి మనసు గెల్చిన వధువు
మిడి ఎండ విసిరిన కమల సుమకేసరమిప్దు
మెత్తగా దరిజేరు గ్రహణ శశిబింబము
పలుచగా మన్నుపూసిన దంతపంక్తి
జిడ్డు గట్టిన శుభ్రస్ఫటిక మూర్తి, చెల్లియ
చంద్రముఖి గానుండ నేడు తా మ్లానముఖి
పైడి కోడలి కెట్టి దుర్గతిటు ప్రాప్తించె
ఎదనిండ శోకానకుమిలినది దేవిలయు
గతకాల సంపదలు తొలగియాపదలు, రా!
తలచుకొని తలచుకొని వన్నె మాసిన లేమ
సంసార సారోదయునికై అంగలార్చినది.

సతీమణి
సంకటం

ఏ భార్యకును వద్దు ఇటువంటి సంకటము
పాట లెండిన ఎదద చీలి, కుక్కలపాదు
మగడున్న మగనాలి కుందునేనుల బలము
మగడుండియును నా మనస్సైనది ఎలుకల కలుగు
తరచిన రంధ్రాల, తొంగి చూచెద, దొంగచూపులెన్ని
మెత్తినను కరగి గోకెడు జ్ఞాపకములె బాధ
పడగొట్టి మరిగట్ట సహనముననె సాధ్యము
జారుకన్నీటి చారికల మాటి మాటికి తుడిచి
మెత్తనైతిని బ్రతుకు సద్ది మూటను మోసి

నెమ్మది యనునదెవడు గుత్తకు గొన్నట్టి సిరి?
చెలువుడు లేనిరేయి వేడినిట్టూర్పులే
పస చెడిన మంచమున పండినది యూర్మిళా
గాలియై కడు సుగుణ కన్నగియె మెదిలినది
అరగదీసినయట్లు నవసిపోయిన తనయ
ఏమి కొరవున్న దీయింట
ఒంటినిండుగ వల్వలు
కడుపు నిండుగ బువ్వ
ఆ మీద జాజికాయ పెట్టెయో!
కోరిన నగలతో నిండిపోయినది
అడుగడుగునకు దాసీమణులు
చాలునా? పడతికి ఒంటినిండుగ నగలు
ఊరిదేవతయె ఊరేగి రాగా

చెలుడు ప్రక్కన లేడు నీడలున్నవి విడక
చీకటి కౌగిలి మూర్ఛునికి. పెట్టిన తట్టలో
ప్రతి ముద్దకూ పతి తలపు శ్వాస
గాలియలుగు విరిసెడు మొగ్గ
కుక్క మొఱుగు కోడి కూతయు
చిరు శబ్దమునకే ఎడద కొట్టుకొనుచు
వచ్చెనేమో నా వలపులరేడు
మూగనై బ్రతుకీద్వ చాలు చాలైపోయె
తొలగి వెళ్ళుట తగునె? ఐనదయినా ఏమి?
నేడు వచ్చును, రేపు వచ్చును ఇంతలో వచ్చును
అనుచు నా తొందర నాతృతను బిగబట్టి
పిడికిట జీవమునుగ్గబట్టి
భీతి కంటికి కనిపించు
చేతన; వినెడుబలము చెవికి, బాహువులకు
కౌగిలి శక్తి, ముక్కునకు నాలుకకు చవిచూచు
శక్తి, దేహము తనివొందు ఇచ్ఛలివియన్ని
కోల్పోవుటాయనుభీతి ప్రాణమునందు
గత కాలమున కొడ్డిన పండుటాకు చక్రున
గిరిగట్ట నాడించి గగనాన విసరకనె
వేగరా మామిడి ఋతువు పూర్తియౌ మొదలు
జుఱ్ఱుమా మకరందము, కాంత బ్రతుకునను!
గోల చేసెదరిదేమి, ఇది అందమా మీకు
వివాహమునాడా హోమాగ్ని ధూమమున
ఎఱ్ఱనైన ధూమారుణ లోచనా సిరికి
ఇప్పుడును తలంతు కన్నులకు చందన శ్రీకి

కోటీశ్వరులైన కోటికేయొక్కండు
లభియించునిట్టి హృదయవంతుడు మామగా
సిరివంతునకు తగ్గ గుణవంతురాలు, సతి,
పండాయె అత్త చిత్తము కుమిలి కరగి
వారిదైనా కూడ ఏమంత తప్పనుచు
కోడలి బ్రతుకునకు కొడుకు పొందుకొనవలెనని
బాగుపడునని తలచి కలిపెతానానాడు
తానొకటి తలచిన దైవమో వేఱెంచె
కళ్ళులేని విధి వృధానను జంపవలెనని
పొంచి యుండి వచ్చెన రుద్రదత్తునిపేర
నా పురాకృత కర్మ మిగిలెనో ఇంకొంత.

వణిజ శ్రేష్ఠుల కుటుంబము తక్కువ దెట్లగు?
వర్తకుల నేతయై నొడ్డోలగమ్మందు
అయ్యా రాజశ్రేష్ఠి నవరత్నమయ పతకము
నెదమీద దాల్చి గజ గాంభీర్యమొలికించె
అమ్మ, అమ్మమ్మ ఎంతటి సొగసు కత్తె రీవి!
పదునాఱుమూరల పట్టుచీర సిరినీవి చుంగులను
సంసారము నెమ్మదిని నడిపిన యశస్విని
నఖ శిఖాంతము ఆభరణముల తేజస్విని
సంసారమున లోలోన అమ్మొక తపస్విని
పరమ పరిశుద్ధయౌ మావూరి పయస్విని
ఊరిలో ఇరుగుపొరుగు పలునగరాలలో
పెళ్ళి, వడుగు, పర్వము, ఉత్సవము జాతరకు
అన్నిటికి కావలెను మనవె యౌ పాత్రలు తొడవులు
అమ్మనాన్నల పోటి దానాల నీవిలో

సిరిగంధ కదనమున ఇల్లంత ఘుమఘుమలు
నీతి వాక్యామృతము నవ్వుపూల్ ముడిచినటు.

"పెద్దలు చూడగ పెరిగెను బ్రతుకున
కూతుకేల చదువని" అని గొణగక మెచ్చి
తెలుగుతో మరి సంస్కృత ప్రాకృతముల గరపిరి
వ్యాపార సాపారములు మాకు వదలి సుతా!
సంసారమును నడుపు జాణ విప్పుడె కమ్ము
యనుచు బెంచిరి వాత్సల్యము కురిపించిరి
కన్నోళ్ళ పరిపాకము మున్న పేగులవారు
దైవము కరుణింప తలిదండ్రులు పెంచిరి సుమమువలె

తలచి కరుగుడు నిపుడు మందు కర్పూరమై
తలచి తలచి కరుగుదునిప్పును కర్పూరమై
బుద్దె బుద్ధదేవుని
ప్రేగులు వేగెడు క్షణమేతెంచెను చివరికి
ప్రౌఢ ప్రబుద్ధ నైతిని వివాహ సుభగకు
వరుచారుదత్తునికి వధువగు అమృత గడియ
వైశ్యవరేణ్యుల సిరిపెండిలికి చోటేది?
తళిరు తోరణాలంకారము పెళ్ళిపీఠము
కన్నకడపుకు దిగులు అంతరంగమునతడి
ఆరని నిద్ర ముద్ర యది ధారపోయ క్షణమున
ఏమనుచు వ్రాసెనో విధి తనయ నొసలిపై
ప్రసాదమ్ము మేళ్ళను జతనుండ దీవెనలవే
విడువడియు ముక్త సుమ పరిమళము విడిపోదు
అమ్మ గనునొకసారి అయ్య దిశ, తలయూపు.

నింపుకొని చూచెదరు సుతదిశ మువురి జీవములు
కన్నులా అవి నీరునిండిన చిన్ని గిన్నెలు
సంపదలో కుబేరునికి అప్పివ్వగలరు
పేరైన వర్తకులు నాడు నిండుగ గలరు.
కరినెక్కి పొడగరొకడు బల్మి స్పందించి
చిమ్మగా వ్రేళ్ళతో నాణ్య మీమది ఎందాక
పోవునో ఆ వరకు రాశిగా గడింతురు
పేరిభ్యకుల మంద్రు బిరుదు మన్నన లెన్నొ.

తలపులను తేలెడి దివ్య దృశ్య స్మృతి ఘనము
మగని యింటికి తొట్టతొలిసారి పయనమ్ము
దీర్ఘ యానపు మేల్కోళ్ళరసి పుట్టినిలు
వారు పరుపు పరచి పల్లకితోన పంపిరి
విలువైన యుడుగరలు రాశిరాశులు పేర్చి
యుడుగరల జతలోన దాసదాసీజనులు
పుట్టిల్లు పరముగా అందలమును మోసిరి
చెమట కార్చిన ఈ సహిష్ణుల మరవలేదు
మేనాకు వాహకులు ఊరకనె పోలేదు
తులాభారము జేసి నా బరువు సరకులను
సమముగా శక్తిగల పనివాళ్ళకు పంచిరి
అట పుట్టినిలువార, లిటమెట్టినిలువారు
మేన మోసిన వారి ఒడినిండ ధనమిడిరి
పాడుతూ వచ్చిరి చిందుతో వెళ్ళిరి
తలపుకొచ్చెడు దివ్య దృశ్యమ్మె అతిఘనము
సంసార సారోదయుడు వశము కాలేదు

మిత్రావతి
స్వగతలహరి

వేధించు పాత తలపులుమరలి పోనీక
ఎన్నెన్ని కలలనే పేనియుంటినొ కదా!
నెచ్చెలులతో కూడి నాటినా నొక మొలక
పాలవాగును పంపి పసిడిని పండించి
చేయిబట్టిన వాడు ఓడ నడపించునని
కలలందకాంచిన స్వర్ణ స్వప్నప్రభ లోన
పీఠమెక్కెడు, పుణ్య దినముల లోపలను
పెండిలికి ముందుగా పొందినదె ముదమంతె
అనంతమౌ నిరీక్షల ఎండమావు లవియనుచు

ఏడేడు వన్నియుల సొగసైన స్వప్నమది
చినిగి చినిగి ఏడు భాగమ్ములై పోవ
బొంత కుట్టెదు కాయకము తప్పు కాదనుచు
ముక్కలవి ఎర్రని నల్లని నీలారుణ
శకలములెన్నియో అదియంతె
నిజము మరీచిక మిగిలినది ఇకనెల్ల
తాయెత్తు కవచములు కట్టెను కన్నతల్లి
దిష్టి తీసి నివాళించి మమత మీరగా
తన కుమారి జీవితాన రక్షణ కోరిరి
దేవతల కందరికి ముడుపు గట్టి మ్రొక్కిరి
విరిసిన తామర మొగ్గ మోసుకొని తే నాయె
భానుని కిరణములు తాకమిని వాడినది
కరండమున పండియున్నవి చల్లచల్లగ
ఆభరణములు సరమాల చేతి కడియమ్ము
పాలు కుడుపుటకు మున్నెద ఎండిపోయినది
ఆవంపు పొగధగల మడుగులోపలను

చారువసంతం

మా అత్త పాటులను గనలేను క్షణమేని
బసదిలో పాలు పెరుగులతో అభిషేకము
తప్పక దాల్చెదరు జనగంధోదకమ్మును
నోములును నోచుటయు జపతపాల పాలన
నిత్యముపవాసమ్ము నేమానుసరణమ్ము
అజాతశత్రు వీ భద్రకు ఈ విపత్తేమి?

వచ్చిన వారలు తా మూరక పోదురేమి
నాగపంచమి మహిమ పాడుదురు చక్కగా
అత్తయ్య బలునొచ్చి మెత్తనై పోయారు
ఎవరేమి చెప్పినా వెంటనే జేసెదరు
గుట్టుగా మాటముల చేయించెదరు
ఏమైనా కొడుకు తిరిగి వచ్చిన చాలునని
అమాయక కోడలి బ్రతుకు విరియాలని
తెలుగు కావ్యాభ్యాసత తల్లీనమౌ లీల
వాగ్విలాసము నేర్చి సరస్వతీ ముఖ ముకురము
గెంతె నా విద్వజ్జిన ప్రణుత మిత్ర చతుర
తన పతి దీక్షకు తరలగ నొచ్చెను దేవిల
నచ్చిన సతియుండగ సూచనయు నీయకనె
చెప్పక పెట్టక నిర్ణయము చేకొనెగదా!
తప్పక ననివార్యమనుభవించి తీరెదను
దేవలమున నిత్యము నిలిచి సేయును పూజ
పతి యేమాయె తానదియె కాగోరి కూడా
సుతుని మోహపు సుడిని తట్టుకొని నిల్చినది
సన్యాసపు దీక్ష కన్న జననియై యుందు
నిత్య స్వాధ్యాయమున సంస్కృత ప్రాకృతముల
నేర్తు, విధి, కష్టముల వాన గురియ సహింతు

సంసారయోగమే రాజయోగమనందు
మరల నావర్తించె నా సొమ్ము దోపిడియు
ఋతు నియమధుని పారు పల్లముండిన దెసకు

ప్రతిసారి పృచ్ఛించు చారుల 'చారుసుఖమ?"
ప్రతియుత్తరమిత్తురు 'దేవేంద్రువలె'నంచు
సుదతి స్వరూపము దాల్చె వాక్సుందరి మిత్ర
మహిమాన్విత వినయాధార గుణనిధి సహిష్ణు
పరమ వచోవృద్ధిలో అగాధ బోధదయ
పతితపతి సముద్ధరణుల దారి నెఱిగినది
ఇలువాకిలి బోయినా సుతు సుఖమునేగోరు
తల్లి దేవిల మమతకు లగ్గలు వేసినది

వ్యాపార సాపారాలన్నీ నిలిచిపోయె
ఆదాయపు వనరులన్నీ నిర్జరులైపోయె
తొడవులు వస్త్రములు పరభారమౌచు
నిరాభరణత, తనువు తేలిక, మది బరువై,
వట్టి మందస మగ్ని తాకుకు కనలినట్లై
ఒకనాడత్తకోడళ్ళు ముందేమని గన
ఓడి, వాడి, మూలనపడి కూర్చొనియుండగ
మరల వచ్చిరి నక్షత్రికలు ఒత్తు కోరుచు
యమదూతలు పిలిచినట్లు పైకి లేచి
ఒక్క గవ్వయు లేక యొత్తును గూర్ప
చచ్చితినని గద్గదికగ కంట నీరిడుచు
చేతులెత్తి అత్తకడ జేరె ప్రాణమ్ముపలె
మెత్తగనుడివెను సాంత్వన మిత్ర సల్లిలిత
"తలను వంచగ నేల చింత చేయుటదేల

పతి సుఖమునకు గాని తనువునకు నగలేల
నా ఈ తొడవులొసంగెద తడవేలా?
తాళిని వధువు నగలగాకెల్లము నిచ్చెను
కొనిపోయిరి వారానాటి యొత్తుకగునని
పతికనుకూలయయ్యె మిత్రావతి యనుచును
ఇట ననామికయు కలవరపడు నొత్తు కొరకు
తొత్తులిటుతడయంగ ఇంతవరకేలనని
వత్తు సొమ్ముల దొంగిలి చేయిచ్చిరొయని
కుంటిని తలనిండ సంశయపిశాచిగంతులు.

వచ్చినారంతలో చాల వేచినదూత
లాలస్యపు కతము ఘటనావళి
ఒత్తునకీయ ద్రవ్యము లేకయె కోడలని తెలిపిరి
ఆ భరణములు నొలిచి యిచ్చె ననగవిని
సజ్జనురాలు పత్ని తనువు తొడవులు గాని
దేవుని సొమ్ముల, మరి యోధునాయుధములను
కుదువ పెట్టగ, బడయగ వేశ్యలకు తగదు
తల్లి నిప్పుల గొనుట పురుషార్థమది కాదు

ఇటు తలపోసియనామిక వెనుకకు బంపగ
చోద్యమందిరి వారు వేశ్యకూ నియమమా?
అప్పులు సానబెట్టిన శూలమ్ములవగ
చక్రవడ్డీయపెరిగి పెద్దకొండంత కా,
నిండి తొణికెడు పలు అంతస్తుల ఇల్లమ్మి
అప్పులన్నియుదీర్చి ఋణ ముక్తులైనారు
గడ్డియాకులు గప్పి చిట్టి ఇంటిని కట్టి
పర్ణశాలను పచ్చెలా అత్తకోడళ్ళు
మానవతులుగడిపిరి కాలమ్ము నెమ్మదిని

మెరపు లీను హొన్నులవి పొంగిపొరలెడు
స్వర్ణ భవనమున నెండిన పానుపుల
పచ్చి పోవుచు వెటకారము సేయు బంధులు
మదికి తోచిన రీతి కొఱతలను నిందింత్రు
అటుపల్క కాదనలేక తలవంచి నిల్తురు
బదులు సెప్పగ లేక దుఃఖించు చుండెదరు
మాటాడు దుష్కృతికి నిట్టూర్పు వదిలెదరు.

చెరువులను త్రవ్వించి బావులను కట్టించి
చలివేంద్రముల బాటసారులకు పెట్టింది
కొత్తిమెర మజ్జిగను, పానకము తెప్పించి
పోసిన వైశ్యరాజశ్రేష్ఠి కుటుంబమునను
ఒడిని పెట్టి వేరుశనగలను నమలుచును
శయనించు దశవచ్చె గుడిసెలో చాపపై
చెలువు జిలుగుల దేవాంగనల మించిన సతి
పొలతి మిత్రావతియు నింటిలో నుండగా
చెలువువ వెలిగెడు దేవనాంగయనగా
పల్లెబైతో మొద్దో మూర్ఖుడో జడుడోయని
చోద్యముకదా వీధి దివ్వె పాలయె వీడు
అయ్యో మిత్రావతీ వింటివా శుభమతీ
ఏమి కర్మము సేయ పట్టె నీకీ గతీ
చారుదత్తుండహెూ వెలయాలి ఇలుజేరి
పవలు రేలనుకుండ కల్లావి మత్తెక్కి
వదలి రాడటుగదా దానిని విడి వెనక్కి

సెట్టిగారైతే నేమమ్మ
తప్పు తెలియకుడు దేవమ్మ

సుతుకన్న మిన్న వేరున్నదె?
మారమ్మను మరువగా తగునె?
కోడి గొరియలబలి వదలుటా
ఊరి దేవికి గొరియ బలివలయుగా.

చెల్లని పలుకిది మరువండీ
పిండికోడి, బలినీ వలదండీ
భవావళి పీడల తెచ్చు నేమొ
అహింస నిండిన పూజసరి.

అష్టామీన్నక పూజకు పూవులు గంధము
రాసులె చాలగు పైనొక ఫలము
హంబుజమమ్మకు శ్రవణ బెళగొళ
కన్యకాపరమేశ్వరికి తల్లికి
మ్రొక్కుకున్న సన్మతి సుతునికి.

సప్తమశని వేధింపులివి తల్లి దేవిల
గడప గుణ్ణ పడివుంది ఎట్టెట్ట నిమ్మతొాన
ఎవరు చేయించిరో దొంగలై చేతబడి కడ
అదిగో అవిగో వారె గణ్య పురోహితులు
పంచాంగము నెల్ల త్రావి ఇటకొచ్చినారు
మీనమేషములెంచి తారలనుగుణియించి
అష్టగ్రహశాంతి కంచు నీరు తాగించినారు.
అమ్మతో దేవమ్మ "దుఃఖమిక వలదమ్మ
పురాతనుల జ్యోతిష్యము మరెందుకమ్మ
ఈదర్భలు, సమిధలు పుత్రసుఖ యాగము
నకు, చారుని పట్టిన మోహినీ జాతయై
ముగిసె, తుదిని వెలువడ నదో హెూమధూమము."

చారువసంతం
178 ఉన్ముఖ కాండ

మంత్ర సంయోగమున శాంతిని జేయంగను
తంత్ర సామర్థ్యము బహు హోమ కార్యములను
నిర్వహించి దేవతారాధనావిధులను
దశదిశా బంధనము వైరినుచ్చాటనము
చేసియె తీరెదము - తప్పక సుతు చూచెదరు
చేయించి బ్రాహ్మణుల సంతర్పణలు చాల
పసిడి నాణ్యము నొకటి భూరిదక్షిణనిండు
వెన్నయు నేయియు విలువైన వలువలు శాల్వ
మండే యజ్ఞపు గుండానికి నిడి
తనయుని వేగమె విడుదల జేయగ పనివడి
హాయిగ తేన్చిరి బంధులు బలగములెల్లరు
లట పటలు మొరయించె వట్టి బోయిన సేరు
వచ్చిన దారికి సుంకము లేదని తెలిసీ
సలహాలను కురిసిరి వచ్చిన వా రెల్లరును.

ఏలవత్తురు మీరు
వర్షింతురు వేల జతయెత!
వాపుతో చిమ్మకుడి చీమును
వదలుడిక మమ్ములను మాకై

ఎవరు చెప్పిన నేమి
ఊరు దూరగ నేమి?
మాటజారగ నేమి?
వలపు నిల్చున ఏమి?
ప్రాణమువెల తరిగి, కూలి
పాలన్నీ విషమై యుండగ నది
ఇంటిలో లేదూపిరి

చారువసంతం

వేరెండిపోయె లేవునీళ్ళు
బంధు బలగము దవ్వు దవ్వు
సురతరువుగన మోడు బెండు
ఆకులు చిగుర్చని బోడిమాను
దేవిల అంతఃపురము కథముగిసె
పసిమి కోల్పోయిన తరు గృహమది
ఎండిన మానున ఏ పక్షి కూర్చొనదు.

వీధిలో పోతున్న మారెమను నేనుగా
తలవంచి తాంబూల మిచ్చి హారతి నెత్తి
ఆవాహన చేసితి నదియొక చెడ్డవేళ
నవ్వుకొనునేమొ నాలోన దూరిన మారి!
మైక మావరించి రాహువె పట్టెనేమో
తప్పు కాదెవ్వరిది నాదె ఆ బాధ్యతయు
గ్రహచారము పూర్వార్జిత కర్మ కానోపు
చేతులు పిసుగుకొని ఒంటిని గీరుకొని తా
నొచ్చుకొను తన్నుతా శపియించుకొనుచుండు
దేవిలకు రేబవలు కోడలిదె చింత!
నూరేళ్ళు బ్రతికినా నూరారు వేదనలగనియు
నూరు సుఖములు పొందనోపునందురు
ఈమాట నిజము పెద్దలమాట సారోక్తి
జీవముండగ పగటి కలలను గమనించుచును
వైశ్య వృక్షమిది చిగిర్చి నీడచేకూర్చెను
తప్పక రాగలదు నాపేగుబంధ మరసి
సంసార సారోదయుని ఎడద దీవించె.

ఉద్యోగ కాండ

పునరుత్థానం

చారువసంతం
182 ఉద్యోగ కాండ
పునరుత్థానం

ఇక్కడ

"జనియించి దోగాళ్ళ నడచి యౌవనమంది
అందాల అంతిపురి నుండి దరదర లాగుచు
మీసాల జట్టీలు పారనూకిరయ్యయో
నాయింటనే నేడు నాకు స్థానము లేదు
పైబడిన దుర్దశకు నిలుచుత్రాణము లేదు
నిందింప నెదిరింప నైతిక బలము లేదు
ఉప్పు తిన్నవారు నీరు త్రాగనె వలెను"
ఆలోచించెను తా తనకు తానే నిలిచి
తల్లిదండ్రులు, చేబట్టిన పడతిమిత్రయు
ఎదురైన యాతనల నెండకు బడలి యుడికి
అవమానపుపొగ, పేదరికపు పెనుభారము
కూలి, మరలి వచ్చు భావనల దుఃఖపుపోటు
తాళజాలక తడవు సేయక దహించుచును

చారువసంతం

ఉన్ముఖ కాండ **183**

పునరుత్థానం

తరలె తన అవమాన భారమును మోయుచును
ఊపిరి పీల్చుచు కందిపోయి, కుందిపోయెను
మరింత నల్లనై కూర్చొనెను.

అంతలో చనువు చాల కలిగిన సేవకుడు
దవ్వు నుండియె గని పరుగులెత్తుచు వచ్చి

బంగరు గనివో చిన్నదొరా
అప్పులు తీర్చగ మేడను
అమ్మినారు రాజుగారింటిని
దేవిల తల్లియూ చిన్నమయు గుడి
గుడిసెలో నున్నారు పోవుదమటకు
రండు మిమ్ముల గొనిపోదు మచ్చటకు
పేద తన మడిలజేసియు
పరాభవదూరులు ధీరులు
అభిమానమె ధనమందురు
సేవకుల నోట మేలిమి ముత్యాల
భావాలనుడులు విని చారుదత్తుని
నీతిమంతులు కృతజ్ఞులు
భూతధాత్రిలో నిండుగా గలరు
కల, లేని వారిలో కలరు
సాయమందింతురు.
వానలకు పంటలకు తనివొందు నీ నేల
ఇటువంటి సుజనుల పుణ్యభాగ్యమున
అనుచు వచ్చెనా పర్ణకుటికి
"చిన్నదొర అరుదెంచె" కేకకు
అమృత వర్షపుధార ఆ కులగృహమునకు!

వచ్చెనను మాట తెచ్చెమోదమును మిత్రకు
పచ్చనౌనిక నీ ఇల్లు, హృదయమందిరము
ముదము పెంపార పెండిలి నాటి
తొలినాటి పులకల మధురానుభవమునకు
ప్రాయంపుటుత్సాహ ప్రవాహమునకు
వచ్చె నా ప్రౌఢ సిగ్గిలుచు
నిల్చె మౌనముగ స్పందించుచు
ఏ తెంచె నను నుడికె ఎదనిండె దేవిలకు
నేటి ఆ కులగుడిసె నాటిమందిర మాయె
భద్రమౌనిక వైశ్య కుటుంబ మింకపైన

వాత్సల్యపు గట్టుపగిలి
వచ్చే రెండు చేతులుసాచి
జేర్చెతనదు నంక పాళి
సుతుని మరలకన్న వేళ
గుడిసెమారె మహలుగ జగ్గున వెలిగినట్లు
దుఃఖరహితమైన క్రొత్త జీవనయాత్ర

తుదకు జేరెను గృహము వనిత చెంతకు చేర
తనతల్లి యొడిలోన కొంగ్రొత్త బ్రతుకునకు
ఇర్వుర కనులలో మెరపు సంచార మాయె
వానకాలపువాగు కొట్టుకొచ్చిన కసువు
ద్వాదశ వర్షాల గడ్డ కట్టిన వేదన
క్షణమె సెగతాకగా కరిగి తాపము బారె.

ఆనందాశృవులకు విరామము దొరకగా
ఇంట సరిగమ లొలికి ముందెట్లు జరుగుటని
ఎవరికీ తోచమిని నీరవత నిండగా
వాస్తవధరణిని చూడగా బోధతెలిసె
చారువుని దురవస్థ
(గమనించి నొచ్చి పలికెను లెమ్ము కన్నా వేగ)
స్నానించిమడిగట్టు
వేడియన్నము నీవు దినకాంచి మురిసెదను
తల్లిపలికె మిత్రావతి మదిలోనిమాట.

కంటనీరొలుకగా పలుకదయ్యెనుజనని
కన్నీరు పైటతో తుడుచుకొని నెమ్మదిగ

వంటను వడ్డించిన సతి మోము పట్టెత్తి / పైకెత్తి
ఒక్క చూపునగాంచె తన భార్య దుస్థితిని
దారుణమౌ అసిధారావ్రతమందు ననుదినము
తనువు దండన జేసి మరుని విరోధించి
ఒంటికుపవాసమిడి మరునివిరోధించి
అనవరత దానాల కృశించిన మిత్రకును
సరినెన్న గలరెవరు ఆ పరమ పవిత్రకు
"శీల సులోచన వైశ్యవధూకులదీప" కు
కులాంగన దేవాంగన పత్నినే ఎడబాసి
వసంతకాంతా సమాగమమున సతినివిడి
మహాపరాధమెసగితినని తా కించపడె

హృదయ నాథునికి జలకమాడించు తరుణము
సుగంధ తైలమున నభ్యంజనము "గు మ్మ"న
సకల సామ్రాజ్యమె, చేతికందినటు మురిసి
అంటిన కష్ట, కార్పణ్యముల, తోలుతీసి
తప్పి చేజారిన భాగ్యకాంతి చిమ్మ, అది
తొలగనీ ఈ అసహ్య తాపము మీ స్నానమున

పాడుతలపుల వెంత పాసియు చావకుండె
గాయము మానునపుడును నల్లని పెనుమచ్చ
పెరుకబో కష్టమది నెత్రుతళమున చీము
తుడుపకుండుటె లెస్స గతములో మరకలను

తలనంటువేళలో తడిపించు స్మృతిలయలు
నీర్పోసి బోనమిడి సరసవినోదమ్మునను

మిత్రావతి సుమతిశీలవతి మనుతమీర
పద్మినీ జాతిస్త్రీ తమలముల మడుపులిద
తమ్మలపు రసమొలికి ముదమారగానవ్వి
చేసాచి హత్తుకొనె అపరాధమొప్పినటు
కౌలిగింతనువేడి కరగి కర్పూరమై
దరిలేని మోదమున ధన్యురాలైతినని
వేణీ సంహారవ్రతము సలిపిన ప్రియునికి
లజ్జ తా నిదురవో తన్నెతాకాన్కగా
నర్పించి యోలాడె శోభనము తొలిరేయి

వచ్చెనయ్యో వచ్చె మధుర సుఖములధార
వడలి బెండైన ఎద నింద్రియపు విత్తువడ
మరుగైన మారుడు జోకుమారుని ఎద
అపరూపవు పోగుపోగుల తేనెవాన
ఏకమై కాయముల బిగించిన కౌగిలికి
గుసగుసలాడుచు ఎదకెదనాన్చుచు ముదమున
అట్టిట్టు కదలకను రెప్పవాల్చకపండ
అంతలో తెలవారె దివ్యామృతకళలకు

అంగాంగము కులుకు గడచిన కామరాత్రి
తలపు మృదుమధుర తరము జినుగుల చినుకులకు
ఏమి సుందరమీప్రాతఃకాలము
పక్షుల చిలిపిలి-కులికెడి గానము

కొమ్మలరెమ్మల చమరుల చామరము
ఏమాకర్షణ లయగలబ్రతుకున
కనులటుతిప్పగ నూత్నముశోభకు

మిత్రమనస్సుకు క్రొత్తగరెక్కలు
నమిలిమ్రింగినటు సంజీవినిగింజలు
చిమ్మెను ప్రాయం పటపట నెగురుచు
నాలోపలనే జన్మించి తరించి
దోగాడెను పదమును నుండి పాపిట వరకును
మదన మన్మథ మీనకేతునకు
అంతయును అలుకుచు దోచెడిదొంగకు
ఎన్నెన్నో పేర్లు ఈ చిలిపి వానికి

సార్థకమయ్యెను పన్నెండేడుల ఈక్షణ
విరహత బహుకాలముగా వలచిన కూటమి
ఎండకు వాడిన విషయేంద్రియముల చిగురించి
తగ్గి యొదిగిన తనువు మొటిమలును మూలలును
చిగురించి, యార్తిపడి నేరుగా నిలిచి దువ్వగా సోయగమెల్ల
అపుడు పగటిచంద్రునివోలె తేజమారినది
ఇప్పుడు గుండ్రమై శుక్లపక్షమునకు తిరిగెను
కాగిన నేలపైవాన పడినటుగెంతెడు
క్రొత్తపతి, బ్రదుకిచ్చె మదనమాసమున
చంద్రహాసుడు వెలిగి ఇలునిండె హాసమున
గొడ్డుటా వీని, మోడు చిగిర్చి దేవిల
పర్ణ గృహమున సిరి, సంపదలు మరల వెలిసి
సంసార సారోదయుడిపుడు సప్తవర్ణి

✤

పీడకల

చారువసంతం
190 ఉద్యోగ కాండ
పీడకల

ఏ భార్యకును లభియించ రాదిట్టి మగడు
ఏతల్లిదండ్రులకు పుట్టరాదట్టిభండుడు
ఏల నే వెళ్ళి నానా నూపురమ్ములదిశ
సందులో అని పల్కి పరిభావించుచు
విలవిలా గోరాడె లోలోన నా తండు

తాతతండ్రులు సంచయించి ఒక చోటనుంచిన
తాతముత్తాతలు పోలుసేయకయ యుంచిన
మాండలికులు, సామంత రాజులు మాత్సర్యమున
పైబడెడు అరకొరల కప్పులు గైకొనుచును
అల్పసుఖమును కల్ప కలిపి మమ్మి వీథి పశువైతి

చూచినవ్వెడు వారి ఎదుటె జారిపడితిని
నా సమాధిని నేనె తవ్వుకొని శిరముపై

చప్పరము నొకదాని లాగిబోరలు పడితి
నే చెడుటయేగాక కోతి తోటను దూరి
పాడుజేసినయట్లె నందనోద్యానమునె
దివికె నిప్పులువెట్టు సుఖమునకు పుట్టిల్లు
వెచ్చమునకు సొమ్ము వెచ్చనౌ ఇల్లుండి
గ్రుడ్డినైతిని, హతభాగ్యుడైతి నిధియుండి
నైరాశ్యముతలమంటి నేడ్చితిని దైన్యతను
పవలురేల్ రోదించి నేల పడి నేల
పవలురేల్ రోదించి నేల పొర్లితి మరలి
వచ్చునా? ఎండి తడియారిన బ్రతుకు విరిసి?
మోసగించి తేడడుగులు చేబట్టిన సతిని
విడి మేనికంటిన మురికి జలకమున కడిగి
బాహ్యలేపన కవచమదాటుగ తీయనగు
చాలకష్టము మదినికల్మశ స్మృతి నణచగ
సహనదేవత మిత్ర మేనిలో దూరినది

మన్నించి చారుదత్తుని వంచి గికురించె
గర్వభంగమునకేనాడూ వెక్కిరించదు
నిందించి కెలికి గాయమున కుప్పవేయదు
కుతకుత యుడుకుచున్నది లోనిలావారసము
భార్య నగలు ఆనంద మపహరణ మెన్న
ద్రౌపదీవస్త్రాపహరణమున కేదికొర

మిత్రావతి తను మాయ గ్రుచ్చి పలుకునదిట్లు
"సుధగ్రోలకుండ వదలి పారితినెట్లునే
నగ్ని ఎదుట పలికిన సప్తపది నుడి మరచి
జీవితము కరుణించి కన్నమ్మ కయ్యకును

శ్రేష్ఠమౌ కోమటుల వంశంపు కీర్తికిని
బంధు బలగపు ముఖములకుమసిని పూసితిని
ఈ హేయమౌ కృతికి కుబ్జుడైపోయితిని
ఏ రీతి జూపింతు నామ్లాన వదనమ్ము
తప్పెరుగని తల్లికి పత్నియౌమిత్రకును
తప్పుజేసితి తల్లి రావమ్మ భూదేవి
అపరాధి దండింప వాయిపెద్దగ చూపి
ఏ పత్నికీ చిక్కరాదిట్టి పతిరేడు
ఏ తల్లికీ కలుగ రాదిట్టి దుర్గతియు
శపియించు కొనెనతడు తన్నుతాకదురోసి
చావగోరెను ఎదురైన అవమాన మరసి
అతని నాపుచు పత్ని మిత్రావతిట్లనియె
ఎన్నొదారులు గలవు పెన్నిదురపోవగా
దారియొక్కటిగలదు బ్రతుకేచ్చునుండగా
పేడితనమాత్మహత్యపలాయనము తగదు
ఈదవలె నిందుండి గెల్వవలె నో ప్రియా
నీవట్టి జాతిశూరుడవుకావలెస్వామి
సతిమాట యూపిరయె నవ్యజీవనమునకు

తల్లియెదుటను తనయుడెప్పుడను పసివాడె
చిన్నవాడైపోయె పెండ్లాము ముందరనె !
అపరాధి మనసెప్డు పుల్లపుల్లన యండ్రు
క్షమలేని తప్పులకు మదిలోన పెనుగాట
బయట నుంచిన చేప వలెను పెను పొర్లాట
నిద్రను గోల్పోయె సమ్యక్స చూడామణి
మరల పల్కినదిట్టులాపత్ని చూడామణి

ఘనఘోరవేదనమునే తట్టుకొనియుంటి
మరలనిన్ను నేనుగా పొందగా గల్గితిని
పడిన పాటుల నెంచి వెలువడినదీ పాట

విషణ్ణతకు దివ్యమౌ సుధాసేచనమై
హత్తుకొని పొంగిపోయెను భార్యకుశలతకు
తనవల్ల కడగండ్లు ఇటువంటి దేవతకు
వచ్చెడి యనుచింత తత్తరిల్లిచింతపడి
వేధించు తాపతితుడను పాపప్రజ్ఞకును
పతితకును పైకి లేవగ దారులున్నవట
పడినవాడుమరలపైకిలేవ సాహసము
లెమ్ము మంత్రమౌగాక వీరగీత
చేయిపట్టిన గరిత అహహా వీరవనిత.
పొంగెదను భావమెదనిండిన ధన్యతకును
క్షాత్రకన్యవు నీవు అదినాకు గర్వమ్ము
భీముని, పురికొలిపిన ద్రౌపది నేకానోపు ॥
చారువాకికి పొందెనేమొ
బోధము ఓడి పోరాడుతున్నప్పుడు
ఏడుపును తట్టుకొన్న పరమపవిత్ర
హత్తుకొనె పతిదేవు లేలేతతీగవలె

చావకున్నవి ఈ పాయ చేదు జ్ఞాపకములు
మెరయు హొన్నులతోడు నిండి తొణకంగ
కొప్పెరల స్వర్ణనిధి రాశి బలైపోవు
కూరుచుని తిన్నచో కొండలును కరుగుగద!
ఇభ్యకుల వైభోగము వ్యసనమందున నేను
వ్యయము జేసితి, కోరి వేడి గాంచిన సుతుడ

విరాజించిన ఆ ధనలక్ష్మి ఇలువీడగ
తెరవైన ఎడములో కడు దరిద్రలక్ష్మియు
ఇంటిలో మౌనమ్ము కళమాసిన ముఖాలు
ప్రేతకళనిండిన విషాదంపు ఎక్కిళులు
జలతారుగుడ్డలా నూరారు మాసికలు
నవరత్నాభరణాల గురుతులున్నమెడలు
చెవిముక్కుగొంతుకలు, మణికట్టు భుజాలు
చీలమండ వ్రేళులు బోడులై కళమాసె
ఇల్లు, నుల్లము శూన్యమ్ము సుతుడందు లేడు
నౌకర్లు చాకర్లు పరిచారకులు లేరు
గుఱ్రమేనుగు మేనా, మంచము గొడుగులు లేవు
పంచవాద్యములు పగలుదివిటీ
మరియు చామరములు లేవు
రాజమన్నన లేదు అంతటను నీరవత
పేదతనమున మంచి గుణమెన్న దోషమౌ!

భూమితో సరిదూగు జనని సుతు డైపుట్టి
వరుసగా కష్టాలు వానలా పైబడగ
ఏ తల్లికిని పుట్టరాదిట్టి సుతుడెపుడు
మన్నించుడీ భ్రష్టు నికృష్టు నీసారి
నష్టపరచినదాని కిమ్మడిగ లాభమ్ము
న్యాయమార్గము నందె గడియించి గొనివత్తు
రెండు రెట్లుగ సొమ్ము మరలి పొందియుగాక
మరలిరానని కఠిన ప్రతిజ్ఞారూఢుడై
మిత్రవసంతులుగా కన్యకాంతలు నాకు
అక్కచెల్లెళ్ళౌదురని దృఢపురుషవ్రతియయ్యె

చారువసంతం
ఉన్ముఖ కాండ 195

మెచ్చిపల్కెను మామ జామాతృమాటలకు
తేటపడె సంసారమున లేచిన సుడిగాలి
ప్రభంజనమాగి పంకమంతయు స్వచ్ఛమై
ఎగిరిపోయెను వైశ్యకులమునకు శాపములు
సాహసయాత్రకు జని ప్రమాదములపడనేల?
శిరము గట్టిదియంచు బండఢీకొనుటేల?
నాచెంత గల చాల కోటులవి నీవెగా
మునపట్లె నీదు వాణిజ్యమును నడుపుమా
మరలివచ్చు వెనకటి వైభవమునిశ్చయము!

ధన్యులైతిమియింత టౌదార్య మామగని
జనకసములు మీరు శతవందనములు మీకు
బంధువులెదుట చెయిసాచ! బాధ, మన్నించు
పేదతనము గప్పినపుడప్పులడగరాదు
వడ్డీ బిడ్డనౌటకన్న పాటు పడమేలు"
స్వాభిమానివి తండ్రివలె సుతుడు చతురుండు
నీచేయువాణిజ్యమునవలయు పెట్టుబడి
గొనిపోయినది కోటి ధనమని మూలధనమ్ము
ఇమ్మనుచు వేడుట తగదువర్తకుననకయె
సాయమడుగు వాడెంత వాడైన పరావలంబి

లెమ్ముసుతలేలెమ్ము సరిక్రొత్త బదుకునకు
తడబడక పొమ్ముక్రొత్త నాడుకు, బీడునకు,
భీరువునకొక్కటె దారి మరి ధీరునకు?
దారులు వేలాదులు ప్రయత్నశీలునకు
పరిశ్రమమునకు ప్రగతిశీలుడుకాగల్గును

శ్రద్ధా నిష్ఠలు, నోము నేములు పొల్గాదు
వణిజ పటుత్వముబట్టి నెమ్మినిల్వుము!
గాడువైశ్యుడు, బెదరుచో కష్టనష్టముల

అమృతము పుక్కిలించెనక్షయమృదువాణి
అనుగ్రహించెనుకలను తల్లిదేవి
మంజులవాణిని కురిపించి మైదడవి
కనువిప్పిలేవెలుగు సుధాసూతిని చవులు
అరుణోదయమునకు పూర్వము దిగంతమందు
వచ్చి నిల్చినవారలీ దేవి ఎవ్వరో
పద్మావతి చక్రేశ్వరి; జ్వాలినియా!

మరి కన్యకాపరమేశ్వరి దేవతయో
జనని అంబికయేమొ సంజీవని నొసంగి
పురుష ప్రయత్నమునందు నమ్మకమ్మును నించి
సరసతను దీవించి తరలి రెవరో దేవి?
"క్షేమమ్ముగావెళ్లి లాభమునరమ్మనుచు
పదిలముగ మరలిరా దీవించవేతల్లి
కామతృష్ణకు జిక్కి సోలిబలుసున్నమై
పాఠములునేర్చుకొని పండి నే గుండైతి"
రాగరసమునమునిగిదేలుచును కృశియించి
పాలుమాలిన కొడుకు మరల చేతనమంది
వైశ్యజాతికిచ్చిన వరము వాణిజ్యమున
కనులజూచెఱుంగని దవ్వు సీమల బట్టి
బయలుదేరినిల్చిన శ్రీదృశ్యమున కలరి
పరదేశములకు నీ యానమ్ము మేల్సుమీ
విలువైనసరుకున్న భుజతి, స్థలపథముల
మహీతలమున వెదికి పట్టుకొని వాణిజ్య
వహివాటు చేట్టి పెనులాభము గడించి,
మహాధనికుండనై పేర్గాంచి వచ్చెదను
సాహసికుని భుజమ్మె జయలక్ష్మి చిరునామ
వణిజ కులజులు వారె కలిగుందు రా ధీమ

ధీశక్తి గలుగు ధీమంతుడౌమృగపతికి
స్వదేశమిదిపరదేశమిది తనకాననము
ఇదిపరుల కాననమొ యేదైన, నేమాయె
క్రోసులో ఆమడలో కోమటికి నాదవ్వు

దాటజాలనిదేమి? ఏమిలెక్కలునివ్వి?
గండమ్ములెదురైన భీతిల్లదు కోమటి
నిలువరించి జయించు ధైర్యముతో దాని
గెలిచిరా నాతండ్రి ఎన్ని ఆపదలైన
మృత్యుంజయుండవై తిరిగి రారాపుత్ర"
తల్లిదీవెనల వజ్రకవచము ధరియించె
మధుర స్వప్నముముగిసె అరుణోదయ వేళకు!

నేటి వుదయకాలము జ్ఞానోదయము పొంగి
వేకువందునెలేచి ఉదయ విధులను తీర్చి
మజ్జనముదేవతార్చనము, స్తుతుల ముగించి
పప్పన్నమును దిని శాలువాకప్పుకొని
అంగడికి పోదునన వెక్కి ఏడ్చెను తల్లి
ఇప్పుడెక్కడా అంగడి పోయె నన్యుల పాలికి
మిత్రావతి పొంగివచ్చెడు గోడుకు మరుగ
అభ్యాస బలమునకు నొచ్చి వాస్తవమునకు
మరల తలచుకొనె కలను విన్నదైవవాణిని
"భోగించితి తృప్తిగ సురతామృత స్నానమున
జిమ్మనుచు నిప్పుడును పులకలగు తలపోయ
గడ్డిపై బిందువుల నాకుటలుచాలింక
నక్షత్ర నీహారిక లెత్తునకు సాగుమిక
ఎగయు లఘిమా కుశలత గడింప బ్రతుకునకు
వరముకరుణించి దారిచూపినదేవికిని
తలవంచి, యొప్పి పూనెద క్రొత్తబ్రదుకునకు"

తండ్రి తెలిపిన వైశ్యమంత్రమ్మిజ్ఞప్తిరా
వ్యాపారిసుతుడు మదమున వ్యర్థంగా ఉండరాదు
తాతముత్తాతలు గడించిన ఆస్తిపాస్తుల
ఇంటగలదని వణిజుదూరకుండగ రాదు
సమృద్ధిగనున్ననూ సంపాయించనెవలెను ద్రవ్యమది
శ్రమజేసి పాటుపడి సంపాదించాలని
ఆర్యవైశ్యకులముచాటిన దివ్యమంత్రమిది
చేయికిబురదంటిన వోరగుకడుతీయన దైవలిఖితమది"
సమస్త దేశానికి ఇభ్యవంశోద్భవుడు తండ్రి
ప్రసిద్ధుడు దర్శనవిశుద్ధుడు పలికిన వివేకము
తలపైదాల్చెనుభావిబ్రదుకుకిదిసద్దిగ.

వసంతతిలకయు చారువె తనభర్తయనుచు
ఇతర పురుషులుతనకు అన్నలును తమ్ములని
ఇరుగు పొరుగున బ్రతుకుచు లంజరికము వదలి
అనామికను తీర్చిదిద్ది శుద్ధనుజేసి
గెలిచి పరిశుద్ధమయ పౌరుల మన్నన గని
చారుదత్తుని రెండవ పతియై మిత్రకును
చెల్లెలైదేవిలకు కోడలై వైశ్యులిం
టను చేరి ధన్యతను గాంతునని భావించి
శపథమ్ముచేసెనని యాడుకింవదంతుల
సాధకబాధక పరిణామాల, విశాలత
పరిభావించుచు లెక్కించుచు ముందుదినమ్ముల

వర్తకులు జనులనొలిచి దోచుకుతిందురని
గొణిగెడు జనులు తొలుత గనవలెవారిస్థితిని

వణిజులను పిండిపిప్పిసేయుట తెలియరే
పాలకులొక్కవైపు పురోహితులొకవైపు
దొంగదోపిడికాళ్ళ కంగళ్ళపై కన్ను
పన్నులు సుంకాలు కట్టినను తప్పదు వ్యధ
దానధర్మాలెన్ని జేసినా వేధింత్రు
సరుకులెన్ని యొదిగించినా అనుమానమే
ఎందుకైనా జేతు మీవర్తకమ్మనుచు
నిట్టూర్పులెగయంగ తుడుచుకొందురుకళ్ళు
ఇంతయ్యు తాల్మిసెడ నీక నిదె జనసేవ
అభిమానమును విడకబ్రోతురు వృత్తిలేవ!

ఒకనాడు బాధితులు అందరొక చో చేరి
పడశాల తల్లికొడుకు కోలు రత్నత్రయ
మైశ్వర్యమది తొలగి విజితులౌ కథజెప్పు
కొనుచు కూర్చొనియుండ సుద్దులందున మునిగి
శారదాకాశమున తలుకు బెళుకులతార
వసంతతిలకయనామిక చెల్మికత్తియలు
వచ్చిచేరిరెల్లరు యున్నయట్లుండగనె
వడిగ సాష్టాంగపడివరుసలో నిల్చుకొని
కేల్మోడ్చుచునడలి మరిమరి కొట్టుకొనుచు
కుదువ బెట్టినమీనగలు మీకీయ వచ్చితిమి
మీ పెద్దయింటికిని దయచేయుడీ మీరు
మాతప్పులెన్నెన్నో? మన్నించి కృపగనుడు
రెండవ కోడలి నిపుడు స్వీకరించుటంచు
కొంగు పట్టి (సాచి) వేడిరందరు; అంగలార్చిరి
ఎల్లరును తలవంచి దండమిడియుం గనలు

ఇంటిపెద్ద దేవిల తల్లి ఇట్లు పలికినది
క్షమించుటో, మానుటో అది తరువాతిమాట
నిన్ను నీ భవనమున ఉండనిచ్చుట ఎట్లు
ఆర్యవైశ్యుల ఇంట ఈవేశ్యకోడలా
లోకులు పలుగాకులై ఏమేమొ అందురు
సమ్మతి నీయవలెగృహలక్ష్మి నిర్ణయింప
సౌభాగ్యవతి మిత్ర తానిపుడు యాజమాని
తానె సంబంధము, వైవాహిక జీవనమున
సర్వస్వతంత్రురాలు ఏ తీర్పునకునైన
సుతుడు చారుదత్తుడు గృహమేధి అది నిజము
అతనిమాట మామూలుగా చెల్లతగినదె
ఆద్యత, అయిన ఆ యోగ్యత ఈ విషయమున
వానికీలేదు పురుషుడు విషయాసక్తుడు
ఆమీద ఇపుడప్డె నిన్ను నచ్చియున్నాడు
చారు నీ వైపు జారెనన నాశ్చర్యమా?
ఇద్దరు పెళ్ళాల యుగళ గానమునదేలు
ఈ పక్షపాతంపు తీర్పునకు బలిపశువు,
గా మారు టే నొప్పు, సుతుని సుఖ మెక్కుడని!
మిత్రను కోడలిగా ఇలునిల్పుకొనుముందు
సుతవోలె చూతుమని మాటిచ్చియున్నాము
చారుదత్తుని వలన ఎట్టిపాటులు కలిగె
సహియించు కొన్నదా భూదేవి సరిమిత్ర
సరితనమునపెరిగియు పేదతనముపైబడ
శపించలేదీ ఇంటివారి నెవరికూడ

తల్లి చచ్చిన యనద తృణీకరించరాదు
నీబాధ లెవియున్న తెలుపుము మిత్ర ఎదుట.

వసంత తిలకను ఆపాదమస్తకము నతి
సూక్ష్మ నేత్రవతి చూసినదామిత్రావతి
మగని యవ్వనము చవిగొన్న లావణ్యవతి
అపుడప్డు పతినోట విన్నది పొల్లుకాదు
వినయశ్రీ ఈమె టక్కుల మారికాదు
చిక్కియును రవ్వంత సాటి నెరుగని చెలువ
నొచ్చిన తనబాధ నేర్తురెవరు అబాధులు?
వదలిన ఆడు జీవము త్యాగ మయి వసంత
మంచినడత సొగసని ప్రాణము చారువుకని
నేనె అక్కనుగాబ్రతుకు ముడుపుపెట్టినది
చారుకు ప్రేమ తొలుత రతి సుఖమ్మిచ్చినది
వసంత తిలకకు గలదు సవతి పదవి హక్కు
నేను ముదువక మునుపె తాను మల్లెలు దాల్చే
దీర్ఘదాంపత్యసఖీగీతము రుచిచూసె
చారు విత్తిన గింజ మోసి నిలిచిన దామె
నే పుష్పవతిని కా ఫలవతి భాగ్యలక్ష్మి
సహజ హక్కులు చాలగల వా మెకీయింట
దేవుడే దయచూడ మనుజులాపగనేల?
వచ్చివుండని ఇంట ఇటుల చిక్కుటదేల
కూడిబ్రదుకట కన్న స్వర్గమెక్కడ కలదు?
స్వచ్ఛమౌ సరోవరము మిత్రావతి మనసు
తెలికొలను; కళంకము, కశ్మలమెరుగదామె

పసిడి ప్రాయపు సురుల ప్రేమగీతము నామె
పరమ సుఖి ప్రియుని తొలి మమత తా పొందినది.
దక్కలేదను వంత పడుటేల కథముగిసె
పాత వ్యథలను త్రవ్వి మిగిలినదె నిధియనుచు
పొందెదనహొ భాగ్య ప్రియ చోరుడు తిరిగి దొరికె
నిండు ఎద ఫలకాన అతడెరత్న పతకము
"బయల, లో, చూపులను వానిదే ప్రతిబింబము
వలచిన మనముల
మిలనమునకు తడవేల గతిబింబము"
వసంత చూచినది మనసార మిత్రదిశ
నవయౌవన, స్వయంప్రభ, ఇల్లాలు రతివైపు
సొగసుల సిరికురియు దంతములు, మెరపు లీన
రతివంటి సతియుండి చారు నను జేరుకొనె
నిజమెన్న విధినాకు పక్షపాతము జూపె
ఈమె తన అక్కయను భాగ్యము గద్ద కట్టిన
దుఃఖమెల్ల కరుగంగ నడచి వచ్చెను తా
తుంగతో ప్రియమార కూడుకొనుభద్రయై
మిత్ర పదములకు నిధికివలె నెరగి భక్తిగ
ఈగృహమె నాకిప్డు దిక్కుదెస సర్వమును
మగని ఇంటను బ్రదుకు సాధ్వికే గౌరవము
గృహిణి తనమునువేడి చారులత నంటితిని
చారు కృపదాల్చి శిశువును కనియెడు చూలుకు
ఆశ్రయముగోరి వేడుదునక్కా చెల్లి కా!"
తనను మన్నింప గోరు కన్నీరు లుబికిరా
అశ్రుధారలలోననె పాదప్రక్షాళనము

మన్నించితని పలుకు క్షమయు జలధారయే
మిత్ర కన్నీరు వసంత తలపైన కురియగ
కావేరి జలములను అభిషేకమై కడిగె
గృహమానసము పూర్వాగ్రహము మురికినికడిగె
శిరసు చిప్పనుపడిన స్వాతి చినుకగ తలచి
వసంత వేళ్ళతాకించి తనకళ్ళ నొత్త
ధన్యతనే పైకెత్తు వలె పట్టిలేపగ
అక్కాయని కౌగిలించుకొనె మిత్రావతి
చారు హృదయాన రెండు శ్వాసకోశములనగ
ఊపిరాడుట నెమ్మదికా చారుదత్తుకు
అళుకు, వెన్నిచ్చుట, భయము భీతులవితొలగ
వసంత తిలక తృప్తిగా వచ్చిదేవిలకు
పదములంటి దీవింపవేడి నమస్కరింప
వంగి వందించు వసంత తలను నిమిరినది.
దీర్ఘ సుమంగళవికమ్మని దీవించినది
ధన్యనైతి నత్తా; దివ్యదీవెనలిచ్చి
గైకొంటిరీచిన్న కోడలుగ వసంతను"
యనుచు మరల పదధూళిని శిరసునదాలిచి
మెలమెల్లగాపైకి లేచి తలనెత్తిగను
దేవిల దోసిట చిన్నకోడలి సిరిమొగమ్ము
పట్టి తలను వాసనజూసి కౌగిలించుకు
ఈ మన ఇల్లు వెలిగించురెండవ దీపమ!
పట్టమహిషికి తోడు చిట్టి మహిషియె జోడు
నా కొడుకుదే పున్నెము చూచి మురియుట ధన్యము
మరిమరి యుప్పొంగె వసంతను ముద్దాడి

అత్త నీక దైవము అమ్మనే యిచ్చెనని
ఇట్టి సుకృతికి తగిన తపమాచరించవలె
ననుచుకృత్ సంకల్పుయైవసంతమురిసెను

చారుచకోర సుందరవచను దరికి ముగ్ధ (మొగ్గ)
మెలమెల్లగా సల్లీల తోడుత వచ్చె
సఖుని చక్కని చుబుకము నెత్తి అధరమాను
తీవ్రేచ్చును, దాచుకొని సిగ్గిలి నీరొచు,
తననుతా మరొకమారు యొప్పించుకొన్నటు
నెమ్మదిగ కూర్చొని పదముల తలనిడిమ్రొక్కి
పాదముల గట్టిగా పట్టుకొని రోదించె
ఇన్నాళ్ళు బిగియ బట్టిన దుఃఖమునుగ్రక్కె
చారు దత్తుడు వంగి వసంతను పట్టెత్తె
వ్రేలితో కన్నీళ్ళు తుడిచిమరి యోదార్చి

దక్కినది భార్యమిత్రావతి గుణమువలె
కోలుపోయిన సీమ మరలి గెల్చినయట్లు
పేద యొక్కడు పసిడి రాసుల గడించినటు
లభియించె నహో ప్రియురాలు వసంత ఎవ్వ
రాపుదురొ ఈ పొంగివచ్చెడు ప్రవాహమ్ము
చారులోని పురుషునకు కొరత లెల్లదీతె.

మేనమామ సిద్ధార్థ సెట్టి దవ్వునుండి
సాక్షి–ప్రజ్ఞల తీరుల తటస్థుడైయుండి
తూచి సారాసారము పూర్వాపరముగని
జల్లెడపట్టి వివేకవాణికి శరణుడై
తీర్పిచ్చె నెవ్వరును విరోధము చూపనటు
అమ్మమిత్రావతీ అల్లుడు చారుదత్తు
మీరె నా రెండు కనులు సారసర్వస్వము
వరునికి గల రెండుకనులయ్యు హృదయమే
మూడవ కన్ను మానస సరోవరము సుమీ
లోనగల ఆత్మగురుడు చూపిన బాటలో
నిలిచి పల్కుచునుంటి వినుడు దేవవాణిని

పత్ని సుతులాలయములెల్ల కొలతకందనివి
కనరాని యొకశక్తి సూత్రములు చేదాల్చి
ఆడించుచున్నదీ జీవన నాటకమ్ము
నాతనయ బ్రదుకెప్డొ దుఃఖభాజనమాయె
ముగిసిన అధ్యాయము మరలపిండగనేల

చారు, వసంతతిలకలకు ఋణానుబంధ
మమరి యుండెనదెట్లొ విడిపోని బంధమది

బహుపత్నిత్వము వణిజులకు నొప్పితమె
పూర్వకాలమనుండి సతతముగకొనసాగు.
అయిన నీ సందర్భమిది చాల సూక్ష్మమ్ము.

వసంత తిలక వైశ్యురాల్గాదు వెలయాలు
గణికను కోడలిగా తెచ్చుటను ఘనతేమి?
ఆర్యవైశ్య సమాజమే మీ కెదురు తిరుగు
ఆపైన దేశప్రజ ప్రతిఘటించను వచ్చు
ఈవిమర్శలనోర్చి, నిలువగలిగిన గుండె
యుండవలెనెదలోతు నిశ్చలత స్థిరముగా

కరిమేఘమునందున మెరయు వెండియంచది
సీమనాగరికుల, గౌరవమంది యొప్పిన
బురదలో పుట్టి, జగతి పేర్గన్న కమలము
గణికల నడుమనీమె పరిశుద్ధ స్ఫటికమ్ము
చారుదత్తు వలచినది, ఎల్ల నర్పించినది
గయ్యాళియైన తన తల్లినే మార్చినది
వెలయాలి గేహమును సాధ్వియిల్లుగ మార్చి
చేటికా బృందంపు దాస్యశృంఖలలూడ్చి
పారదర్శక చరిత యొప్పుగన్న సులలిత
జనుల మన్ననగన్న సుశోభిత, పతివ్రత !

చేదుసొరకాయ, కుడియేమి మిడియేమి యని
వేప మానున మావి రుచి కలుగు నేమనుచు
ఎంతొ నిందించుచును తూలనాడకుడీమె
సజ్జన! తన సుగుణమున కొమ్ములు వెలయించి
నెగడినది, కూడిన జనజాతర తలచునటు

భాను సెట్టిక కట్టిగ చారుపుట్టి, పెరిగిన
చారుదత్తు విషయాసక్తికి దేవిలమ్మిన
వైశ్య సౌధము నధిక సొమ్మిచ్చి కొనెనామె
క్రయపత్రములచారుదత్తు మిత్రావతుల
పేళ్ళుదాఖలు చేసి ఘనకీర్తితో మెరిసె
వార్త వ్యాపకమౌచుండ తల్లియు కొడుకును
మిత్రయు కరగిపోయిరి సంభ్రమాశ్చర్యాల
హృదయముల తొణికి చిమ్మినవి కన్నీళ్ళులు

సిద్ధార్థ సెట్టి తన చివరి తీర్పునొసంగె
మా సొమ్ము తిరిగిమాకీయ సమ్మతితోడ
సమ్మతించగ వలెను అటు ధర్మచ్యుతిలేదు
క్రయపత్రముననిట్లు వ్రాయించె చారు, మి
త్రులరు, చర, స్థిరాస్తులకు, వారెయజమానులు
వసంత తిలకనుంచుకొన్నదనునటుగాక
సతిగమన్ననినిచ్చి కాపాడుటుచితమ్ము
ఐక్యకంఠమున సమ్మతినిడిరి శుభకృతికి
సుందరమందిర మ్మమ్మినారందు మురిసి
నేడు వచ్చెను వెలుగు మరలనీ సౌధమున
మునుపంటి చందాన నున్న బంగరు కాలము
స్వర్గ సుఖమునకిది సోపానమని స్వగృహము
పిత్రార్జిత భావనమంగడి తోట, పొలములు
కోటి వరహాలిచ్చి కొన్నారు వీరలని
తాతతండ్రులు మనిన భవ్య సౌధము చేరి
ఎప్పటి యట్ల సౌఖ్యంపు సుధను బ్రతుకున
యోదార్చుచు తల్లి బాష్పబిందువులతుడిచి

ఎడదలో వ్యధసందు సతికి నెమ్మదిగూర్చి
మామకు వందించి మరవక ననామికకి
అత్తగా నాధికృత లభింప దండమిడె నాయమకు.

సున్నము వన్నెల పూత ధవళాగారమన
సింగారింపగనిల్లు సరికొత్తదిది గనుము
పచ్చనాకులకప్పు వాకిలికి తొరణము
ఎల్లెడ చిగురునిండి పూగుత్తులు వాలి
నేలంతా స్వచ్ఛంగా అలికి ముగ్గులు వెట్టి
నడువ మడువు పరచి ధూపదీప వరసలిడి
నాగస్వర వాద్య నాద నినాదములు విరిసి
వసంత తిలక చారుదత్తు వివాహ మరిసి

పెళ్ళి పీటల నడుమ చారుదత్తుని నిలిపి
కుడిఎడమల మిత్రావతి వసంత తిలకల
గంగయు గౌరులు వలె కనువిందుసేయగా
పెళ్ళి సంబరమాయె నక్షతలవానలో

చారుశివునికి జెప్పి శోభానశుభగాన
ముల; పాతమేడను, నునిచి, కొత్తగజేసి
మూల మొడకులబట్టి బహువిశాలసౌధానికి
సున్నమ్ము వేయించి వన్నెపూసి కారణె కలిపి
శుభవార, తిథి, హెూరా నక్షత్రము గమనించి
పాలుపొంగించి పశువును నడిపించి, తయారించి
దూరిరి భవ్యభవనమ్ము నవ్వుల కేకల
సంభ్రమించి, పట్టణ వణిజులు మరల నతని
మాన్యుడనిపించి, మరలె గతవైభవపు
సరస దినములు
చక్రార పంక్తిరివ గచ్ఛతి భాగ్యపంక్తిః
క్రిందిగల బండియరలు పైకి తేలగచూసి
యోచించగ దేవిల, అంతయుదైవలీల

భానుదత్తుడు నాటి పెంచిన సంసారము
వసంతము పల్లవించి, ఎదలు ప్లావితమై
ఆరు ఋతువుల సౌందర్యమనుభట్టిదించి
వివిధరకముల పూల చెలువును గట్టి పరచి,
గీత నృత్యగాయనాలాప తరంగము
తేది సృష్టించిన ఇంద్రజాలపు బొమ్మ వసంత
వాలుచంగుచు ఓలలాడు అనంగ లత

స్త్రీ, సౌందర్య శ్రీ నెల్లి ఎరగావేసి
వాగుచు వందిస్తు ఓలలాడు అనంగలక
మూడుజగతుల, (ము) గెలువగల చెలువ నవ్వు తొణికి
మిత్రయును, పెద్దామె ఇల్లునిలిపిన యామె
తనరెండు కళ్ళుగా వెలుగుకోడళ్ళుండ
దేవిల యొక్క క్షణం తలచెను తన పతిని
మీ కొడుకు కోడళ్ళు సురదంపతులకు మిన్న
విద్యావిరాజితుడతడు రాజపూజితుడు

అయిదు నెలల చూలాలు మరియు ముత్తైదువు
తనకు శుభమును గూర్ప సువాసినులట జేరి
తనర పట్టముగట్టి దీవించిరి విబుధులు
శ్రీమంతులోకమున నీ హృదయ సిరిగల్గి
వెలుగు వారల నెచట నుండికొని తేగలము?
మెచ్చి వ్యాప్తిని గూర్చు ఔదార్య వంతులును?
మాన్యులెదిసేయనది లోకమున కొనసాగు
పదుగురు మెచ్చి యొప్పి నడువ, రాజపథమగు
ఎట్టి కలి కాలమ్ము దాపురించెను దేవ !
కన్నెల సుకుమారుల వధువు సేయుట గలదు
చూలాల వనితను పెళ్ళిపీటలనునిచి
ధారపోసిరి ఇట్టి పెళ్ళెచ్చట కానము
ఛె! ఛె! ఇదేమిన్యాయము ఏమి అన్యాయమది
ఏమి అమ్మయ్యలార జగతి ఇట్టి దున్నె?
కన్యాదానమో ఇది చూలు? దానమొ, ఏమొ?
గర్భ పాతమ్మైన చేయించుకొనరాదా? దండము
కాలమైపోలేదు తొలగింప

చారువసంతం

212 ఉద్యోగ కాండ

పీడకల

పిండమును తీయించవలె అనవసరమె?
ఉన్న సత్యము వారు మూసిపెట్టను లేదు
సరియనిపించిరి సరికాదు సిగ్గుచేటిది
నీరు గని బావిత్రవ్వ ఇలుజూసి కన్నెను తే !
చెప్పుచుండిరిట్లు, పెద్దలు విని తెలిసితిని
సంసారగృహమందు వెలయాలి గైకొంట
కాకి ఇలు దూరినటు చాల అపశకునమౌ
పేరుగాంచిన వణిజ వంశముకొల్ల బోయె
భాను శెట్టి జీవించి యుండిన నిదిజూసి
ఆత్మహత్యను జేసి కొనువాడు తప్పకను

"కలవారి వైభవమిది, మీరుమదము
ఏమిజేసిన జరుగుననురూకల టెక్కు
ఆర్యవైశ్యసమాజ ముఖమునకు మసిపూసి
లజ్జవిడి తిరుగుదురు భూషణాల్కైసేసి"
వసంత తిలక చారువుని ప్రేయసి! అమలిన!
భానుపుత్రునిదప్ప కోరలే దన్యులను
వెలివేసి దండనగ కక్కించుడీ సొమ్ము
కట్టనిండువారలు దండిగా ధనికులరు
లంజ సంపాదనము కలిసివచ్చెను కదా!
వెలివేయదగు పెద్దవారెముందరనిలిచి
పెళ్ళి జరిపి మురిసి గర్వపడుచున్నారు
ఇంక పిల్లికి గంట కట్టువారెవరన్న?
చేసిన పాపము పలికెడువారి నోటనట
ఏ పుట్టలోనెట్టి పామున్నదో? ఏమొ
కొంకు మాటల బొంకురాకుంటయే మేలు

వక్రోక్తి జీవితేశులు సదాయుంద్రు గదా!
ఎల్లపుడు చిరంజీవులు చావును తెలియరు
"పెళ్ళిమంటపము నకు వచ్చి కనులారగని
కడుపునిండుగ మెక్కి నోరార దీవించి
నవ దంపతులకెన్న నుడుగరల్ చదివించి,
ఊరకనె పో మేలు మర్యాద మిగిలించి"
వినలేద? అందరిండ్ల దోసెలకు తూటులు
దేవిలహ నెరజాణ సామాన్యురాల్గాదు
ఉపాయమున గిట్టించె వనిత కొసరు కూడ
నాల్గు దినములు గడువ, తరిమెదరు లంజియను
చేతికి చిప్పనిచ్చి తిరిపెమెత్తు మటంద్రు

మిత్రావతి పిల్లల నోచని గొడ్రాలట
కావలెనట వసంత తిలక సంతానసిరి
వందల నోళ్ళ వెల్వడి వేలాది మాటలు
సముదాయ సభలవెల్ల విలీనము కరిగెను
కాలాయ తస్మై నమఃయనుట నిశ్చయము
నిజాన్వయ మేరు మాణిక్యునే నేకవాక్యుని
చతురపథా విశుద్ధ చిత్తుడా చార్దత్తు
విజయ వైజయంతుల వలె మిత్రవసంతులు
విశాల వక్షస్థల నివాసినులై మెరసిరి
మన్ననలోన పరమ కళ్యాణాభ్యుదయులు
శోభించే సహస్రఫల భోగ భాగినులు
ప్రత్యక్ష లక్ష్మీ సరస్వతులకు సములు

ఇదియెల్లకంటినిండుగ జూసె నొకజీవి
అనామిక బ్రతుకునను నూతనాధ్యాయమ్ము
వలచిన వాని చేబట్టి ఐదువసూత్రము
దాల్చి సుతవసంత సౌభాగ్యవతియైనది
ఎవ్వరదే మన్నను తెగడినా పొడగినా
వేశ్యా వాటికలోని కౌస్తుభ పతకమ్ము
ధూళిధూసరితమై దూష్యమవక లేచి
అంగదేశ రాజశ్రేష్ఠి వక్షః స్థలాన
రారాజించెననుటిట్టి యోగా యోగము
జారిణి కళంకిని గణిక లంజ వేశ్యయను
పలుపేర్లతికించి దేహసుఖమంది తుదకు
పోపురుచి చప్పరింతల వాడి విసిరెదరు
అరటి యాకులు పరచి తిని వీథిత్రోసెదరు
కరివేప రెబ్బలను దూరముగనుంచెదరు
నేడువసంత చూపిననీతిని గనువారు
కని అనుభవించి, నలిగెడు నలుగు దేవదాసీలు
విడుదలల శుచి బ్రతుకున స్ఫూర్తి కనుగొందురు
"ఇన్నాళ్ళు నా బ్రతుకు నేడు సార్థకమాయె
ధన్యతకు తుదిగంటి ఇంకబ్రతుకు చాలు"
తన బ్రతుకు సింహావలోకనము జేసినది

తన జవ్వనపు చనుకట్టుకు కంటి కులుకులకు
ఒంటివిరుపుల, చంపాపురిలేతవయసుకు
నాడుల మీటి అల్లాడించిన దినములవి
అహితమనిపించునేడు ముద్దులసుత ఎదుట
ఊరిశ్రీమంతులచెరనుపడి చెఱగు పరచి

పురోహితులమోహ జాలములజిక్కి నలిగి
జలతారు జగద్గురుల చంచలమంచముల
అధికారులమేజువాణుల పండిలేచియు
దేవదాసి పట్టము కట్టించి గాసిపడి
వేళపాళలు లేక తీట వచ్చు రసికులు
ఒత్తిపెట్టిన వారి దరి బత్తలయయ్యెడా
బ్రతుకు నీ వ్యభిచారమికచాలు చాలనుచు
వెలయాండ్ర పరివారముల, పరిచారకులను
పడిన పాటుల తలచి సహృదయ అనామిక
తన యవ్వ ముత్తవలు గడించి, వదలి జన్న
చర, స్థిరాస్తుల నెల్ల తొడవు లుడుపుల తోడ
వెలయాళ్ళ వీధిగల జనుల కిడి మోదమున
బడులు, గుడులు నన్న సత్రము గోశాలలకు
చెరువుల గట్టి, కాల్వల ద్రవ్వి దానము జేసి
ప్రజల నుండొచ్చిన ఆస్తి పాస్తుల, వస్తుల
ప్రజకె మరలించుటెట్టి విమోచన భాగ్యమొ
చెరువు నీర్ చెరువులో వదలి వరమందుతరి
ఐదువయ్యెను తనయ చారుదత్తుని భార్య
మగనిల్లు జేర కోటికోట్ల పసిడితోడ
వారి బంగారమది వారికె దక్కె మరల
అయినదంతయు మేలె ఎదబరువు దిగిపోయె

తాజేసిన పాపపు పనులకు రోసివడిన
అనామిక పశ్చాత్తాపంపు అగ్నిగుండమన
గడించిన ఆస్తిపాస్తులు, మేడలు తోటలు
కొమరితకు ధారయిడి సకలసిరి సంపదలు
కడుగు కొన గోరెతన సంచిత కరి మరకల

దరినిగల ఆశ్రమమున జేరి సన్యాసినిగనై
బ్రతుకునవకాశ మడుగ నిరాకరింపగను

ఆశ్రమము వలదన ఆ శ్రమమె వద్దనుచు
అనామిక తనకుతా సన్యాసి తన మంది
తెల్లచీరలుదాల్చి తలను గొరిగించుకొని
ఆకలికి భయమేల భిక్షాన్నముందనుచు
దప్పికకు చెరువులు కుంటలు బావులులేవె?
నిదురరా శయనింప పాతగుడి సత్రములు
ఊరు వాడల చెరువుకు దారి తెరవుల పాట కురిపించి

దాక్షిణ్య, ఋణభారములు లేనిదే మేలనుచు
ముదుసలితనము గడుపుచుండ కొందరు తరచి
"లంజ ముదిమిని సాధ్వి యయ్యెనను కుటిలతను"
నూనె చల్లబడంగ వెన్న తా వొచ్చునె
ఊరందరుతికినా బొగ్గుతెల్లగనవదు
ఉల్లిని నీట కడుగ వాసనలు తగ్గునా?
కప్పించు బురద మాటల ముఖమున రాచుకొన
బురద పుట్టియును మంచి పేరొందె ననామిక
సంగమును వదలియును నిస్సంగ నిరవద్య
అనామిక నిర్లిప్తగ నడచె నెల్లయు విడిచి
కూతు సంసార సా రోదయుని సుఖమరసి

✤

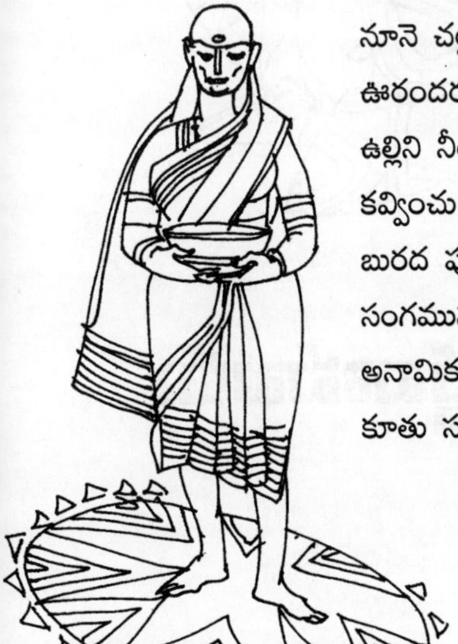

సార్థవాహుడు

చారువసంతం
218 ఉద్యోగ కాండ
సార్థవాహుడు

"అక్కా ఎవ్వరికని చెప్పను నా దుఃఖము
లెక్క లేనంతగా రొక్కముండిననేమి?
వలచిన పురుషుని విరహమున ముడుతలు పడె
ముడుచుకొని మనసు; త్రాణమెక్కడ వయసునకు"
పణ్యాంగనగాదు ఈయమ పుణ్యాంగనయె
తళుకులగాజు గాదు సానబట్టిన వజ్రము
సాధ్వీలలామ సద్గుణ మండన మండిత
పుణ్యవతి మిత్రకు తగు సవతి సతి యామె
సవతికన్న నెచ్చెలి యనుటయే సత్యమ్ము
భవ్య మనోరథ, యామె జన్మభూమియె సరి
"తెలియనైతిని మాయమ్మ దోపిడిని నేను
తోలు వలిచినదీ సౌభాగ్య రాజగృహము
రక్కసిని కక్కింతు నిపుడెవడ్డితోడుత
కోటి హొన్నుల సొమ్ము తిరిగివ్వజేసెదను

నాదంతయునునీదె స్వీకరించుము ప్రభూ”
“మీదిమీకుండుగాక మాది మాకుండనీ
ఇచ్చినదానిని వెన్కకు నే పొందలేను
రెండు గేహమ్ములకు రెండింటి తలపకను
రెంటను సమముగా బ్రతుకుటయె రాజపథము

విడివిడిగా చూడగా గంగ గౌరమలట్లు
దివ్యదంపతుల జీవనముపున్నెంపునది
ప్రసన్న సలిల శివాయనిపించి యుండగా
సంసార సారోదయుడు చారుదత్తునికి
అత్తయ్య దేవిలకు అటు అక్కమిత్రకును
అక్కరకు పాత్రురాలా వసంత తిలకము
వర వేశ్యము వరవైశ్యుల కోడలు కాగ
అంగసీమకు చిత్రముగ కరపదములు మెలవ
గాలివార్తగ నద్ది ప్రబ్బెదావానలము
మెప్పును మత్సరము టీకయు టిప్పణులును
అలుముకొని భూ గగనములకు సేతువు గట్టి
తుదకూ గెల్చినది అమల ప్రేమ బహు గట్టి
యముడే తలవాల్చువారి పాదమ్ములంటి

వచ్చినది ఉద్యోగమునకు తరలుసుదినము
కన్నతల్లి పాదముల కడుగడ్గున మ్రొక్కి
బంధుమిత్రుల సతుల ప్రియమార నోదార్చి
ప్రతిజ్ఞా పూర్వకముగ తెలిపె తన యభిమతము
సముత్పన్న మౌవివేకమతిని ప్రకటించె
అర్థో పార్జనమే అన్నింటికి ముఖ్యము

కనకమ్ము గడించుట ఆద్యకర్తవ్యమ్ము
పరదేశ వ్యాపారమది బాగు గమనించి
సారభాండ పదార్థములనింపు కొని, పిదప
యాత్రోద్యుక్తుండయ్యెను ఆ సార్థాధిపతి
తొడగ బట్టలనిచ్చి తాంబూలములనిచ్చి
బంధుజనులను మిగుల సంతృప్తి పరచెతాన్!

భార్యమిత్రవతి వేడుకొనె
రోహిణీ జీవితేశ్వరా
మదీయ జీవితేశ్వరు
రక్షింపు మనవరతము
తల్లిదేవిల కోరె
అభీష్టవర ప్రదాయిని
తల్లి పద్మావతీ దేవి
విలసన్మాంగల్య సంయుతా
కోడళ్ళకు మిగుల సౌభాగ్యము
దయ జూడు మనవరతమూ
చెలియవసంత కోరుకొనె
ప్రభూ సుమమనెడు చిత్తజా
మమవల్లభుని కాపాడు
దీర్ఘాయువును కరుణించి
యానము నిర్విఘ్నమొనర్చుము.
బంధులు బాంధవులు దీవించిరి
వీరుడజేయుడై యుండవలె
మృత్యుంజయుడు మరలిరావలె
నిత్య లోకైక సంస్తుతా

చారువసంతం
ఉన్ముఖ కాండ **221**
సార్థవాహుడు

అంబ అంబికా మాతా

కావుమా నిరంతరము

పురవాసి బసదిపతి వరవాస్తు పూజ్యునకు,
మూడువరుసలు బలమనుచు వచ్చి నతులిడిరి
వాత్సల్య రత్నాకరునికి లెస్స గోరి ప్రజ
మిత్రులు మహాభిషేక పూజలను జేసిరి
తన ఈ పయనమును దలుచి వడుకుచు సుదీర్ఘ
వియోగభరమున మౌనదైన్యముల మోములు
వాడగ ఈ స్థితినేగతి గడతుమని నిలువ
తనలలనల దరిజని ముద్దులిడి మెల్లగా
పలికెను "ధైర్యము విడువక, అతిగా నేద్వక
విభ్రాంతులైపోక, వృద్ధురాలత్తదరి
మార్గదర్శనమంది సంసారము నడుపుడు
రవి అస్తమించెనని నొచ్చి దూరుచునున్న
చందమామను జూచి మురియు భాగ్యము వోవు
సృష్టి సోయగమునకు వలె సదా చలనమ్ము
మానవ జీవితమునకు సంతతముగ మార్పు
సతిసాధ్వుల కవచము గల పతి యభేద్యుండు
ఎట్టి కష్టమునైన ఎదిరించి జయమొందు
భానుడస్తమించుననేడు రేపుదయించు
భానుపుత్రుడ వత్తు ! సంశయింపగ వలదు
తెచ్చి తీరెద గడించి యనంత సంపదను

సంత యరుగులిప్పు పరదేశుల వ్యవస్థ
బయటి వారిపుడిటను నెలవూని రంతటను

స్థానికులు నష్టపడి అంగడెత్తుట వలదు
బ్రతుకున కవసరంబైన సరుకుల తేలేక
పరదేశులే తెచ్చి అమ్మునట్లేలాయె
వర్తకుల సాహసగాథ లరుదె భారతికి
కాడు మేడు కడలులు దాటి గన్నభూపటమునకు
దేశదేశాల మేధావుల వెదికి తెచ్చి
దేశీయవంగడము నంటుకట్టి కొత్తదాని తెచ్చిరి
ఆధునీకరణమన జనహితవు నెంచవలె
ప్రగతి ముసుగులో పరిసరముల విషమునింపి
గర్భస్థ శిశువు కూపిరికట్టు కార్యములు
మేలు సేయవవి జీవజాలము వణికించు
భవ్య భవనాలనగరి నిర్మించు తొందరను
ఈ నేల, ఈ నీరు, ఈ జనులు నీ నుడికె
తొలిపూజ; ఎగిరిపోనీకు, తలపై కురులు
క్రొత్తగాలీ, వెలుగు కొత్త నీరిట రాని
దేశీయ వేరుల పసిమి వాడగరాదు
గొడ్డలికామది కులము పోలియు, పగయె వలదు,
యధోచితముగ, సమయోచితముగ లభించిన
సమస్త సార పదార్థముల తీర్చిన
జాతి వృషభముల పూన్చిన క్రొత్త శకటాల
శుభదినము; శుభముహూర్తము,
శకునముల గమనించి
ముందువెనుకల జూచి, బయలి పయనము సాగి
తన్నాశ్రయించి వచ్చెడు వర్తక శ్రేణులవి
చేరుకొను నిరీక్షలు మజిలీలు(విడుదులను) వేసికొని

వైశ్యవంశ ప్రధాన సుచరిత్రుండునైన
భానుదత్తుడు వినయ గుణ నిధానుండు తా
కుబేర ధనదుని సరిసాటి అతిప్రబుద్ధుడు
ఆఘనుని కుమారుండీ చారుదత్తుండు
ఇష్టవిషయములకామభోగములనువ్యసని
సమృద్ధమైయుండిన సంపదలు వ్యయించి
నష్టపరచిన జనకునివిత్తము తోటలును
ఉన్నతి గనదుమాకీతని సహవాసమున
ఎవరికి తోచినట్లు వారు యోచించుకొని
సార్థపతి తోడచేరగ నొల్లమని యనగ

ఎవ్వరునురారు పరామర్శింపగా నిపుడు
మేలు, అదియుపరోక్ష వరమనుచు భావించి

కోడికూసిన తొలిజాములోన మేల్కాంచి
మరునాడు పయనమారంభించుటకు మొదట
అల్లుని వెన్నంటి యుందుననుచు వెంటనే
సిద్ధమై, శెట్టి సిద్ధార్థుడల్లుని కలిసె
మంచిరోజున విడిదివదలికదలిరంత
మరల బయలుదేరిరి కొత్తదారినిబట్టి

చంపానగరము దాటి యనేకము
జనపద, నద, నదీ తీర ప్రదేశముల
నానాతరు సంతతి కాననము మీరి
పలు పలువిధముల మెకముల దొంగల
బెడదలు గెల్చుచు ముందుకు సాగుచు
పుట్టిన పూరులబంధము కడదాక
మరల జూచె 'రజత వాలుకా,'నది

రెండుతీరముల పులిన స్థలమ్ముల
పూగుత్తులూపి వీడ్కొను తరువుల
సంచరించంచపిండుల జూచుచు
చంపాపురసీమా మేరలు దాటుచు
దుర్గమపుకారడవిని ఎదురుగా రాగా
జాగరూకత నడుగులిడుచుండగా
వనచరులు పైబడిరి ఉన్నయట్లుండియును
అగ్నికీలల పోల్కి పోరాడి గెల్చుచును
ముందొక్కచోట తమ విడిదికై ఆగిరట

తగిలినగాయములు మాయుటకోసమై
ఆకులలములు దెచ్చి తద్రసము పిండుకొని

లేపించి, వారినోదార్చియిట్లనె 'దయయె
ధర్మ మూలమనుటది సత్యాతి సత్యమ్ము
సంగ్రామములు నీకు అవలీలగాదేమి?
తిరిగిచూడని సీమ, తెలియగాలేనట్టి
విషయముల్లేవు గదా! కాడుమేడులు లేవు
నీవు తోడుండగా గర్భసుఖులముమేము
స్పష్టముగ తమ అంతరంగమ్ముల విప్పిరి
విశ్రమించగనిదియె తగిన చక్కనితావు
సమృద్ధ సస్యశ్యామల మనవరతము
పసిడి వన్నియ విలాసము సోయగము చిమ్ము
కలకలలాడేటి ఈ మావి లేతచిగురు
అరవిరిసిన, నోర్దెరచిన దోసెడు పూవుల
గుత్తులు సహజమౌ పుష్పగుచ్ఛములకెరగి
ఝంకారమొనరించు భృంగ సంగీతమ్ము
పలువిధాల మానుల కొమ్మరెమ్మలలోన
ఇలుజేసుకొన్నట్టి కోకిలల చిరుపికముల
గొరువంకల గువ్వల రంగురంగు పిట్టల
చిలుకకౌజులు పావురాలంద మతిఘనము
గుంజారవముల చిలిపిలివాద్య గోష్ఠులను
తన్మయుండాతడు వినుచు వనగాన సుధ

తాళతమాల భూరుహములవృక్షరాసులు
బత్తాయి నారింజ నేరేడు దానిమ్మ
అరటి మొగిలిపూవులవనము సంపెంగవనము
చమరీ, భిల్లీ, కస్తూరి మృగ, సంపదలు
మానిసుల దాక్షిణ్యరహిత పక్షిసంకులము

గాంచి విడిది సేయగ నిదియు తగు స్థానమని
పథము గడచిన శ్రవము, ఆకలియు దప్పికల
నిశ్చింతగా నివారించి మనసలసి పో
దేశ త్యాగపు పరిధికి సంయమము జూపియు

దేవమాతృకలు, నదీమాతృకలు పంట
సలిలమ్ము నిండినతటాకములు కొలనులును
తమ్ముతామే నింపుకొనుతామర తూడులు
కొలనిలో తిరుగుచును కనిపించు కలహంస
యుండ ఉదార వారధి కరుణాకరుడు
చెరువులో దూరి స్నానముచేసి మడిగాను
బిడారముపన్ని వండినది భోజనముగొని
నెమరు వేయుచునుండ్రి పెద్దల అనుభవాలు
దేవుడు కన్దెరచి దయగన బ్రతుకుప్పొంగు
బంగారపు వాగు వరదలై పారి మురియు
టెంకాయ లోపలికి నీరుచేరిన రీతి
విధియలిగెనా! యెల్ల తలక్రిందులును మోడు !
బ్రతుకు తడియారిన చెరువు నెరులను బీటలు
టెంకాయలోని నీరెల్ల ఇగిరి పోగా
లేతకొబ్బరి ఎండి సుక్కు గట్టినయట్లు
దేవుడీయగ వరము, మరచెనా శాపమ్ము

రాత్రుల విశ్రమించి, పగలుపయనించుచును
నాడుకాడులదాటి వంక, వాగు, చెరువుల
కుంటలు గడచీ, ఓరిమితో సాగి మహా
అరణ్యము జొచ్చియు క్రూర మృగమ్ముల వదలి
మహెూత్సాహచిత్తుడు పయనము సాగించుచు

శ్రేష్ఠిచారు దత్యధిక లాభము గడించెను
వనదుర్గములందౌషధ దివ్యమూలికలను
జలధి తీరతటముల చందన తరువులతతి
గలవు ఘనమైన గుహల నానారత్నములు
సాధకునకసాధ్యమ దెయ్యది సాహసికిని
వేసరిల్లిన చోట శయనించి సుఖముగా
మడువులో స్నానించి శుచియై ఇలవేల్పును
గొల్చి, ప్రొద్దున లేచి, అలసటను మాపుకొని
మరల ముందుకు, రమ్య మౌతావు దిశగాను

దట్టమౌ భీమాటవినిదాటి 'శిష్టమాలి'
నదీతీరముల బిడారములుండి, యడవుల
తిరిగి ప్రయోగయోగ్యమౌ అమూల్యమౌ
ఉజ్వల సుగంధ ద్రవ్యమూలికల వెదుకుచు
ముపురు మోయదగుభారము మోయుచు నడచెను
వినతుల పళాసపురమును చేరి దీరి
ఆ వూరి జన నిబిడ మౌసంతలో నమ్మి
గడించిన ద్రవ్యమున కుత్తమోత్తమ సరుకు
జనులు కోరెడు దాని కొనగోరి ఆ వైపు

ఇట వూరి ముందర చెరువున కాల్సేతులు
కడుగుకొని నదిలో దిగి; ఒక అంగడి చెంత
భారమును దింపి కూర్చొనగ సిద్ధార్థసెట్టి
నిష్కారణ ద్వేషు అనిమిత్తబంధు
ఉపకారులు ప్రత్యక్షలు అంతటన
ఆ ప్రోలి గణ్యవర్తకుడు వృషభదాసు
సెట్టిగని ముఖచహరల పరిచయమును బట్టి

"ఎటునుండి వచ్చితిరి? మరలనెటకు పయనము?
చేయుదురు. చంపలోని భానుదత్తశ్రేష్ఠి
శ్రేష్ఠుల మరిదిగారామీరు?" యంచడుగ.

"ఔ నేను ఎరుగుదు రెట్లు మాబంధువులను?"
"భానుపుత్రుని మంగళకర వివాహమందు
అంతటి వైభవపు పెండ్లిని మరింక గానము
తమ రాక మాకెంతో సంబరము పాదముల
పెంచుదీ పేద వాని గుడిసెకు; సహపంక్తి
కూర్చొని భుజియించు భాగ్యమబ్బనీ'యనగ
చారుదత్తుడు వచ్చి వణిజులందరు కలసి
బరువులనొకచో, నునిచి సాంప్రతము నడుగుచు
ఉభయ కుశలోపరి యని భాషింప సుఖమున

వృషభదాస సెట్టిదౌ చక్కని ఇలుడాసి
అక్కరగ వడ్డించు అన్నపానములు గొని
తాంబూలములు మెసవితృప్తిని సేదదీరి
తలయెత్తి వానకాలము జనుదెంచు టెరిగి
తమకోస మొక కొట్టు బాడుగకు తీసికొని
సుగంధ ద్రవ్యాల, ఔషధముల వ్యాపార
మును నడిపి, జాగ్రత్తగ క్రయ విక్రయములందు
నిపుణత చూపుచు వర్షఋతువు గడిపి నారు

వానకాలము వేళను గడించిన అసలును
లాభానికి, చవకధర నూలుతో పాటుగ
విపుల మౌ పత్తి రాసులనుకొని మూటగట్టి

ఎద్దులబళ్ళను అద్దెకు తీసికొని దూది
మూలధనమును పెంచి నూలు సంచులనింపి

వానకాలముగడచి శరదృతువు అడుగిడగ
తల్లిమైదడవి వాత్సల్యమునవొకసారి
దీవించినటు మిత్రవసంతల అమల మౌ
సౌభాగ్యసుధ స్పర్శ మణిదైన విధమునను
ఓడిపోవని పట్టుగట్టిదై పురిగొల్పు

పొరగూరుల విక్రయింపగ తరలినారు.
వృషభదాసును వీడ్కొని మార్గమధ్యమునను
కూడుకొన్నారు వారలటుబోవు సార్థమును
ఆ మహాటవిని ఉదయమున వంటసేయగ

విడిదిలో తాముండ దావానల కీలలు
కాల్చి వేసెనుదూది నింపిన గోతామును
దావాగ్ని జ్వాలలెగిసి మ్రింగి వేసిన వెల్ల
క్షణార్థమున నెడ్లు బండి బొగ్గైపోయె

కడుపుమంట వలె కార్చిచ్చునెడు పిశాచము
పెనుమంటలకు కాలి దగ్ధహస్తుండవగ
కూడి లెక్కలు గట్టి నష్టముగని కొందరు
ఎదలు బాదుకొని రయ్యోయని డీలపడిరి
కీడాయె ! నింకరాలేమనుచు వెనుదిరిగిరి

గోరుచుట్టుపై రోకటి పోటు తప్పనటు
ఎడరుతొడరులు గల్గుట సహజమని యెంచి
విషాదమునకెడమీక దెబ్బలకల్లాడక
తట్టుకో గలవాడె బ్రతికిబట్టకట్టును
కారుచిచ్చిదిమనకు అగ్నిపరీక్షయగు
కీడులవి సాహసికు నలసత్యము లడరగ
వేధించు, దానికేధృతి గుందనేలయని
పునఃప్రయత్నమునకొడంబడ జేయుచును
సోలిపోయిన ఎదల స్థైర్యమ్ము సమకూర్చి
మరుదినమె తరలి దరినున్న పల్లెకును
క్రొత్త బండెద్దులను వెదికి వెలనొసగికొని
వచ్చి బాడుగల సొమ్ముకట్టించె సమ్మతి
పళాసపురాన జేసిన యొడంబడిక గతి

కంజస్థలమనునది యొక సురమ్యదుర్గము
వనశ్రీకి నైవేద్య మిడగోరుదురు సురులు

కుంజరుడు ఆ దుర్గాధిపునికడ సేనాని
జనపదులకప్పములు కానుకలు బొక్కసము
జేర్చుభట తండమున కాతడే నాయకుడు
చారుదత్తుని శీల, సంపదల మహిమగని
మెచ్చుకొని జతలోన దుర్గమునకు సాగిరి
అడవి తావులురాగ రాజనిధి గమనించి
దోచుకొనపైబడె హఠాత్తుగ బోయదళము
రాజసేనాధిపతి కుంజరుడు డీలువడ
బొక్కసము వట్టిదై, సిరిజారుటనుగాంచి
వ్యాపారులను మాట విసరిచారుదత్తుడు
విల్లెత్తుకొనిపోయి బోయలదళమెదిర్చి
శరవృష్టికురిపించి అరిని నిరోధించి
కిరాతులబలమోడగజేసి, తాగెల్చి
తనకుతగిలినబాణముల బాధకురోయుచు
జమ్మిచెట్టుకానుకొని నిశ్శక్తి నిలువగ
సేనాపతి కుంజరుడు పరితాపమొంది ఈ
చారువుని సాహసము దెసనుండి మాకు నీ
విజయమ్ము చేకూరె దూకు కదనములోన
ఇటువంటి మగవార లెవరుంద్రులోకమున
వందించి తనవిడిది గొనిపోయి శుశ్రూష
సేయగా కొన్నాళ్లలో గాయములు మాయ

ఓడిచెదిరిన బోయ లొక్కటై మరల, రా!
చెదరి దిక్కు దిక్కుల పారిన భటావళి
మరల నొక్కటిజేసి కత్తికటారులబట్టి
జింకల కాకుల గూల్ప వెనుదీయ బోనని

కోపాననసిదూసి సింహమటులంఘించి
హస్త తలమునుండి, యష్టిముష్టి ప్రహారము
లాది నానా వరుసల సన్నద్ధుడైపోరి
చారుదత్తుడు మరల పై చేయి సాధింప
మేరు పర్వతమితని బల ధైర్యములటంచు
వెన్నిచ్చి పరతెంచి రా యడవి నివాసులు
బెదరికొందరు వీరు చారుకాళ్ళకు మ్రొక్క
చారు వీరుడు వారికభయ దానమొసంగె
ఓటమిని దప్పించి, విజయమ్ము గామార్చి
మెరసిన చారుదత్తునతుల శౌర్యము గాంచి
కంజస్థల దుర్గయోధులు కుంజరుసహితము
"పోరిగెల్చిన వాడు ఏకాంగ వీరుండు
ఈతడే యాపదల మమ్మాదు కొనినట్టా
సవ్యసాచి, ఈతడు సన్మిత్రు దుదాత్తవరుడు"
యని వారు కొనియాడి నాయకుడు మేలనగ

శుభలక్షణాలంకృతు సురూపుగని యితడు
ఘనుడైన మహాపురుషుడై యుండగ నోపు
తనరాజ్యమందర్ధ భాగమ్మునిత్తునని
తనకూతునర్పించి పెళ్ళిచేసెదననుచు
ఆనంద భేరీ మ్రోయించె సంభ్రమాన
కంజస్థ దుర్గాధిపతి సంతోషపడెననుచు
చారుదత్తుడు దుర్గపాలకుని మన్నించి
అవినయమని యెన్నబోకుడు నా మనవి విని
అవివాహితుడ గాను, నే నొల్ల బహుసతుల
మన్నించుడీ రాజ్యమేలువాంఛయులేదు

పయనము కొనసాగుటకు సమ్మతి, తాంబూల
మిందునాకదిచాలు, చాల్చాలు వలదేది
ఈదొడ్డతనమేమి? తలయూచి ఆరేడు
ఉడుగరల నర్పించి వీడ్కొనె వినయమున

ధనువుశరములు వలదు, ఉండనీయుడిదెల్ల
మరల నెత్తురు కురవ మేరయుంచినమేలు
కత్తి కఠారి, అమ్ముల పొది కాయముపై నుండ
తీవ్రమగులాలసత జనించు, అస్త్రమును వదల
రణరంగము పసిమి ఆరనెలేదు
మరలసేయగనేల భువిని మాంసపుముద్ద
అక్కరల సుఖోష్ణమునకు తడియారుగాక
యుద్ధముల సద్దువిని వణుకుచున్నది భూమి
దురాశలణచియుంచుటే తగిన ఔషధము
పాటుపడకనె కోరుదురు భోగములు వలె ననుచు

కాయకమె చాలనుట అదియె పెనురోగమ్ము
చెమటచుక్కకు తృప్తిగను ధాత్రిపరాగము
కుంజరుని వీడ్కొని తనవారితో చేరి
కూర్చొని, అందరును, విడిదిలో కలుసుకొని
తనతోడ వచ్చిన పెనుదెబ్బల తలచుకొని
నిట్టూర్పువదలుతూ నిరాశను పడిక్రుంగి
"ఏమిచేసినగాని ఎటుపోయినా వేటు
ధాటిగా పడుచుండె ఎదతూటులవుచుండె
కొన్న వస్తువులెల్ల అట దగ్ధమై ఇచట

వ్యర్థమౌచుండగా దొంగల బెడదలొకట
అగ్నిశాపపు తాపమొక్కడ, ఎన్ని
గాయాలు, దమ్మిడీ చూచుటకు మరల మరి
ఇంత నొచ్చియు కూడ బ్రతికి వస్తిమదెట్లొ
జీవమున్నను మరల పొందగా గలుగునా?
గాయములపై వాత లిడ తాళ జాలమిక
పడినపాటులుచాలు విడుము వెనుతిరిగెదము"
మిత్రులందరు చేరి యొక్కగొంతైపలుక
చకిత చారువునింపె నామ్లజనకమ్ముతో
ఎట్టి మాటిది సఖులారా ఇట్టి సమయమున
కొండనుండి కొండకు నెగురుచు అడవినుండి
అడవికి పరుగిడుచు నొచ్చెననెనే సింహము?
ఉగ్రరాహువు చేజిక్కుటకు బెదరి రవియు
నిప్పులో కాల్చిరని మరుగుకాగలడేమి
నొచ్చి చందన తరువు దుర్వాసన వేయనే
నరుని సాహసవీథి అడ్డంకులెన్నున్న
కలవరపడి వెనకకు మరలునా నిరాశగా
నచ్చిమెచ్చిన ప్రజవట్టి చేతుల పోదురె?
"ప్రారబ్ధస్యాంత గమనం మహాపురుషస్య
లక్షణం" సామెతకు సమ్మతించి నిలువుడు !
రావలిసినదదియేదొ రానిండు యొకసారి
రాదగినదే దొకపరిరానిండు బ్రతుకున

లలాట లిఖితమును సానబెట్టి గనరండు
బాచి ఉలి, గొడ్డలి మచ్చు, రంపము, చానల
ఆయుధాల్గావు శుభజీవనసాధనములు

తడబడుచు బెదురుటా? ఒక రెండు దెబ్బలకె?
మరలిరి కొందరుమిగిలిరి, లోన కసిపెరిగి
అంతింతొ మిగిలిన తమదళముల గూర్చుకొని
కొండల వరుసను దట్టమౌగుహలనుదూరి
సర్పదంష్ట్రలుగాక తేలు నెళ్లనితేళ్ళు,
మండ్రగప్పలు, పులియెలుగు చిరతలకందక
పరీక్షించి రత్నాది వెలరాళ్ళ వెదుకుచు
అనర్ఘ్యమపూర్వములగువాని నేరుకొని
చక్కని సొరకాయ బుర్రలో కుక్కుకొని
మంచిధరలకు సరుకులమ్ముకొన, రా! నపుడు
దరిద్రుడు సంద్రాన కాల్మోప అరికాలు
కూడ తడవదను సామెత నిజము సేయగా
శబరులు పైబడి కొల్లగొట్టిరి వజ్రముల
అమూల్య రత్నముల నింపుకొని సొరబుర్ర
పెనుగులాటల, కేకలతెగిపోయి పడిపోగ
ఘన విపినాంతరమున ఆ వనేచరులెల్ల
వణిజుల వద్ద నున్న పసిడి దొంగిలి పార...

వ్యాపార సాపారములు పాడుకానిండు
ప్రాణమున్నచాలని హఠాత్తుగ పైబడిన
బోయసేనలనుండి తప్పుకొని పరుగిడిరి
జతనున్న వణిజులందరు; చారుదత్తుండు
భీతి చెందక నిల్చి చేత ధనువును పట్టి
నిషాదుల గుంపులను బాణముల నోడించి
తానపుడు మరల మలయగిరిపైకి జేరుకొని
నిబిడ గుహ గహ్వరంబులను దాన అమూల్య

మణుల మాణిక్యాల రవ్వల నేరి కొనుచు
ముందుకడుగులు వేయునాత్రుతనటనున్న
పులిగర్జింప భీతిలక తాకొనసాగెను
సిద్ధార్థశెట్టికి పోయిన ప్రాణము మరలవచ్చినరీతి
ప్రియంగు పట్టణమది ప్రసిద్ధవేలాపురి
మరుభూమిలో దాగి చలి చెలమలున్నట్లు
ప్రియంగ పట్టణము ప్రియులకే ప్రియమైనది
వణిజపతి వాసుదత్తుపట్టణశెట్టియట
భానుదత్తునకతడు చిననాటి స్నేహితుడు
జలయాత్ర నిపుణమతి ఆయాతనిర్యాత
వహివాటులందతని కతడొక్కడే సాటి
యానముల పాత్ర పరిచారకుడు సురేంద్రదత్తుడు
చారుదత్తుని మరియు సిద్ధార్థశెట్టికై
వైళమనేతెంచి ఎదురుగొనె నచ్చేరువన

ఇంటికి గొనిపోయె మిగుల సంతసము మీర
మజ్జన భోజనాలకు పిలిచి ఆ మీద విరమింప
అతిథులను చక్కగా తృప్తిపడగాజేసె
భానుదత్తుడు దీక్ష క్షముడౌట నాలించి
రిచ్చవడె చారుదత్త వసంతల గాథల
ధనము నార్జించుటకే వణిజుల రాకయని
తత్కథాక్రమమెల్ల వినివాసుదత్తుండు
మదనపడి సిద్ధార్థసెట్టి కిట్లనెనతడు
"నేగడించిన ధనముగలదు కొనిలాభపడి
చంపకు మరలిపోయి ఓదార్చుడు దేవిల"
నవ్విపలికెను సిద్ధార్థుడు నాయిడిన ధనకనక

ముల వలదన్న అభిమానధనుడీ అల్లుడు చారు
వసంత ఇచ్చు ధనమొల్లక 'చంప'ను వదిలె
నతడు నీవిచ్చు బంగారు సరుకుల గొనునా?
చారువు శీల సంపన్నత విజిగీషతను
శ్లాఘించి ఎట్టిసేవకు సాయమునకైన
తాసిద్ధమనెనతడు. వనధియాత్రకు
సహాయకుల ఏర్పరచవలెనని కోరగా
ద్వీప, దిక్కుల నెరిగి నావనడిపెడు కళను
మేధావుల వెదికి అసత్యము, వంచన లేక
కాపుండు బంటుల సమకూర్చి శుభయాన
మాశించి, చారుప్రౌఢుని ఘనకుశలతను ప్రశంసింప
పరిహరింపనో నేమేమొ నోదమున
పడవ సిబ్బంది జాగ్రత్తగా పడవనడుపుచుండగా,

అలల ఆట బహుసుందరము
ఆర్ణవ వీచీ దేసియు ఘనము
పొడమెడు అల పరుగిడుఅల
త్రోసెడు అల జారెడు అల
చూడగ చూడగ బయలయ్యెడు అల
కళ్ళకెల్లెడలను అల
క్షణమగ పడుతూ క్షణము జరుగుచూ
వాఃకణముల సిరిని చిమ్ముతూ
జలకన్నియ జలవలువకు
పలు కుచ్చెళులా బలుచెలువములా
కడలి లోతునకు కడలి రాసులకు
జలచరముల చలనము లాటల
జుం, జుంమ్మనగ మైమది తొణకగ

నడి మధ్యాహ్నపు రవికిరణములకు
నీటి అద్దముల థళ థళ మెరుపుల
అమవస వేళల – భీతిగొలుపగ
సిరివెన్నెలలే ధరణికి దిగిరా
సముద్రమయ్యెను క్షీర సముద్రము
నీడకునూ తచ్చాటలు తప్పవు
చూడడమా ఇది చదవడమా
సముద్రమే ఒక పెద్ద పుస్తకము
ముగింపునెరుగని దిగంతవారి
జలధి సవాలును విసిరేవైఖరి
అనుభవముల కరుణించే నీరము
నీరంటే జనులకు భయం
నీటి వలననే పొందిరి విజయం

చారువసంతం
ఉన్ముఖ కాండ **239**
సార్థవాహుడు

ఒక్క ద్వీపమునందు కొన్నదాని మరొక
అంతరీపమునందు అమ్మిరట్టివారలు
కలశపురి గజద్వీపము కటహాము, లంకా
అశోక, సింహళ పాండు చేరమ బర్బరలు
మొదలైన తెలిసిన పూర్వాపర ద్వీపములు
సముద్రోపకంఠజనముల నిబిడ సాధ్యములు
దూరి పన్నెండేళ్ళ పరివర్తనకు మునుపు
ముప్పై రెండు కోట్ల ద్రవ్యము నెరపగ
పూనిన పూన్కి నిభాయించి గురిని చేరెను
పారసగొళమనుబందరు వచ్చి పరిభావించెను

ఆ మొత్తమునకు సరకులకొని నావనింపి
జన్మభూమికి కొనిరా ! రిమ్మడిగ యానుచు
తండ్రిపొందిన పదవి బహుగొప్పదని తలచి
రాజశ్రేష్ఠుని రత్నపతకమ్ముధరించుచు
ఒడ్డోలగంబున విరాజిల్లెదనియనుచు
తల్లిని తన ఇర్వురి యిల్లాండ్ర తలచుకొని
నావికుల నొప్పించి తమ ఓడవిడిపింప
వరవస్తువులు గలయా మహీతలమ్ములను
క్రొత్త కాదు నాడులు, కుంటల నెట్లొ తెమలి
ఎన్నెన్నో ద్వీప ఖండాంతరములను తిరిగి
పర్వతమ్ములనెక్కి వెదుకుచును తిరుగాడి
కనివిని యెఱగని దూరదేశాలను చుట్టి
సురభియు సునసార, కాశ్మీర, మృగమదాది
అపూర్వ వస్తువులను సేకరించుచు వచ్చి
ఉదయాన మినిమయ సరకుల ధర గమనించి

అవసరమ్మున కిబ్బడి, ముబ్బడి నాల్బడిగ
ఎచ్చట దొరుకుననుటెరిగి బయలుసీమలను
అమ్ముచు, తెప్పించుచు ఇచ్చుచు తిరుగుచుండ
పుట్టింటిదారిలో ముళ్ళు రాళ్ళును లేవు
సత్యము ఉత్సాహతరంగాల తేలిరా
విధియు కష్టకార్పణ్యాల వాననుగురియ
అడుగులన్నతి భీతి, యుద్వేగమునదాటి
ఎదవణుకు నిలుచువరకును రౌరవనరకము

గ్రామనగరముల, పట్టణ, గిరిసీమ లాది
పురముల ద్రోణా ముఖమును దాటి రాగాను,
పది జన్మలొక సారె ఎత్తి వచ్చిన రీతి
లోకములు శోకములు నెల్లతా పొందినటు
అబ్బబ్బ అమ్మమ్మో, అయ్యయ్యొ వద్దొద్దు,
చాలు నయ్యాచాలు, లోభలాభర్జనలు
జీవితముకుదువబెట్టు ఇట్టి కుక్కలపాడు
“దాక్షిణ్యపంతిపురి కన్న వింగడపు గుడి
లెస్సను” లోకముచుట్టిన సామెత సత్యము
అనిపించుటది సహజాతి సహజమ్ము
ధైర్యమే సంసార సారోదయుని స్వభావము

✤

పగటివేషాల
కాలభైరవుడు

చారువసంతం
242 ఉద్యోగ కాండ
పగటివేషాల కాలభైరవుడు

కష్టముల పంతాల కత్తిమెరయునటు నూరి
పిసికి నాది పదనుదేరిన మనోబలమున
ముప్పదారుకోట్ల సొమ్ముగడించి, (ఐదారేళ్ళలో)
అత్యద్భుతమని అచ్చెరువు కల్గించుతీరున
పొందిన సొమ్ముకు నూరంతలు
లాభమిచ్చు సరకులతో
ఖరీదించి నింపి పడవనెక్కి కులుకుతూ
అపార పారావారపు వైశాల్యము గని
తలయూచుచు అబ్బురమున సాగివస్తూంటె

ప్రళయ విలయపవనము తాకి, చుట్టి
కడలి కనలి, పోక, నారికేళ మానులెత్తుగ
ప్రచండ మౌ అలలు లేచి అప్పళిస్తుంటే
ఎగిరెగిరి గర్జిస్తూ ఘూర్ణిస్తూ మసగ
పడవూగి బిగించి కట్టిన తాడు వదులై

కూప స్తంభమువిరిగి నావగిఱ్ఱున తిరిగి
కీళ్ళన్ని సడలగా తెరచాప చిరుగగా
పడవజనులు నిట్టూర్చి భయమున కంపించి
ఎదకొట్టుకొని నోర్దెరిచి పడి పొరలుచు
నావ జలధిని మునుగు సమయము సమీపింప

సహచరులందరు వణుకుచు గడగడ, భయమున
తమయూరు, తమయిల్లు తమ తల్లి దండ్రులను
పెళ్ళాము బిడ్డలను తలచుకొని విలపిస్తు
ఇలవేల్పు ఊర్వేల్పు రాష్ట్రముల వేలుపుల
నామజపములు జేసి మ్రొక్కులెన్నో మ్రొక్కి
ప్రతికూలత గల విధిని దిట్టుచు తపించుచు
ఏనావికునికీ వల దిట్టి చారుదత్తు
యమునిచారుండితడు మనకు వచ్చెను కుత్తు
చారుదత్తుని నమ్మి తెలియకేతెంచితిమి
నొచ్చితిమి విచ్చితిమి చచ్చితిమని కొందరు
చావనిర్ధరించి సిద్ధార్థు దుగ్రకడలిని
దూకుటకు సిద్ధపడ గని ఇదేమని యాపి
రక్షక ఫలకలరెండు వేగమె గొనితెచ్చి
మాయయు తానును ఆరెంటిపైనికినెక్క
అంతలో నావ నావికులతో మునుగంగ
వారందరిని కాచు సామర్థ్యముండమిని
తన అసహాయతకు, తానె చింతించుచు
మరిమరి అతిశయముగ ఏడ్చి సద్గతి కోరి
కఠినమౌ జలమార్గము దాట గాలి, వాన
చలి, యుడుకుల, బెదరక నిలిచి, సాహసత
పగలురాత్రుల లెక్క సేయక, మునిగి లేచి

నీరుదారులలోన తేలజేయుసాధన
పూరినోలు నెక్కితిమిలక్ష్యమును చేరుకొన
బహురూపియౌ కాలభైరవుడు నటచేరి
జలరూపమున విలయ నర్తనము చేయగా
జలయాత్రిది జలసమాధి వలెనుండగా
అంత్యయమున నిదేమియిట్లాయెననియెంచి
మరగి నీట కరిగిపోయిరి నీటలో నీరై

ఘనుడైన ధనికుడై 'చంపా'ను చేరగా
ఆశాసౌధములన్నియు కూలిపోవగా
మామ సిద్ధార్థునియీ సహన మారిపోవగా
ఎట్టిపాపికి కూడ వలదిట్టి యల్లుండు
నినునమ్మియున్నతిని గన్నవారెవ్వారు?
తండ్రితొలగిపోయి దీక్ష చేబట్టాడు
తల్లి తానైనదిట వీథి సన్యాసినిగ
పతివిరహమున కుందె పత్నితాపేదయై
అత్తమామలకింక పట్టగలదానిద్ర?
ఎట్టిపాపికివద్దు ఈలాటి అల్లుండు
వచ్చెనిప్పుడు చూడు జీవితపు తుదిమజిలి
బ్రతికినా ఒకవేళ రాలేను దారిద్ర్య
కరటమ్ము చేబట్టి "భవతి భిక్షాందేహి"
అనుచు రాలేను నేను తిరిపెమునెత్తంగ

ప్రేతములునర్తించు మంకుముఖమున జూప
అడుగడుచు నా చచ్చి నరకమనుభవింపగ
ఉండగా వలెనేమి అంతకాలము వరకు
ఇచటనే గాంతునే నంత్య సంస్కారమును

చితికి నిప్పును బెట్ట నీవుంటి వల్లుడా
క్రొత్త సామెతబుట్టె అల్లుడన గిల్లుడని
అనుభవించిన బాధ కటువుగా పల్కించె

చారుడేమి కోర్కెలారినయతి శ్రేష్ఠుడా?
తనసంగడీలైవచ్చిన వారి వేదనకు
మాటలాడినతనదుపదునైన పల్కులకు
తానెకారణమనుచువెతనందికుములుచూ
ధైర్యము విడక తీవ్రనిరాశకు గురికాక
మామతోపాటుగా కూపస్తంభము నెక్కి
చూచుచునుండగానె నావ మునిగిపోయెను
సంసార సాగరమునకు సారము వస్తువు
పారమెరుగని సాగరమున చేరుకొన్నవి
జలధిలోన చిక్కిన ఫలకమును బట్టుకొని
ఫక్కున తల్లిని కౌగిలించుకొను శిశువన

ద్రవ్యమార్జన పూర్తిగా జారిపోవగా
చాల అలసట బ్రతుకును పిండి పిప్పి సేయ
నావకధిపతి విముఖత్వమును జూపకుండ
సుముఖుడైయుండ మేలుగ గాంచవచ్చునని
పౌరుషమ్మేసర్వస్వమనుమాట పొల్లు
సమయోచితమ్మగు ప్రావీణ్యముండగావలె
చాకచక్యతకు తపోనిధి యనుచుపిలుతురు
వారిధికిగల స్థిరగాంభీర్యము అనన్యము
నిండుకడవ కడలి నడతకుదారిదివ్వెగ
మదిని గైకొనివిగతమౌవిషాదభావము
పైకిలేచొచ్చినట్లు కొండల వరుసలును

చారువసంతం
246 ఉద్యోగ కాండ

అలలు విసురుగతాకి జలచరము లెగిరిపడ
అకలంకుడు విసిరిన బ్రతుకుభానుండతడు

సూర్యుని తాపమును వదలిపోయి, క్రుంగిన
చందమామ రాకకు శక్తిని నింపుకొనుచు
బవలు రేయిల గడిపెను దుఃఖమందెట్లో
తొడగనట్లు వదలక పట్టుకొని తొడిగించి
ఫలకమెటు సాగునో విధిచిత్త మదియెన్న
కొనసాగ సేయుటే అంతదూరము వరకు
వెనుదిరిగి వచ్చు, మరి, ముందుకే సాగునది
కడలి తరగల జలలీల వలె నూగులాడు
మూడురాత్రులు గడచె చందమామయెసాక్షి
తెరచాప పడవొకటి కూడకన పడదాయె!
ఏ యొక్క తీరమ్ము కనులకగపడదాయె!
ఎదురు దెబ్బలకు చైతన్యముడుగనెలేదు
ముందుగతియనుటేమొ తెలిసిరానేలేదు

దైవమును నమ్మితామిర్వురును తరలిరిట
అద్వైతమందు వెడలిన కొయ్య పలకలవి!
ద్వైతమార్గముబట్టి విడిపోయి దవ్వైరి
మా మా అల్లుళ్ళ నడుమ అజగజాంతరమయ్యె
చారుదత్తుని పలకయొక్కటె నడుగడ్డకు
చేర, మిగిలెనాద్వీపమున గాలినిదినుచు
అపురూపమగు చిరులంకలు యతిస్థానముగ
చెట్లు చేమలనున్న పళ్ళుకాయల మెసవి
మారుత మనుకూలించు నెడల ఫలకము నెక్కి
తరలె తరగలపైన రవ్వంత ధృతి సెడక

చారువసంతం

అలల వెల్లెట్లు విసిరెనట్లె దళమటుతేలి
నీటిత్రోవలబట్టి సూటిగా పో నెరిగి
గాలి త్రోసిన దిశకు వాలితా, వచ్చిదిగె
ఉదుంబరావతి యను రేవుపట్టణమున

ఉదుంబరావతి కడలి తీరపు నగరమ్ము
అంబరావతి యనగ పేరైన పట్టణము (ప్రోలయు)
అచటిజనసమూహమున కాశ్చర్యమొదవగ
తండతండాలుగా చేరుకొనిరచ్చటికి
నీరుక్రుళ్ళి కంపుగొట్టుచు తేలిశవములు
ప్రతినిత్యమటగాంచుటలవాటు వారలకు
శవముపైనున్న నగలపహరింపగజూచు
వృత్తిగా జీవించు తేలికజీవులకును
చారుబ్రతికి వచ్చుటది చాల చోద్యముగ
ముల్లోకములుగన్న తెరగువింతగదోచె

మూడుదినములవెన్క వచ్చిరిట మీవలెనె
ఎన్నెన్నో గండాలు దాటి వచ్చిన రీతి
చంపాపుర భానుసెట్టి మరిదియట తాను
ఊరి జనులాడుకొను మాటలకు ముదమంది
మిత్రావతి తండ్రికి ఆపదలు తొలగెనని
మామ ప్రాణాలతో మిగిలి యుండుట నెరిగి
అంబరావతి యొడికి చేరుకొన్నందులకు
మురియుచు బెల్లమున తేనెకలిపినయట్లు
"ఎందుగలరా మొన్న వచ్చిన వైశ్యులిపుడు
వారుమామాములు సిదార్థ శ్రేష్ఠిగారు
బ్రతికి యున్నారనెడుశుభవార్త పండుగయ"

ఇచట నిలువక సాగె సింధు విషయమ్మునకు
శంబరి గ్రామానికి. తమబావద్రవ్యమట
పదహారు కోట్లున్న వచ్చోట యనిదెలిసి

అంబరావతియందు నొక్కచైత్యాలయము
నిర్మించిన భానుసెట్టి సుతుండు చారువే
ఇటురాగ దాన శాలాప్రతి పాలకుండు
పరుగిడుచునేతెంచి మ్రొక్కుచు విన్నవించె
సిద్ధార్థస్వామి ఇందుండక తరలెను
శంబరి గ్రామానికి, మీరైన నిలుడిందు
మీ అయ్య శ్రమించిన చైత్యాలయమియ్యది
సాహసపురుషులు మీరు గర్వమయ్యెడు సూ"
యొప్పినాల్గుదినాలు అటనిలిచె పదిలముగ

నాడు బీడనకుండ అప్పుతా జేసినది
సారోద్ధారంపు కార్యబాహుళ్యమును
గురియుంచి చారుదత్తుడు పరిభావించెను
కష్టాల కాలమున తనవారెంత నొచ్చిన
విడకుండనంతంత సాహసము పూనెదరు
సత్పురుషులు పట్టిన నోమునెన్నడు విడురు
నన్ను సాహసపురుషుడంచిట్లు పలుకంగ
వినినంత నమృతమును పుక్కిలించినరీతి
తలిదండ్రుల, బంధుజనుల నిండుదీవెనలు
భార్యలు పూనిన సుదీర్ఘ వ్రతముల ముడుపులు"
మనసువిప్పిచెప్పెను మెచ్చు కోలును వినుచు
తనతండ్రి యౌదార్యమిక్కడికి వ్యాపించి
వెలుగుచుండుటనెరిగి, చాలా ఆనందించి

ఇటచారుడీ అంబరావతిని యుండగా
అటను సిద్ధార్థుండు సింధు విషయముదాటి
శంబరిగ్రామాన విడిదిలో తానుండి
విషణ్ణ మనస్కుడై బహుబాధపడుచుండ

అల్లుడే మయ్యెనో ఉండెనో, పండెనో
చలిగాలి వానలకు కడలి తీరముచేరి
జలచరమ్ములకు నాహారమయ్యెనొ? యనుచు
ఈ ఇట్టి దుర్మరణమ్ముపట్టెనీ సాహసికి
ఎట్టి వైధవ్యమ్ము చుట్టె మిత్రావతిని
సుఖమనుటె కరవాయె దుర్దైవితనసుతకు
పెళ్ళికిమునుపు పొందినదె భాగ్యముబిడ్డకు
వివాహమంగళ సంబరము ముగియుటే తడవు
కాచియున్న కష్టములెగబడిపడుటాయె
గాయముపైననే వాతపెట్టినట్లాయె

ఎట్లుపోగలనిప్డు చంపాపురిగీమునకు
అల్లుడెక్కడయంచు నడుగుచో ఏమి గతి?
కన్నకూతురు సౌభాగ్యము జారెనందునె యిపుడు
పొర్లిన కాలుతానె మరల పొర్లుచు నుండె
గోరుచుట్టపైనే కదారోకటి పోటు
వియ్యపురాలు దేవిల ఎటుతట్టుకొనునో?
నేనె దైవాధీనుడనై అల్లుండు బ్రతుకుచో
తనయజీవితము బంగారుమై ప్రాణమలరు
దేవిలకు నిలునిండి తొణికి నవ్వులు మరలు
గతవైభవమ్మది మరుపుట్టు పొందుచుండె
పత్ని సుమిత్రదె వాసి, తొందరగ బయటపడి
గెలిచినది ముత్తైదువ చావుతాబడసి !
తాళజాలని వేదనను కళవళించితిని
చారుదైవాంశ పురుషుడు బ్రతికి రావచ్చును
రాకుండవుండునే? మిత్ర ఈ ఓలెభాగ్యను?
మ్రొక్కుకొంటున్నాను తిరిగి రాగా చారు!
వారము దాక దారినికాచి వేచియుండి
దారి గానక సిద్ధార్థుడు తరలిపోయెను
ఇటు చారుడేమొ అంబరావతి వదలె
శంబరపల్లిని జొచ్చి సింధునాడును
పాతఫలకల ధనదత్తు సెట్టి వరేణ్యుని
గాంచి మజ్జన భోజనములుభయకుశలముల
తన మామ సిద్ధార్థశెట్టి గారి సేమపు
సువార్తను చక్కగా గమనించి ప్రియమార.

జలయాత్ర వ్యవహారముల లాభమార్జించె
తిరిగి వచ్చేటపుడు నావ ఛిద్రముకాగ

చారువసంతం

ఉన్ముఖ కాండ **251**

రక్షక ఫలకముబట్టి తీరమును చేరుటను
ఇట్లు వృత్తాంతమ్ము వివరించి మీమామ
చారు మునిగెనా తేలెనా ఏమో ఎట్లొ
ఏడుదినములు గడచినా నీటతేలనె లేదు
ఎట్లుండెనోఏమొ వార్తవిన పడలేదు
అనుచు మీ మామయ్య బహుదుఃఖితుడయ్యె
దైవ బల, మనోబలముల, చారు జీవించు
సజీవుడైవచ్చునని తపియించి కోరి
నిన్ననే వెళ్ళాడు అంగభూమికి శెట్టి
మీబావ భాగమౌ పదహారుకోట్లెన్న
సొమ్మునాకడగలదు మీకోసమై వేచి
మీ సొమ్ములేయెల్ల కొనిపొందు మీరనగ
అదియెల్ల భానుసుతుడు చారుని చేరవలె !
అని పలికి సొమ్మునిరాకరించి తుదినెట్లొ
ఒప్పించి పంపితిని ఎన్మిది కోట్లనిచ్చి
మిగిలిన వెనిమిది కోట్లున్న మీ పాలుసుమి!
స్వీకరించండి నా బరువు తేలికగాగ
చారుదత్తుని మదియు గూడాయె నెమ్మదికి
ప్రాణాలతో యుండి మామ 'చంప'కుపో !
మేలాయెలెండు నన్నీమామ రక్షణను
తల్లియును భార్యలును సుఖముగా మనియెదరు?
కొనసాగింతునిట నా అదృష్ట పరీక్షల
నాతండ్రి పుణ్యాన వచ్చిమిగిలినెన్మిది
కోట్ల హొన్నుల తాకెడు ధూర్తుడ నేగాను
జనకు నాస్తి స్త్రీ వ్యసనమున వ్యయింప తగదు
మళ్ళీ అయ్య దిశనుండి వచ్చినది వద్దు

అపారమౌ విత్తము తండ్రిభానునిపేర
ఆహారమభయము భైషజ్య శాస్త్రవిధియు
జరగవలె నిరంతరమిది నాదుసమ్మతిని
దీవించు మా అయ్యపైలోకములనుండి
లోభరహితుడు ధనదత్త శెట్టి నొప్పించి
దానములు నడుపుటకు సొమ్ము నిలవుంచెనట

చారుదత్తునికిరులు నిద్రాదేవి అలుగగ
పాన్పుపై పండియు అటునిటు పొరలుచు లేచి
గడచిన వ్యథాభరితకథను విశ్లేషించె
ఎన్నెన్ని కష్టాల ధనము కూడ బెట్టియు
అది యెల్ల శూన్యముగ జేసివిధాత నవ్వ
ఆయాసపడక మరల భుజము చరచుకొనుచు
ప్రాణముందుదాక సాహసికి విరామనూ
కన్నతలిదండ్రులకు మరల పొందిన సతికి
నెమ్మదిజీవితాన ద్వేషమ్మునింపితిని
వారి పాటుల నిపుడు అనుభవించు సహించు
అనగవిధి యొసంగిన శిక్ష ఇది గానోపు
మరు మాట కెడమీక దృఢ నిశ్చయతనిలిచె

ఊరుశంబర పల్లి దానశూరుండచట
కొన్నాళ్ళు లటనిల్చి విశ్రమించెడు నపుడు,
చారుదత్తుని యుదాత్త చిత్తవృత్తులవారు
మాహాత్మ్యమును సాహస పౌరుషమున నెవరు
సాటియెవరున్నారు అతడుగాక యితరులు
ఇరుగుపొరుగులవారు సరిలేదనుచుపొగడ
చారుదత్తుని గ్రామదేవత తెలుసుకొనగ

చారువసంతం
ఉన్ముఖ కాండ 253

పరోపకృతుల వీరప్రభువు పరీక్షింపగ
ధనవంతుని గుణవంతుని త్యాగసుబుద్ధిని
ప్రత్యేకముగ చూడగ వచ్చి ఊరిగుడిని
ఎదురుగానున్న ఇంటి ముంగిటనుమంచాన
దానప్రభు విక్రమాదిత్యురూపు దాల్చగ
పడిపడి పొరులుచు నొప్పితో కడు నొచ్చినటు
నటన సూపుచు అయ్యో అమ్మాయని వొరలుచు
బయట దారులవీధుల నిల్చి గోడువెట్ట
భృత్యులపరివారముల ఘోరముపుట్టింప
వీరపాండ్యుడటంచు దాసునకు పేరుంచి..

ఎప్పటియట్ల చారు డలవాటుగా గుడికి
ఉదయస్నానము జేసి మడిగట్టి భక్తిగా
పూజాసామగ్రిగొని వచ్చుచుండ నిటకు
అర్థద్ బింబావ లోకనాసక్తి చిత్తు
డాలించె నా బాధ వణిక్కులాధిపుడెస
పెద్దగళమున ఆపదల నుండి పిలిచినటు
గోడు పోసుకొని బొబ్బలిడు దాసుని గాంచి
"అయ్యా గోలనిటులేల పెట్టెదరుమీరు
ఎట్లు పోగొట్టు కొనుటెట్లు ఈ గతుల, మా వెతల
తెలియజెప్పుమన్న రోగమదెవరికన్న."

గోడు నాపి పలికెను వీరపాండ్యుడప్పుడు
"అయ్య మీరెరిగి తీర్చునదికాదు వినుండు
దయసేయుడు మీ పాటుమీయది" అని పల్కె
"అట్టి దుండని, ఇట్టి దేమని
పలుకుదేమి?" అదటుటుండని

చారుదత్తుడు మరల ప్రశ్నించె 'ఇతడెవరు?'
ఇతడురు తేజోనిధి శయ్యపై నున్నాడు
శ్రీరూపవంశప్రభు విశద కీర్తియుతుడు
విక్రమాంకుడు భూచక్ర దారిద్ర్యవజ్రము
దాతలకు రేడు మహాత్ముడు చింతామణియు
మేరుస్థిరుడిట గతరాత్రినుండి నొప్పితో
పెద్దదౌవేదనకు వణకు పోర్లాడె
ఆయాసమునకుంది పెనురుజకుబడలి"
ఎంతపెద్దరుజకైన ఔషధమ్ముండులే
వైద్యునికి చూపించి, ఔషధము కొన్నార?
అట్టిట్టి జడ్డు జాడ్యము కాదు గహనమిది
వ్యాధికి మానసుల కుడివైపుగల ఎముకను
కత్తిరించి తెచ్చిదానితో ఆవిరినీయ
రోగము పెరుగక, నాగు తనకుతానే తగ్గు
చుట్టు పరివారమెల్లరు మాతో జొన్నల
పాళిని చేబట్టి రాజ ఋణమును దీర్చగా
సిద్ధము! తనువులోని ఒకవైపు చీల్చుచో
ఎటుబ్రదుకుటను భయము వదలి వారెల్లరును
అయిన నీరేడు మాలో నొకడుజచ్చిరను
వార్తవినజాలు తాబ్రదుక లేమనిరి
ముందునుయ్యివెనుక గొయ్యి అనునట్లు రోసి
చత్తురను భయమునను ఇటు రారదేనరులు

"ఎంతకాలము బ్రదికిననునైన ఈభాగ్య
మందునా మరల జీవము నిల్పు భాగ్యమ్ము
కుడివైపు ఎముకలను నేనిత్తు స్థిరముగా
దేవదేవుడు బసదిరేనికి మ్రొక్కివచ్చెదను

దేవాలయము సొచ్చి మూడుచుట్లను తిరిగి
భక్తి భరమున స్తుతిజేసి పూజముగియించి
పరోపకారపు తొలి అవకాశమునకు పొంగి
వేడిన నొసంగి, వేధింప తరుము వీరుడు
వరవైశ్యుడేతెంచి సాయమడుగకనిల్చి
వీరపాండ్యుని చేతిఛురికనుకోరుకొనె
తనదు కుడివైపు ఎముక ఛక్కున కోసిచ్చె
బలబలమని నెత్తురు జార, నొచ్చితి ననదు
వాడని మొగమున మౌనంగా దానినెత్తి
విక్రమాదిత్యు చేతులనుంచి వెలువడెను
దేవళముముందు సాష్టాంగపడి మూర్ఛిలెను
ఆరీతి కన్నులర విచ్చి పడియుండగా
విక్రమాంకుడు తనదు బాధమాయగ వచ్చి
మెచ్చి, చారుదత్తుని ప్రేమతో మైదడవి
సంజీవన ప్రయోగమున లేపి నిలబెట్టి
లౌకిక పారమార్థికముల కలుపెడు తెలివి
గగనమున విహరించు రెక్కలెకాక వేర్లు
ధరనుండవలెననెడి నీవు వ్యావహారిక
వైశ్యతనయుడవిట్లు దేహభాగము కోసి
యొసగ సామాన్యమా? వుపకారమిదిచాల!
ధనమునిచ్చుట లాభమునకంచు తెలిసితిమి
తనువునిడుట సద్గతికి చెల్లునని నీ రెంటి
వైశ్య సద్గుణలందు తనువుతోడుత ధనము
మనుజ మాత్రులకు రెండనక ఇచ్చితి విదియు
ఏ విధమగు వ్యాపార వ్యవహారమోమరి?
అను వ్యంగ్య చమత్కారమయ సంభాషణల
కలుగకయె వేసరక యోసరక తాననియె

చారువసంతం
256 ఉద్యోగ కాండ

"ఈ నేల కనుల కగుపించుదైవము రాజు
మీకన్న ఘనుడైన మనుజేంద్రు డెవడుండు?
జగమున విక్రమాంక రాయలదో వైభవము
లోకనాథునకు వాతవేయుట మంచిదే
మానవుని బొమికల గవ్వకును కొరగావు
లోకోక్తి. అదిప్పడె కరగిపోయెక్శశించి
పక్కటెముక ముజ్జగముల వెలకు సమమయ్యె
వందనము, ముదము కరుణించిన విక్రమునికి"

"ఆర్యవైశ్యుడ విన్మ నేనీధరిత్రిలో
కః కేనార్థీ కో దరిద్రః యనుచు నిచ్చినధీర
మహాదానముల దాతగా పేరు గాంచితిని
అతులితయశము కాంతి మాయనీయక నీవు
జగతి కిచ్చిన చేతులొడ్డి యాచించుటను
ఇదెంత చోద్యము నీదు మహిమకు వశుడైతి"
తదుపరి జూసెనమరదివ్యరూప తేజము
వీరప్రభ దేవుడ నేనన్య లోకము వాడ
నీ పరోపకార భారమును రవళింప
రుజువు సేయగా పూనిన నాటకమ్మిదియ
మానవుల నడుమ నీవె మహితధీరుండవు
నీవలెనె ప్రాతః స్మరణీయులు కడువిరళము
నీకాయువున్నది" యని మెచ్చి చాటించెను
కనకవర్షము కురిపించి పయనమైపోయె
ఆగకను కురిసిన భూతముల సురుడైన
వసుధారనంతటిని శంబర గ్రామమ్మైన
కళ్ళారగాంచి పసిడిని అచ్చెరువుజెందె
పులకించి గెంతి హర్షోద్గారమ్ముజేసి

వృక్ష దేవతలు యక్షదేవులు దీవించి
గగనదేవతలుకూడి "అహోచారు ధీర!
ఇలలోన మిగిలిన దానశూరుడవు నీవె
దధీచివి శిబివి నాగానందుడివి త్యాగివి
ఎల్లరొక గళముగా పొగడి పుల్కరియించి
రాశి రత్నోత్కరమునెల్ల చారుదత్తుడు
దీను, లనాథులు, యాచక తతికిడి మురిసెను
ఇంకమిగిలినదెల్ల ఊరిగుడులకు నిత్య
పూజలభిషేకములకు శిథిలముల జీర్ణో
ద్ధరణలకు, ఋషులకును మునులకును
మరి జైన సన్యాసుల యాహారమునకు
నిలువనిధుల నుంచె నుదారి నిరుపమ శెట్టి

చోద్యముగ సెట్టి ధనదత్తుడది గమనించె
సాధించిన సిరులను, ముందువెనుకలు గనక
దానధర్మములకొసగు నీవైశ్యోత్తముడు
ఏలోకమందుండి ఈ భువిని జనియించె
జనపదుల అభ్యుదయ భాగ్యవిధాతయతడు
మహామహిముడతడని వెరగంది ఆతనిని
తనగీము గొంపోయి సత్కరించెను చాల
కృతార్థుడ నని తలచె తనలోన తానుగా
యోగ్యుల సత్కరించుటె సౌభాగ్యము కదా!
అంతలో తరలిపోయిన మామ సిద్ధార్థుడే
శంబరికి సంబరమున మరల తిరిగివచ్చె
'చంప'కు వెనుదిరుగుదారిలో విన్నాను

అమృత పుత్రుడు 'చారు' క్షేమాన గలడంచు
ఆసువార్తను విని ఎదపొంగి వెనుదిరిగితి
మామరాక కల్లుడు సంజీవని దొరికిన
ట్లొకరినొకరు హత్తుకొని నడచినది తెలిసికొని
నిట్టూర్పులు వదలి విధియాడు వైచిత్రికి
పవళించిరి, నెమ్మదిబ్రతుకు రానున్నదని.

విశ్రాంతి హెచ్చైన అదియుబాధయెమనకు
ఉద్యమశీలుడౌ వైశ్యునకు విరతికి పగ
నిద్రచేయగ వస్తిమా మనము 'చంప' విడి
చటుక్కునలేచెను చారు కర్తవ్య మరసి
కాయకమె దివి సంసార సారోదయునికి

✤

కపట సన్యాసి

చారువసంతం
260 ఉద్యోగ కాండ
కపట సన్యాసి

మామ సిద్ధార్థశెట్టినా సిద్ధ విషయపు
ధర్మచిత్తుని ధనదత్తుని శంబరిగ్రామ
సమీపమందుంచి తానొక్కడై నిర్భయత
విధియాడెడి పలువిధముల యాటల బెదరక
నరకమున నున్న యొక అనుభవము పొందినటు
ఆకలిగొని వడలి నిలిచియుండనట దరిని
పొలము దున్నుచునున్న కాపుగని దారిలో
నేర్చితెన్నో విద్య, లిదియొక్కటెరుగ
విద్యలన్నిటిలోన సేద్యవిద్యయె మిన్న
పలుకవలె నీ మట్టి మనిషితో ననుచు, రా,
దున్నురైతుకు నొక్క ప్రక్కనిల్చొని చూడ
వానిగని కాపుతనయుడు పాప మితగాడు
ఆకలికి కందియున్నాడనుచు, పనియాపి
రావన్న పల్లె బువ్వరవంత రుచిచూడు

మనుచు నా కృషికుడు తినుట కరిటాకుకై
అరటితోటకు నతడు నడువనిట చారుండు
దున్నిచూతొౌకపరినియనుచుమేడినిబట్టి
యొత్తి ఎడ్లకదల్పగ నాగలిమొనతాకి
పసిడి కలశము దొరికి పైకిరా నదిగాంచి
పుణ్యదేవత చిలిపియాటలకు వెరగుపడి
దొరికిన నిధి నచ్చటనె పాతి పూడ్చుచుండ
తిరిగొచ్చికాపు కొడుకాకు పరచి కూర్చొని
అన్న కూర్చొనుమిపుడు కలసి బువ్వనుదిని
మురిసిపోదము నీవు నా అతిథి దేవుడవు
రుచియైన పనసతొన, తినుము మామిడిపండు
ఇవియు మా చెట్లకే కాచినయమృతఫలాలు
ఇంటి యన్నముబెట్టి తాంబూలమున దనుప
ముంత నిండుగ నీరు అందీయగా త్రాగి
మునుపున్న దుఃఖమ్ము మరచిక్లేశమ్మణిగి
కాపుకు వందించి చారు పట్టె తనదారి
కాపుబిడ్డక్కరగ వడ్డించు తీరుగని
తలపుకొచ్చెను తనతండ్రి పలికిన నీతులు
దేహ హితమైనదియె తినవలెను మితముగా,
బాగున్నదని అతిగ తినరాదు మితిమీరి
మరువక తినవలె నాయా కాలాల పళ్ళు
ఋతువులను తగుదైన పంటలిచ్చును పృథివి
హితమైనది మితముగ ఋతవులెరిగి జతగా
బలగమొక్కట జేరి తినవలె ప్రేమతో

అటురైతు మరల దున్నుచు నుండ కలశమ్ము
గనియు నచ్చెరువంది, అతడు దున్నిన సాలు

దిది, వచ్చినవాడు బహు పుణ్యరాశి యతని
పాలతనికే చేరదగుననుచు పరువెత్తి
వేగముగ చారుని యాపి నీ, దున్నిన యొక
చాలున దొరికిన పసిడినిధి నీ దేయంచు
నీ సొమ్ము గైకొనుము యనుచు కలశమునొసగ

కాపుబిడ్డనీతికి చొక్కంపు బ్రతుకునకు
మదిమెచ్చి తలయూచి మేలెంచి చేతులను
మోడ్చిపలికెముత్తెములంటి నుడులు పేర్చి
వినవయ్య తమ్ముడా హలము పొలమూ నీవె
గిత్తలు నీవె, దున్ని, విత్తు పాటులు నీవె
ఈ సొమ్ము నీ యాస్తి నీవె యజమానుడవు
దారిద్రిమ్మరి నేను కొనలేదు ఈ నిధిని
రాజిచ్చినది కాదు పెద్దలివ్వగలేదు
బలవంత పెట్టుకుము సొమ్మిది నాదికాదు

"వినుమన్న నిజమనే వచియింతు నీ పొలము
తరతరాలుగ మాకు చెందిన దై యున్నది
మా వంశీయుల కెవరికీ దొరకని సొమ్ము
నాగలిని పట్టినంతనె అగుపించె నీకు
అదృష్టమో దురదృష్టమో నే నెఱుగను
నిధి నీది గొనిపొమ్ము నాకు చెల్లదు సుమీ
కనుగొంటి విదినీవు! నాది కానిది వద్దు
మట్టి మనిషి ముగ్ధత మరి సత్యవర్తనకలరి
చూచిన మాత్రాన కలశనిధి నాదందులేల
నా సొమ్మె అగు దీని నిచ్చెడి హక్కునాది
ఇదిగో ఈ నిధినిపుడు నీకిడితి నికగొమ్ము

అట్లైన అదితగును న్యాయసమ్మతి గలదు
చేయెత్తి ఈయ, అదిదాన, దత్తుల తెరగు
ఉపకారమిదిమరున నూపిరుండే వరకు
పాటు పడుచేతుల మ్రొక్కి మరలె కాపుసుతుండు
ఆతడేరైతు కాయకమికైలాసమని
చెమట చిందించి భూగర్భము తనియించును
మమతతో వీడ్కొల్పె నాగలియోగి మెచ్చి
కంపు, చలవలమేసి మందముగ వీచినది
వీచి తెంకణ పవనమ్ము పిట్టలకలకల
మధురమై వినిపించె, మనసు తేలికయాయె

ఒకవైపు కపిల బావుల బానలను నింపి
నీరుపారించి తరి వ్యవసాయము సాగినది
మరొక చో దవ్వున ఏత మెత్తుచు రైతు సుఖి
తమాలము, వేప, మామిడి, కూరలను వాడి

బురదలో కలిపి త్రొక్కించి ఎరువుగ మార్చి
నీటదనిపి మేలైన వరి పండించుటగాంచి

తనవైపు కాపులపద్ధతులు తలపోయుచు
అంతకుడిటు లలిగిన ఇక కాచువారెవరు
ఆసీమా నగరమా మహానిలయ మచట

బంధు బాంధవుల తీగ లూడలు వదలి ఇట
ఏకాకి బాధలని తీవ్రమవ వచ్చి ఇట
కడనుమిగిలి తరలుజీవి యొక్కడే యనెడి
పెద్దల మాటల బద్ధములు కావు సత్యములు
గట్టి ఆయువు కలుగ ఏ రీతి జచ్చుతను,
వైభవము నాకున్న నిధితానె రాదేమి?
పోరాడువేళ కూలకుండుటె ముఖ్యముగ
కానన, వన, సరిత్ సరోవరములు తావుల
నడచి హేమాంగ రాష్ట్రపురాజపురి కనతి
దూరాన వెలుగొందు తాపసాశ్రమముగని
జొచ్చెను వినీతుడు ధీరుడు ధీమంతుడును

పొట్టివారలు కొంద్రు పెనుమర్రి మాన్రింద
ఋగ్యజుః సామ అధర్వణ వేద వేత్తలు
ప్రణవ ముచ్చరించి స్వరవర్ణ భేదమెరిగి
మంత్ర సహితముగ పదక్రమ, జటల భేదములు
తెలిసి యథాక్రమము నొప్పి వేదనాదములులిసి
మధుర లయ లహరిలో దూగి తపో భూమిని
శిఖలు పెంచిన బాలుర శిక్షా కల్పమని
వ్యాకరణ నిరుక్త ఛందస్సే చందమని

జ్యోతిష్యము ప్రియముకా నిష్ణాతులవుటకు
ఆరంగముల వదలి వాశిష్ఠ, హారీతులు
వ్యాస పారాశర, భారద్వాజ, కాశ్యప
చ్యవన యాజ్ఞవల్క్య, ఆత్రేయ, కాత్యాయన
వైష్ణవ, గౌతమ బార్హ స్పత్య సంవర్త
యమము, సాంఖ్యము ఔషనసమను పదునెన్మిది
ధర్మశాస్త్రములు, సాత్విక, రాజస తామస
నెలవుల తెలియగ, శిష్యులొకచో సేద్యమున
నుండ, మరొకచో ఛాత్రులు కొందరు మీమాం
సా, న్యాయశాస్త్ర, ప్రమాణ నాటక, కబ్బము,
సాముద్రిక శాలిహోత్ర హానిత పాల్కా
ప్య, చరకశాస్త్ర, అశ్వినీమత బాహటము
శుశ్రుత, నరవైద్య శాస్త్ర నిపుణగణన నిరతులు

దూరమందశ్వత్థము దరి నున్న యువకులు
మత్స్యమార్కండేయ, భవిష్య, భాగవత
బ్రహ్మ, బ్రహ్మాండ బ్రహ్మ వైవర్త, వామన
వాయు, వరాహ, అగ్ని, నారద, పద్మ, విష్ణు
లింగ, గరుడ, కూర్మ స్కందాది అష్టాదశ
పురాణాల్ ప్రపంచ పర్యటనలో చదువుచు
తలలును నిమురుచు చెమర్చుచుండిరి పురాణ
పఠనము వేడెక్కి ఎడమ చేత తాళప
త్రములు కుడిచేత వీవెన, నోట సూత్ర మం
త్రాల ధ్యాన, మనన, చింతన, పలు జ్ఞానశా
ఖల ఆచార్యులు పెత్తనము, క్రియాకారక
సంబంధము విడదీసి వక్కాణించెదరు.

సూక్ష్మాతి సూక్ష్మ రహస్యము ప్రబోధింతురు.
తండోపతండములు చేరి అక్షర దర్శ
నమున, మిడుకు శిష్యస్తోమ సంపద గాంచి
మురిసి గురు బృందపు ప్రచండ పాండితికి
తలవంచి, విశాలాశ్రయమున వృక్షముల వై
విద్య విలాసములు వీక్షించిరి విస్మయ
భావమున ముందునకు సాగెన ముఖ్యపర్ణ కుటికి
"ఈ మార్గమునకెటునుండి వచ్చితిరి చెప్పుడు
మీనిజ సమాచార మనగ సమస్తదేశ
ప్రసిద్ధుడు రాజశ్రేష్ఠి జనకుడు అంగ
దేశ సంభవుడు దర్శన విశుద్ధుడు
ఇభ్యకుల వైశ్యవంశోద్భవుడ చారు
దత్తుడ, నేను, తండ్రి భానుదత్తులు
అనియిట్లు పలుకుటే తడవు దడదడమని

ఈనాడు శుభదినము శుభమైనదీ ఘడియ
'అపూర్వ మగు మేలిరా కభ్యాగతులకు
'చంపానగరపు ఇభ్యకుల చూడామణికి'
సకలాగమ వల్లభుడు చారుసుశీలునికి
వాణికిని కన్న కుమారులరు ఈ ఇంటికి
దయచేసి తిరన గణ్యాతి గుణ్యులు మాకు
మీరాక మా ఆశ్రమమున కతి ముదప్రదము"
పండ్లు పాలును మరియుమృష్టాన్నమును బెట్టి
సత్కరించిరివనభోజనముల ప్రియమార

ఆయాశ్రమమునరవంత విశ్రాంతి నుండ
లోహితాశ్వుడనుపేరి తారుణ్య తపసి

అటువచ్చి చారుదత్తుని మ్రోల కూర్చొనుచు
ఘనమైన సత్వంపు బహు మహిమాశ్రమమిది
అనాది కాలపు సనాతన గురుకులానికి
అద్భుతములౌ మంత్రశక్తులు గలిగినదది
మహామహిముడు గురుదేవుడు పూర్ణయక్షి
పెట్టగా వరమౌను కొట్టెనాశాపమగు
తపోధనుడు అపార శిష్య సంపద గలదు
కృపాపాత్రులకె దొరకు ఆ ఘనుని దీవెన
దాన సన్మంగళము లభించుటది తథ్యము
భూత భవిష్య వర్తమానము సంపూర్ణము
పూర్ణయక్షికవి కరతలామలకములేను
రమ్ముని నిన్నుద్ధరించగలుగు వాసిదివ్య
పాదధూళి నుత్తమాంగమున ధరింపగా
యనుచు చారుని గొనిపోయెను లోహితాశ్యుడు

మేలు మిద్దెలయందొక్క చిన్నగదిలోన
పంచాగ్నులనడుమన గడ్డధారి అహహా
కెంజడల శిఖి బిగించి మేనినింద భస్మము
పూసి ఎదలో మణి చేతిలో రుద్రాక్షలు
నెత్తురుమియుచున్నట్లు వెలుగు రక్తాక్షులు
నిప్పులవలె నిగనిగ మెరసెడు పూర్ణయక్షి
వ్యాఘ్రచర్మపు పరుపుపై పావనత
పద్మాసనాన విరాజమానుడై యుండ
సాష్టాంగ దండమిడి మర్యాద పాటింప
ఓంకారము మొరయించి పలికెగంభీరుడు
ఓం ! శుభమస్తు శివమస్తు మేలుజరిగెడును !

అర్థో పార్జన నిమిత్తమై వచ్చినట్టి
చంపా నగరపు రాజశ్రేష్ఠీ వినవయ్య
భానుసెట్టి గారలు మాకెంతో యిష్టులు
అత్యంత ఆత్మీయ శిష్యులుగ నుండిరిట
ఆతండ్రి కొడుకువగుటది నీ సౌభాగ్యము
మీరుకూడను మాకు ఛాత్రులని గమనించి
అనుగ్రహింతు మపార వాత్సల్యమును దాల్చి
తీర్థమును ప్రోక్షించి చల్లి నా రక్షతలు
చారుదత్తునకు సంభ్రమమున పులక లెగయ
ఋషివాణి నాలించి గొంతుమూగవోయెను
ధన గడనమె పరమ లక్ష్యముగ గలవణిజుడు,
పరదేశములందు దిక్కుదివాణము లేక
వ్యర్థముగా కాదు మేడులనలమటించకనె
చెట్టుపుట్టల, తంటా, తగాదాలును లేక
బడలి నోరెండి ఆయాస మందకయె
అర్థోపార్జనకు తగిన యుపాయములుండె
ధనము కూడబెట్టు సులభ పథము చూపెదను
నీకిక వలదితరము వలదు ఉద్యోగమ్ము
వట్టిగా ఆయాస పడుటన్న వ్యర్థమే !
తనదు పూరిగుడిసెలో నున్న వారికి ఓ
గొని పోయి నానా చమత్కారములు జూపి
కలిగించెతులలేని విశ్వాస ప్రత్యయము

నడచి వచ్చిన శ్రమదీర వేచి మరునాడు
ఇట్లనియె నా పూర్ణ యక్షి ఈ తాపసుల
ఆశ్రమ సమీపమున కననగు కొండనొక్క

పెద్ద పొదరిల్లు నట్టనడుమన యొకానొక
రసమూరు బావి ఎట్టి జ్ఞానికిని చోద్యము
రసవిద్యావిధానమును అరసి తెలుసుకొని
చెప్పెద వినుమది మహిమయగాధమపారము
రసవిద్యా (విదగ్ధతయు) పాండిత్యము నీకు గలదా?"

బద్ధరసో, సిద్ధరసో వేదవిదుడో?
రసవాది ఈ పూర్ణయక్షి తానగునంచు
తెలిసికొని చారుపలికె తనతీరుతీయము
తాకినది బంగారు సేయు రససిద్ధికిని
వెండి, ఇత్తడి తామ్రలోహముల కనకముగా
సేయునీ రసవాదమును నే విముఖుండ
నవరసముల సరస రసికత గలిగిన వాడ
కావ్యరస స్థానము తెలిసి రసానందమ్ము
ననుభవించి రసపరవశుడైనది నిజమ్ము
నవరసమ్ములముందు ఇంకేది రసవిద్య?
పరిశ్రమకు ప్రత్యక్ష మీ తల్లి సరస్వతి
శాంతరసమే బంగారమని నేనెరుగుదు
మోసపు రసవిద్యకు నేను బహుదూరమ్ము
చిరునగవుల దేల్చె తన ఎడద భావమును

చారువుపలుకులకు తపసి అవాక్కైపోయె
తన అంతరగమున తానె ఆలోచించె
"ఈ సెట్టి అసామాన్యునివలె పరిశుద్ధుడు
లోభాభీభూతుడు గాడు, దృప్తచిత్తుడు
ఎట్టి గుణ, ధన, వినయ, వంతుడీ నయశాలి
ధనార్జనమునకనిట్లు ప్రతికూలుడైనాడు

సంప్రదాయము సమన్వయించియు నిర్భయుడు
వశముగా కుండునెటు ఋజుపథము నందితడు
వంచింపనేవలె నింత స్వచ్ఛమౌమానిసిని"
ఐరావతమువాగున ద్రోయ నిశ్చయించి
మందహాసము విసరి పలికెను పూర్ణయక్షి
కపట నాటక నటనకు నవ్వేకదానాంది

సెహబాసురాతనయ చారునీ సములెవరు?
నేనొడ్డిన తొలిపరీక్ష గెల్చితివి నీవు
విజయీభవ! శివసుఖముగల దోయి నీకిల
రెండవ మెట్టెక్కగ ముందులకు నడపింతు
రా, పిలుచు కొనిపోదు రసకూపమున్నెడకు

చారువుతో గూడ యొకనాటి తొలిసంజను
తంత్రోపకరణాల చేబట్టి గోప్యమున
రహస్యపథము బట్టి నిబిడ వనమునుదాటి
కొండతలమున దట్టమై పెరిగి నిలుచున్న
ఆ కూపము దరిజేరి పలికె నీతీరున
శివానుభావుడ నే శివసాయుజ్యమునకు
వ్రతము చేబట్టి తుదిని ఈ రస కూపంపు
పాదరసమునకై అనంత నిరీక్షణను
ఆ బావి యగాధత కులికి బెదరి నిలిపితిని
వ్రతము చ్యుతి గానీక పూర్తి సేయగ వలెను
ఈ వ్రతము కొఱవోగ ఆత్మహత్యయె గతి
పరోపకార బుద్ధిలేచివచ్చిన వాడ!
సాయపడుదువెవైశ్య వంశ చూడామణి?

సంసారులు యతి వరులకు తోడుండ వలెను
తలవంచి కేల్మోడ్చి గైకొందు కార్యమ్ము
ఎనుచు, తాపసికి నియ్యకొని సిద్ధతనిలువ
కూపమద్యన గల రాటనకు తాడు గట్టి
సూచించె నిట్లు సంతసమునపూర్ణయట్టి క్షి
ఈ తాడు పట్టి బావిలోతుకు దిగి చూడ
గట్టున నిలిచి నడుమను గుంతలో నిండిన
సిద్ధరసమును చేతతాకకయె ముంతతో
సొరబుర్రలో పోసి నింపవలె సుమీ
పిదప నా మూకుడును బిగువుగ కట్టి త్రిప్పి
పగ్గము చివరల సరిగుణికకు బిగించి కట్టు
పై నుండి చేదుకొనియెద మరలి తీసుంచి
తాడును దిగవిడచెద దృఢముగా పట్టుకొని
మరల మెల్లగ పైకి లేచి వచ్చుట గలదు

తలయూచి సమ్మతిని చారుదత్తుడు తెలుప
సొరబుర్రను నడుముకు గట్టిగా కట్టుకొని
చక్కగా పేనిన పురిని పిడికిటను బట్టి
బావిలోనికి దిగెను పాతాళమునకొయనగ
అనువుగా దిగి ఆలోతైన బావియడుగు
తాకి, గోడ ప్రక్కన కాలూని నిలుచుకొని
వెన్నుకు కట్టుకొన్న పగ్గపుముడి సడలించి
నడుముకు వేలాడెడి సొరబుర్రకు గుండిగకు
తెల్లగా పొంగెడు రసమును మట్టిముంతతో
నింపినింపి బిగియార గట్టిగా గుంతలో
బావికట్ట మీదను పూర్ణయక్షి నిలిచెను

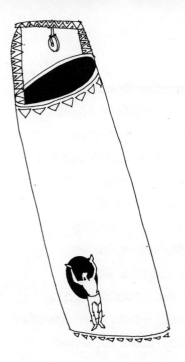

బయట పడని తీరున సొరబుర్రచేదుకొనె
బావి క్రిందకు దిగనీక మరలియాతాడు
పాదరస సహితముగ దారి విడిచి తరలెను
తన అభీష్టమ్మింత సులువుగా నీడేర
లోహితాశ్యుని పిలిచి జతనమున సొరకాయ
బుర్రకు కాపుండ నా జ్ఞాపించె కాపాలి

ఇటు చారుదత్తు కూపమున లోతునయుండి
ఏకబిగి కేకలిడె "తాపసీ పగ్గమును
దిగవిడుము రయమున పైకి వచ్చెద మరలి
వలసినంత పాదరసమును నింపి యిచ్చెద"
పగ్గము దిగుటకు వేచి, మరల మరల యొరలెను
పగ్గమా! రాలేదు ఋషి బదులివ్వలేదు

తాడుగానబడక బదులు వినపడక విసిగి
చారు గ్రహియించె వంచనకు గురియైతినని
సిద్ధరసము, నీ లోతైన బావినుండియు
నను, గౌరవ, వంచించి రసపాత్ర నందుకొని
నడునీటి నను వదలి ప్రపాతమ్మువ త్రోసె
కొబ్బెరను చూపించి చిప్ప చేతికినిచ్చె
చీకటిని ఇటుపిలిచి నమ్మించి కడతేర్చె
ఇంతగా చెడిననూ బుద్ధిరానేలేదు
గొఱ్ఱెకసాయినే నమ్మునెడు తీరయ్యె
నిందుగామునిని గాక చలియనుటేల నిపుడు
మునినింద వలదు, లయము పిదప భయమదేల?
వెనుకజేసిన తప్పు ముందు బుద్ధిని గఱపు
మోసకాడో ఆముని, నేనె కడు మూర్ఖుడనొ?
ఇంకేల చింతింప కర్మపాకము నాది
చంపవదలి వచ్చిన నాటి నుండి నేటికి
పోయివచ్చిన తావులనెల్ల వ్యథలలో చేయి
కడిగి, వెన్నంటె వచ్చునిదె, మునికిష్టత
చారుదత్తు నతిథిని జేసికొని పోవగా
తొలిగండమును గడచి ఇటచిక్కుకొని పోతి
ఈ చావు బావి నుండి బ్రతుకుట సాధ్యము
తగిన దృశ్యమె ఇది వీర పండితు మృతికి"
అనుచు తన లోనతా తలపోయు చుండగా
అచ్చోట దరిని పడి కుములు చుండిన యొకడు
పుణ్య పురుషుడు లేచి కూర్చొని ఇట్లనియె
అన్నా తొందరపడి విడబోకుడు ప్రాణము
గలదుపాయమిటు నుండి దాటుకొని పోవగ

ఎదురు చూడని మనిషి మాటలకు వెరగుపడి
తమ్ముడా చీకటిని ప్రమిద వెల్గించితివి
బాధ నిండిన నుడికి దేవపురుషుడ వేమి?
నీకు దక్కని యుపాయ మెట్లు దొరకునొ నాకు?

చెప్పెదను, నాచిన్ని వ్యథామయ గాథనిదె
తెంకణపు వైశ్యుడను ధనార్జనకై యిట్లు
బహుదూరము క్రమించి ఈ గొరవడు బోనున
చిక్కువడితిని మహావంచకుండితగాడు
వీనిచరితము, గోముఖవ్యాఘ్రమని తెలియమి
కనకరాసుల నిత్తునను నామిషము చూపి
ఇట దెచ్చి ఈ బావిలోతులకు దించి, తా
తనదారి పట్టె పాదరస బుర్రగైకొని
నడచెనా ధూర్తుడట్టిట్టు లాయాసమున
కూపమున కుళ్ళుచూ గాసిపడి నోరెండి
నీరుగాభ్రమియించి రసము దోసిట గ్రోల,
రాలిపడె కరయుగళి క్రుళ్ళి, తనువది యుబ్బి
కాళ్ళు సోలి, లేవలేను బ్రతుకలేను
అలిగినాడా యముడు తడవుజేసితి వంచు
మరణమే శరణమని లెక్కిడుచు క్షణములను
గడుపుచుంటినిట్లు నావలె గొరవనికి వశుడనై
మరులుగొని వలకు జిక్కినవాడ, వీవైన
దాటిపో జీవసహితముగ నీ బావినుండి
"మీ స్థితికి ప్రేవులు పిండినట్లగు తమ్ముడ
దైన్యతయె సాకారముగొన్న జీవి, మీ
సాయమునకు నిలువక తొలగిపోవుటకు

చారువసంతం
ఉన్ముఖ కాండ 275

నే యొప్పును, యోగ్యులకు యొప్పని నడతయిది
మీకు సైతం ఇటనుండి వెలికిరా! వీలున్నె?
ఎంత కష్టమురాని చేకూర్తు మీకెల్ల
అప్పు! తండ్రి సద్గుణములకు తలవంచెద
ఇది బ్రతుకున తుదిఘట్టమని తెలియుచున్నది."

వదలిపెట్టడు యముడు ఆయువు ముగియువాని
చింతవలదీ పండుటాకుకు లేత చిగురాకు
సావధానత తలచుము క్రొత్త జీవన పథము
దినమున కొకపరి యేతెంచు ఘనమైన ఉడుము
పాదరస, పానమద్దాని చవులూరు యోగిరము
రసము త్రావి మెల్లగా తోకనాడించు
గట్టిగా పట్టుకో ఆ పొడుగుతోకను
సులభమున చేరెదవు బావికావలి నేల
అటు పలుకులాడుచునె కంఠగత ప్రాణుడాయెను
వెనువెంట చారుండు పంచ నమస్కృతులు పఠించె
మృతుడైనవణిజు నటపండజేసి
కేల్మోడ్చి వెనువెంట ఎవరి చావదేడనొ యని
పుట్టుచావుల గుట్టును తాను పరిభావించె.

ద్యావా
పృథివి
కాండ

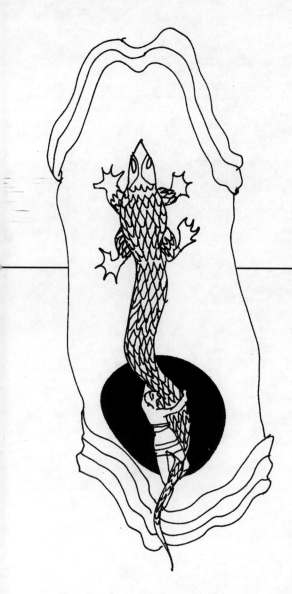

చీకటి
వెలుగులు

చారువసంతం
278 ద్యావా పృథివి కాండ
చీకటి వెలుగులు

అదిగో అదిగో ఆహా కొండ వచ్చినద?
భ్రాంతిమాట! అసామాన్య గాత్రపు ఉడుమది
రసమెల్లయునుగ్రోలి పైకెక్క నద్దాని
వాలమును బాలకుడు అమ్మ చెయిపట్టినటు
మునుగు నాతడు తేలెడి పలకను బట్టినటు
పాతబావి గోడను గట్టిగా పట్టుకొని
రాళ్ళు, పెల్లయిటుకల పదును మొనల దిద్దియు
కాళ్ళు నొళ్ళును తరచి ఉడుపులన్నియు చిరిగి
చాల గాసిపడి సాహసి సహించి మీదికి
నెక్కగ పూర్వసాధన యన్నట్లు చివరికి
ఉడుము, పొడవు తోకను వదలక పట్టి బయట
వెలిదీరెనతడు యమపురినుండి జారిన రీతిగా

చారువసంతం

రసబావి నుండి వెలికి వచ్చి మరుపుట్టుక
బడసి మైదానమున వేగముగ నడుగులిడి
బడలికను మర్రి నీడను గూర్చొని చూచెను.

ఎటు చంపానగరము ఎటు మిత్రావతి పెళ్ళి
వైభవమెటు? వసంతతిలకతో విలాస మ
దెటు, పురుషప్రతిజ్ఞల తేలి పరదేశముల
ఊరు వాడ లడవి గుట్టలు కడలులు, పడవ
కార్చిచ్చు, పెనుఝంఝు దొంగల వేధింపులు
వెలుగు నీడల లోన దాగుడు మూతలాట
కడలేని కష్టాల పంటలను వడి దాటి
బ్రతికివచ్చిన దెట్లొ వింత సంసారమిట.
కూర్చొన్నకడనుండి లేచి కారడవి జని
ఏపున నిలువెత్తునున్న గడ్డిపొద దరిని
అచట పండిన కొండచిలువ నెరుగక ద్రొక్క
ఆకటనున్న యా చిలువ పెనునోర్దెరచి
ఆ తరినె యొక అడవిదున్న పై బడవచ్చి
రభసముగ చొక్కి, కొమ్ములు జిమ్మిరా నటకు
బాధితుల పగలతో ఎద్దు పొడిచెనన
పెనుబాము తెరచిననోట జిక్కి దున్న
పొగరణిగి సుక్కువడి పొరలె నూలుండవలె
ఇదియెల్ల నతడు దవ్వునుండియె జూచి ఇది
వారి వారి ఆయువులె వారిని కాపాడు
గెల్చి తనగా నోడిపోతిని, చచ్చితన లేచితి
ముళ్ళమల్లెలతోటలో పరుగు తీసితిని
గతముతలచుచు నవసాహసముల సాగిపోయెముందుకు.

గోండారణ్యమును దాటి ముందు సాగుచునుండ
ధీరుడు నదీనదమ్ముల నీది తీరముచేరి
ఊరుముందట నొక్క సొగసైన కొలను
దరిని మామిడి తరు నీడను ఆయాసము నణచెను.

అందాల చెరువులో కాళ్ళు చేతులు కడగి
మనసార ఈదుతూ, చెరువు నడుమను చేరి
జలక్రీడ చాలించి అందుండి బయటపడి
దిశలెల్ల మార్మోగు విహగముల కలకలము
చెవికింపుగా దోచి, కుసుమ గంధమునాని
మలయానిలము వీచి తనువు కాహ్లాదమై
శుక్రతారను జూచి కోడి తొలికూతకే
సిద్ధమై చలి, వాన, గాలి యనక చేకొనె
పయనమ్ము, పొద్దెక్కుదాక సాగి అడుగులనిడి
దూర యానమునకు చారు అడుగులవి కంది
పుళ్ళు లేచి బొబ్బలెక్కి నెత్రుకారగా
విడువక నడచి నడచి లక్ష్యమునకు సాగగా
సాహసి మహోత్ముడతని మగసిరి కలితనము
ధాత్రిలో గలవెవరికని మెచ్చి పొగడుచును
చెరువు తడిని యున్న మర్రికాండము చేరువ
వనదేవి అందాల నవయువతి రూపమున
నిలిచి ఇట్లనియె నే నొక రాజకుమారిని
రాకుమారునితోడ పెండ్లి కానుండగా
వైరి దళముపైబడ పరిజనము పరుగెత్త
అందలము పడవేసి పరువెత్తిరి భయమున
గాలికెదురైన పండుటాకువలె సైనికులు

చారువసంతం

యముని పాలి బలిపశువులై నేలకరచిరి
పుణ్యవశమున దొరికితిరి మీరె పతి, గతియు
"ఇల్లాలిగననుజేకొను"డను వలపు నుడులు
ప్రాసాదమందున్న దేవాంగన సరిసతికి
బహురూపలావణ్య సౌభాగ్య సుందరికి
హావభావ విలాస విభ్రమ కాంతియుతకు
కామశర జర్జరిత హృదుడు కాక, విజేత
పలికెనిట్లు "తలిదండ్రులు ధారబోసి తమ
సుతను, చేబట్టుటె యోగ్యమైన క్రమమ్మది
ఒంటికాంత చెంత నుండుట యుచితము గాదు"
"స్నేహమగ్గలముకా! స్మరశర బాధిత హృదయనైతి
నీవువలదన్న నేబ్రతుక జాలను సుమీ!'
నీవు చచ్చుట చావకుండుట నీ ఇష్టము.
యోచింపుము బాల మరణమది కడు హైన్యము
నీవు చావ నీ ప్రాణమొకటి నష్టమగును
శౌచవ్రతము చెడిన పురుష వ్రతము కూడ చెడు
కులము తలము మతియు గతియు కీర్తియును చెడును
తడుపలేనపకీర్తిని వనితను కోరలేను
పురుష వ్రతము వదల లేననుట నిశ్చయిము
వివాహితుడ నే సతులిద్దరు గలరు ఘనులు
పెళ్ళాడకనె నీ కయిన విఘ్న మణచెదను
అట్లు సాయపడెదను అన్నగ చూసుకొందు
రా చెల్లి జూపింతు శుచిగ జీవించుటను
చారుదత్తు డస్ఖలిత శౌచాంజనేయుడు
దృఢ నిశ్చయమ్మాని ప్రకటింపగా తాను
రూపసి రూపముపసంహరించి మునుపటి

తనదు సహజమ్మైన రూపమ్ము దాల్చగా
దూరమున మెరసి కనబడిన సుందరపురము
శ్రీపురము చేరి వైశ్యు నంగడి చేరువను
కూర్చొనియుండ గతప్రాణము మరలినట్లును
మునిగి అట్టడుగునున్న పైపడవ వచ్చినట్లు
కారుచిచ్చులు మండి పాడైన సరుకెల్ల
వెను మరలి నాడనిన పుట్టినూరు బలగమ్ము
చెలికాండ్రు రుద్రదత్తు మరియు హరిసఖులందరును
హరిసఖుడు, గోముఖుడు, వరాహక, పరాంతపులు
మరుభూతుడును కూడి రుద్రునితో పాటుగ
బయలుదేరి వచ్చిన కతలన్ని పలికిరట.

ఆరేండ్లు గడచినా చారుదత్తుడు రాడు
ఎవరు సైప నోపుదు రీ విరహ వేదనను
మీరతని చెలికాండ్రు చారునివెదికి తెండు
చాటుడీ విషయమ్ము నన్నిదిక్కుల యందు
తల్లి దేవిల, సతిమిత్ర, వసంతల గోడును
భవనమందిపుడు నీ బిడ్డలకేరింతల
మురియు పిల్లలు కానరింకనూ తమ పితను
యింటివారు, బంధుజనులు, చంపా పౌరులు
దీవించి, పొంగి నీకు శుభములు గోరుకొని
పంపిరనంతమగు నిరీక్ష వేచియున్నదిట
తట్టబుట్టలు సర్దు మనయూరి కేగుదము
పుట్టింటి వార్తలు వినిపింప నార్గురు
మిత్రవృందము, బహుకాల మడచియుంచిన
భావనల ఆనకట్టి పగిలి తీవ్రమ్ముగ

నదివోలె ప్రవహించె భాష్పవారి యాగక
చెలికాండ్ర రాక, కన్నవారు వూనిన దీక్ష
చారుదత్తుడి మోముగని పులకలు లేచినటు
తమ సీమ జీవనాడిని పట్టుకొనినట్లు
నగరదేవత తానె దీవించ వచ్చినటు
చెడని మిత్రునివెదికి దేవుడే దొరికినటు,
ఎగుడు దిగుడులు మరచి ఏడ్వరమొగములందు
ప్రఫుల్ల మానస సరోవర మాయె ముదము
ఒకరి నొక్కరు హత్తుకొని నిట్టూర్చి దుఃఖపు
వరద దిగి భావ పరవశతయొదిగి తగ్గగ
దరినున్న పూటకూళ్ళిల్లు చేరి రెల్లరు
మజ్జన భోజనాల్ ముగించి తీరుబడి నుండి
నాటినుండి నేటివరకు జరిగిన ఘటనల
నెమరువేయగ, పులుకలు లేచు కౌతుకముల
రాత్రి జారి, వృత్తాంతాల చుట్ట పొరలి
చారు జారినా నేతి కొప్పరలోనికె
పడ్డతావు వైకుంతం, కూర్చొన్నదె కైలాసము
లేచి నిలువ సవణుడు నడచిన బొమ్మడితడు
ఏమి సుకృతమోగాని మాకు దొరికె నితడు
కడు సంతసమందిరి చెలునెట్లో గంటిమని.

తల్లి, సతుల, పిల్లల సువార్త లాలించుచు
అమృతము జుర్రినట్లు ఆనంద ముప్పొంగ
అమ్మ క్షేమమ? మిత్ర వసంతలు పదిలమా?
ముద్దుబిడ్డల లీలావినోదాల చెపుడి!
అడిగినదే తానడుగు చెప్పినదె చెప్పుదురు

నీవు చంపను వదలి, బూజలయాత్రకునిటు
తరలిరానటు అత్తకోడళ్ళన్యోన్యత
మెలగి మరలవెలుగ జేసిరా ఇంటి ఘనత
మిత్రావతి వసంత తిలకలు గళస్య కం
రస్య నికటత పెంపొంది తోడబుట్టిన
వారేమో గత జన్మమందునని జనులాడ
సవతి మాత్సర్యమున కెడమీని తీరులో
ఆదర్శ దాంపత్యమనగ బ్రతుకుచుండిరి
నీవు పయనించువేళ ఊరొదలినపుడు
ఆరునెలలచూలు వసంత తిలకకునపుడు
మూడు నెలల గర్భవతి మిత్రావతిదేవి
నవమాసములు నిండి వసంత కన్నది సుతుని
అంగదేశపు రాజశ్రేష్ఠి సురభవనమున
నవశిశువు నవభావము నవరాగ ముదయింప
సంబరాల సంభ్రమత జీవకళ పుట్టెనన
అహెూ ధనరేడు కుబేరుడింటికి వచ్చెనన
ఒహెూ భానుదత్తు మరలి పుట్టెనేమో యన
సుకుమారుడను పేరు పెట్టిరా శిశువునకు.

అమ్మ హేనందమ్ము పొంగి పొరలుచునుండ
మరల మాసత్రయము గడచుచుండ నప్పుడే
మిత్రావతి ప్రసవించె చిన్నారి బాలను,
ఇంటిల్లిపాదికిని నానంద ముప్పొంగు
భాగ్యము కరుణించె కన్యకాపరమేశ్వరి
దయతోడ, మా యింట ధనలక్ష్మి పుట్టెనని
చారులతయని పేరుంచి ఊయల లూచుచు

మురిసిరి బంధుమిత్రులు కూడి పండుగయని
చిత్తమున పొంగినది గెలుపు మాటలికేల?
వడ్లగింజలో బియ్యపుగింజ యననేల
ఆ దేవియంతిపురిలో దొరలు మనవలే మరి
దర్బారు కోడళ్ళదే నిర్వహణ యపుడు!

ఇలను తొణికిసలాడె బాలకుని లేవెలుగు
రత్నమా రా! మెరయు మానికమా రా!
చనుబాల చూచుకముకొరకుదువు రా
మెల్లగా గ్రోలుచుపాల, అమ్మ మెచ్చగ రా!
సుకుమారు పిల్చెదరు ముద్దుగా
కుటుంబము వెలిగింప ఆడకూతురె మేలు
ముద్దుల చిన్నారి రావమ్మా

కొబ్బరి మిఠాయి తినవమ్మా
జొల్లు కార్చుచును పలుకమ్మా
చిబుకము చూపుచు కులుకమ్మా
రాగమాలిక బట్టి పురివిప్పి నెమలి రాష
కమలఫలములతోడు, నటనమాడుచు రార!
దాగు శశికమల ఫలములతొ నల నిత్తు రా!
అవ్వ అమ్మల తొడలపైకెక్కి కిలకిలా
కులికెడి ప్రియధ్వనులు మెరసినవి రేబవలు
లేలెమ్ము చిన్నారి మీ అయ్య
ద్వీపాంతర మేగినవాడు దివ్య
వస్త్రాభరణాల దెచ్చు చారుడయ్య
నౌకరులు, చాకరులు గతమట్లు నేర్పడిరి
యజమాని చారునాగమ నమ్మనకు సిద్ధము
నోరెండి చాతకము వానకాలము గోరు
పవలు లెల్లెక్కిడుచు గుణియింతు రేవేళ
నినుజూడ దైన్యమున పసయుడిగియున్నారు
నేడు వచ్చును, రేపేవచ్చు నను నిరీక్ష
జాడకాచి, యొకేరీతి తలచి నిట్టూర్తు
రవ్వారి పాటుగని చంపాపురి దుఃఖించె
కోపతీవ్రత పెరిగియు మేలు నాశింతురు
ఆప్తవర్గము చేరి నిను వెదుక నెన్నటికొ
హెూ పుత్రా, హాకాంతాయనివారు కుంది
రోదించి రేపవలు నిట్టూర్చుచునుందురు
ఆమూడు జీవాల నోదార్చిరీ సఖులు
పాతాళమున దూరి చారువందుండెనా
విడక తెత్తుము పట్టి ఉద్వేగమిక చాలు

చారువసంతం

యనుచు ఉత్సాహముత్తేజాలనింప మము
పంపిరి మిత్ర పరివార సామర్థ్య మరసి
వెతుకులాటంత సులువే?
చాలు మహానుభావ! పిల్లాటా చాలు మహారాయ!
ధనియె చేజిక్కనిక అలుపేమి వగపేమి?
"చేయి బురదైతేను వాయికి పెరుగందు"ను
మనసార నవ్విరెద నిరాళమై తేలగా
అక్కరకురాని మిత్రులు ఉండీ ఫలమేమి?
ఆపద కొదిగిన నంటు, సాహసియె మేల్బంటు
గొణుగుకొనె చారు తన ప్రియసఖుల సాయమును
"పాత స్నేహమ్మున్న పాతరలో జొన్నలే"
మంచి మాటిది సారవంతమైన మాట
బంగారు శుద్ధతకు నిప్పులో కాల్చవలె
చెలికాంద్ర కొలు వగను అలజడి నున్నపుడె
ముదిమిలో నిడుదైన, బ్రతుకాశ రగిలించి
దేవుడు శిశువుల మాణిక్యమై దిగిరని
అవ్వ దేవిలకు తన మనుమలిద్దరును
తొడనెక్కి కూర్చొనగ స్వర్గమదె యనుచుంద్రు
బాలలీలలు చూడ వేలకన్నులు వలెను.

మిత్ర వసంతలు అక్కచెల్లెళ్ళుగా
ఇంటి ఘనత, గౌరవాలను జరుపుచు దాన
ధర్మాల, వ్రతాల వదలక పాలించి తమ
ప్రాంత్య ధర్మాలగుడి గోపురముల చేసి
దత్తులనిధు లేర్పరచి చలివేంద్రాలమరి
చెఱువుల బావుల కట్టల నిర్మించి యాహార

చారువసంతం
288 ద్యావా పృథివి కాండ

మభయమౌషధ శాస్త్రదానము జేసి అఖిల
షితార్థ దానచింతామణులై బ్రతుకుదురు
సంసారమందుండి గృహతపస్వినులట్లు
తామరాకులమీది నీటి బిందువులవలె
పతిని చూచెడువరకు రసవర్ధన పదార్థ
ముల వర్జించి పూలు ముడువక, భూషింపక
ప్రతిదినమును ఏకాదశినాచరించి, పరిమిత
ఆహారమునకు తలోదరులు కృశాంగులు.

నచ్చిన ఆప్తమిత్రమ! చాలు జైత్రయాత్ర
అమ్మ, ఆలు, బిడ్డలనంత నిరీక్షణలో
వేచియున్నారొహెూ మరలి 'చంపకు' పదమన
స్నేహితుల ఒత్తిడికి లొంగక వినిశ్చలత
మీ తోడిస్నేహము అమృతోపమము, మరువము
సన్యాసి గాను! ఆలు బిడ్డల మరచిపోవుటకు
పంచేంద్రియములన్నియు ఇప్పటికీ చురుకె
చేబట్టిన పురుషవ్రతం చేకూరగానె
దాటి వచ్చెద నమ్మ ఒడిలోకి 'చంప'దిశ
సఖులార సుఖవార్త తెచ్చితిరి మురిసితిని
ఈ జన్మలో మీ ఋణము దీర్చుకొనలేను
చావుపుట్టుకల రంగులరాట్నమున బడక
దాటి ముక్తిగనుట వదలి మరుజన్మదాల్తు
మీరింత చేసితిరి తెలిపెద కృతజ్ఞతల
మరలుదూరికి మీరు ఇచటి కుశలవార్తల
సతిసుతులకు ఇంటివారెల్లరకు
ధైర్యము నివ్వుడీ, వేగనే నొత్తునని!

చారువసంతం

నిను పిల్చుకొనిపోగ వచ్చినది నిజమేను
నడునీట నినువదలి పోవు స్వార్థులము గాము
శీతమో వాతమో, ఎండలో వానలో
బెదరము, నీ యంతవారము, మేమిక వత్తుము
ఉడుత ఎక్కగ బూర్గువృక్షమల్లాడునే?
అర్గురము చేరి నీ యంత కాగలమే?
నూరు పిల్లులు కలువ పులియొకటి కాగలవె?
ఈ రీతి తలపోయ తప్పగును పోనిలే
సృష్టిలో నెవరైన నిష్ప్రయోజకులుండ్రె
పళ్ళగుచ్చగ నొక్క గడ్డిపుల్లవలయును
పూలతోడుత నారు స్వర్గాన్ని చేరనీ
తదుపరి పయనము సాహసయానము నీతోనె
అందరొకటై చేయు యాత్రతేరు లాగినరీతి
కష్టమో నష్టమో కలిసియుందుము మేము.

అని వారు మోదాన మాటాడుచుండగా
శ్రీపురిని గణ్యుడౌ ప్రియదత్త శ్రేష్ఠి,
రుద్రదత్తుని పరమాప్తుడు, వార్త తెలిసి
వైశ్య బలగమునకు తెలిపి విందు నేర్పరచి
శ్రీ కన్యకామాతను గుడిలోన పూజించి
హారతులెత్తి స్తోత్రము పఠియించిరి
తల్లీ, కన్యకాపరమేశ్వరీ దేవీ
వర వైశ్యకుల రక్షామణీ శ్రీ మాతరో!
ముల్లోక వందితా సంతానదేవతా!
కామధేనువా! కల్పవృక్షమా చింతామణీ
ఆదిదేవీ, పద్మావతీ, చక్రేశ్వరీ

దుర్గవు నీవె అంబా భవాని, తారిణీ
అష్టలక్ష్ములు వారు నీయవతారములే
అంబికా, మందస్మిత, సురుచిర శుచిస్మిత
నీవు కూరిమి జూప మోడు చిగురించేను,
గొడ్డు పాడనొసంగు - నిరుపేద ధనదుడౌ,
బల్లదులు వారు అభయహస్త ప్రపూర్ణ
కన్యకా శ్రీమాత యుండవేరు మాటేల?
సిరి సంపదలు వెదికి కొనివచ్చు బిరబిరా
నయనాభిరామ మాణిక్యమంగళధామ
అభీష్ట వరప్రదాయిని భాగ్యలక్ష్మి ఉమ
పరమ సుఖమెల్లపుడు కరుణించుమా మాకు
కన్యకాపరమేశ్వరీ లోక సన్నుతా
వణిజులెల్లరి ఇలవేల్పు వందనములమ్మ
భూషణ సత్కారాల జేసి సఖుల బనిచెను
పథశ్రమను పోగొట్టి కాయకల్పము జేసి
కొన్నాళ్ళట నిల్చిరి సెట్టిగారి నీడన
చారుదత్తుడు పరమజ్ఞానము ధారవోయ
వలయునని, శ్రీపురిని కోమటులు కోరగా
విద్య గరపు గురువువలె బోధించెనతడు
వైశ్య శిష్యులానందతుందిలురై, కుంచి
గురుదక్షిణమ్మని గౌరవ మన్ననయనుచు
ద్రవ్య దీనారాల సొమ్ములీయ చేగొని
పయనమైరి తొలుత గాంధార విషయానికి
సంసార సారోదయుని ఎడద చల్లబడె.

✤

రత్నద్వీప మార్గం

చారువసంతం
292 ద్యావా పృథివి కాండ
రత్నద్వీప మార్గం

గాంధార సీమ సొగసైన గాజులకు
చిత్ర విచిత్రాలంకారాల మెరుగుకు ప్రసిద్ధి
ఆడు జీవాల ఎదలోపలి కోర్కెలకు
పుట్టిన రోజు పండుగకు పెళ్ళి, సీమంతాలకు
నిశోక, ప్రస్తములు, నిశ్చితాలకు శుభాలకు
గాంధార రాతి గాజులకు ఆహ్వానములు
అచ్చు మెచ్చు బోయ (దళాల) పల్లెకు పాళెమునకు
ననువెరిగి గాజులంగడి, వీథిసరుకులను
అన్నిటినిగొని ఒక్కటియు కొదువగానట్లు
వెలువడిరి బండ్లెక్కి సఖులెల్ల కూడుకొని
వేత్రగిరిని దారి పొడువునా! వెదురు పొదలు
నిండి దారినడుమన 'అచ్ఛిన్న శిలా'యను
నిడుపైన గుహ చీకటిగుహవలెనుండ బెదరక
లోదూరి, దాటుకొని బయటరా నటువైపు
రమణీయ (గిరి) సానువుల, శబర శిబిరాలలో

చారువసంతం

నిబిడ జనసందడి నుండ సాగినా రటుగ
మట్టిగాజుల తెలివిగాకొని, ఆయను వాని
వినిమయ వ్యాపారమున లాభము గడించి
ముందు కేగిరి అట్లె బోయపాళెము దాటి
అందందు కురియు జలధారలాశ్వాసించి
విసరగా చలిగాలి, చలికి బిత్తరపోక
చెంతనే తిరుగాడు మృగములకు భీతిలక
హిమకూటమినిదాటి దరిని వెండి కొండను
ఎక్కిదిగి వచ్చిరి, అడవిలో నడుమన చేర వచ్చిరి
పారశీకులపల్లె చేరి విడిది చేసిరి
ముందు రత్నద్వీపానికి తరలెడు దారికి
నన్ను చంపగా తనను గెలువగా దొంగముని
పాదరసమును పొంది అటునుండి తప్పుకొనె
పూనిన మాయావిదె కుతంత్రమని, గని
ఋషి వేషధారికిట్లు మోసపోవుటనెరిగి
పంచ సంస్కారపునీత మంత్రము వేదనలోను
రసబావిలో నపూర్వ మరణానికి సిద్ధపడిన భవ్యునికి
రసముగ్రోలగ ఉడుమలరేడు వచ్చుటయు గలదోయి
మరలివచ్చుట గాంచి తోకను పట్టుకొని బ్రదుకుమోయి.
యనుచు తప్పించుకొను దారి చూపెనొక ఉదారి
మరణభయం, మదం, కోపం, దాహార్తి నిద్రల విజేత
నిష్కళంకుడాతడు నిర్దోషి నిర్మలుడు,
పురాకృత సుకృతుడు దానవినోది ఘనుడు
జగమందు ప్రాణోపకారమే కడుగొప్ప!
'చంపకుండుటె పరమ ధర్మము' సుధాసూక్తి!
ఏ పురాకృత సుకృతమో మనుజాకృతి

దాల్చి వస్తిమీ జంబూ ద్వీపానికిపుడు
పరమ వైరాగ్యమును వలచి సకల వృత్తులకు
ప్రవృత్తికి నివృతి నొసగిన అంతర్ముఖి
'లోకోన్నత దయ' యను వివేకమున చరించు
వణిగ్వంశలలాముడు మృదుహృదయుడు
నిండైన ధైర్యస్థుడు; అహింసారాధకుడు.

దారిగానక, దిగ్భ్రమ చెందినది. మను శంకరు
పారశిక పల్లెలో దొరికిన బహుభాషల్లో
సంభాషించెడు బుద్ధిమానసుని పిలిచి
చారు దత్తుడతనితో స్నేహము పెంచుకొని
ఉడుగరలిచ్చి సత్కరించి ఈ రీతినడిగె!
రత్నద్వీపమునరసి వచ్చిన మిత్రులము మేము
ముందుసాగుటెరుగకనే ఇట మజిలి నుంటిమి
కరుణామయా రత్నద్వీప పథము నెరుగుదురె?
తెలిసిన, మాకా రహస్య పథ మెరిగింతురె?
ఓడ నడిపెడు విపుల సీమలకు పరిచితుడు
చారుదత్తు నా పాదమస్తకము గనుచు
నిండు వ్యక్తిత్వము కొలిచి మెచ్చి తలయూచి
తుదను పలికె నా దారి సూక్ష్మ స్థూలముల
రత్నద్వీపాన్వేషణ - కరుగుదెంచి రెండ్రా
యానము ముగించి వెనుతిరిగిన వారి గానను!
బహుప్రయాసపుదారి గండములు కలవెన్నొ!
గొట్టిదాటు మార్గ ప్రయాణము భయంకరము
పర్వతాగ్రమున పైకి లేచి నిలిచిన నిడు
పాటి శిల రెండు వైపుల బండల గోడలు

నట్ట నడుమ పాతాళ బిలమున దుర్గంధము
పొడుగైన శిలపొడవున నాల్గువేళ్ళసందు
దుర్గమ మార్గముగలదు, పేరజపథము
అజపథమును బట్టి సాగిన మహాత్మ
జగతి నీవరకు గనలేదని తెలిసి వీడ్కొనెను

అజపథ స్వరూప కథనము సెప్పిన నిపుణుడు
పారశికు నుండియే గుట్టెరింగె జాణడు
రుద్రదత్తు డేకాంతమునుండి యరుదెంచె
మరునాడె పారశికపల్లి దరి గోశాల
నుండి, క్రొవ్వెక్కి పెరిగిన ఏడుపోతుల కొనెను
కొన్న పోతులకు నిత్యము నాల్గువేళ్ళ వెడల్పు
చాల సన్నని గొంది దారిని జాగ్రతగ నడచుటను,
అరుధ మభ్యాసములు అటనుండి నేర్పిరి
నేర్పించి తరబీదునొసగి రొకవారము
నోటిలో కళ్ళెము నుంచి, పల్యాణము బూని
కడుపుకు గట్టిగా బిగియించి నడిపించి ఎక్కి చూచిరి
రత్న ద్వీప గమనమునకుపాయమరసి అపాయమునకు
చిక్కక తప్పించుకొనిరాగ, దృఢ సంకల్పము జేసి
పారశిక పల్లిని వదలిపెట్టి తరలిరపుడు
ప్రతిదినము తెలవారు జామున లేచెడు జనులేడ్గురు
తరుబీదు నొసగి సొంపార పెంచిన మగవారి
జతలోన పయనానికి సిద్ధమై ద్వీపము దిశ
ద్యుమణి కిరణమణిదీప్తప్రాలేయ గిరిమాల

ఎట్టి నిపుణ మనిపించు నిరుకైన
ఇరుప్రక్కల చిన్నదౌ బహు

నిడుపైన గుట్టనెక్కి క్లిష్టతకు బెదరక
అందందు నిల్చి, విశ్రమించి, ప్రకృతి యొడ్డిన
రాతిబండలను ఎక్కిదిగు సవాలున కొప్పిన
మల్లురనునట్లు జగ్గక కుగ్గక డాసి
కొండ శిఖరపు అంచున నిల్చి చుట్టూచూచుచు
నుండగ నెల, మొయిలుల రంగుల రాసలీలల
చెయి మెయి సోకి, మననము మోసి తేలుమంచు
కొంగు స్పర్శకు కంపించి ఉన్న కవచమూని
దీర్ఘముగ శ్వాసించు ఆమ్లజనకము గడించి
నిట్టూర్చిరెదను వణికించు హైమోన్నత శృంగమునకు
అజపథమున దాటి సాగెడు పుట్టుచావుల
ప్రశ్న నెదురించు గడియ తప్పక వచ్చెనది
నాల్గువ్రేళ్ళ వెడల్పు దారి చూచిన ఎద వణుకు

దారి కటునిటు దుర్గంధమయమయి
తెరచియున్న యముని నోరు

గంభీరముగా యోచించి దృఢ నిశ్చయు డయ్యె,
నా ఆయువు గట్టిదైన మరలివత్తు నే!
నా ఆయువు తీరెనా? ఉన్న చోటె చత్తును
పుట్టిన వానికి చావు కట్టియుంచిన సద్ది
నాపున్నెపు యొడలి నొకపరి చూచుకొందునిచట
కళ్ళెమ్మును వేసి జీను గట్టిగా కట్టి
పట్టుకొన్న బలమైన కోడె నెక్కిన చారు
నీవైనది మేమౌదుమని యా బలగమువారు
విజ్ఞాపన సేయ వారి నోదార్చి ఇట్లనియె!
'ఆత్మ సంగాతులెల్ల మీరిపుడు రానేల?
వెళ్ళి వచ్చెద నింక నే కాంగ వీరుడనై
ఈ కుపథ మొకపరి మొదట పరీక్షింతును,
మీర లిందెయుండు డంతవరకును' అని యతడు
నిజ సహాయకుల నిలిపి కఠిన పథము తాబట్టెను.

ఎక్కి కూర్చొని మేకపోతును మెల్లమెల్లగా
నడుపుచు, నిరుకు అజపథమున సాగుచు
ఎదుట సమీపమునగాంచె భోరుమనెడు
పర్వతాశ్రయమున విశాలమైదానము
వెంటనే నమ్మకము - కల్గె సఖుల రప్పింప
కష్టములకెద నొడ్డువాడెన్న మహాత్ముడు
చారుదత్తుడు చెలులకడ కేతేర
ఇటువైపు నార్వురు పోతులపై కూర్చొని
తనవైపు రాకనుగని పుట్టెనెదలోపల

చారువసంతం
298 ద్యావా పృథివి కాండ

శంక, సందేహాలు కలిగె నెటు సేయుటని
ఉన్నదారొకటె దానిముందేమిటని
వెనుకమరలగ నిరువాగులకు కష్టమనుచు
రుద్రదత్తాదులు తమకిక చావుగాకను
వేరుదారేదని దుస్తర యాతన యనుచు.

చంపాపురము వదలి వచ్చినప్పటి నుండి
నేటి ఈ క్షణము వరకు అగ్నిపరీక్షలే
అడుగడుగున అగ్ని, పాములు, శత్రు పీడన
నీరు పగజూప సన్యాసి శనియై యుండ
ఎవరి వేడికొందు నే నెవ్వరి దూరుదును?
మరల మరల పైబడు కష్టాల సరిపెణల తలచె
ఇట్టి భయానక పథమునందేల వచ్చితిరి
ఇపుడు మీరెట్లు ప్రాణముతో తిరిగిపోదురు?
చారు, నడిగిన ప్రశ్నకు బదులుగా రుద్రుండు
పలికెను, నీ తిరిగి వచ్చుట, తడవుకాగా
చింతరేగెను మదిని తడవు సేయక వెడలిరాగ.

"నిజము వీరి స్థితిగతులకు కతము వాత్సల్యమే!
మాహితైషులు వీరి రక్షింతు తొలుదొల్త"
నిశ్చయించెను చారు తనను తానర్పింప
నెచ్చెలులు యోచించుకొనిరి తమలోతాము
వేరు తెగిపోగ నింకేల చెట్టు యోచన
చెయిదాటిన సంఘటనకు నింక కన్నీరేల
మనవంటి పామరులు పదికోటులుందురిల
చారువంటి ఘనులో జగతినపురూపమ్ము
మనము చచ్చుటె మేలు చారుడొకడు మిగలనీ

త్యాగులు మరి ఉదారుల నడుమ యమునికీ వణుకు
ఆయువింకా గలవాడెన్నడూ చావలేదు
పరోపకారార్థ 'చిత్తుడు చారు' ధీరుడు
నమః సిద్ధేభ్యః యని సిరిపల్కుల ముడిచి
తన ప్రౌఢత్వము, పరిణతనూ ప్రయోగించెను
చూడగా నిది విధియె కల్పించిన సదవకాశమని
మురిసి, ఎడమకాలు నొత్తి పట్టి, కుడికాలు
కాలి బొటనవ్రేలుతో తనపోతునెదను తివియుచు
ఛంగున ఎడమ దిశ కళ్ళెమును పట్టి లాగి
కోతిచేష్టల వలెను లంఘించి త్రిప్పుచును
ముందటి కాళ్ళను లేపియాభాగమును
వెనుదిరిగి నడిపించె, ఇరుకుదారికి వచ్చి
ఆ సమయోచిత కౌశల ధైర్యస్ఫూర్తికి
రుద్రదత్తాదులేకాదు గగనచరులును కూడ
వెరగంది చప్పట్ల మెచ్చుచు పొంగిరి
ఏడుమేకపోతులు పడిలేచుటల బాధ
తొలగి అజపథముదాటి సమతలము డాయుట
కుంజరయూథంబు దోమకుత్తుక జొచ్చుట
మేరుమందరమితడు, చారుసుందరుడనుచు
పలువిధమ్ములపొగడి పూదండ లిడినారు
సమభూమిని భాగముల వాహనమ్మును దిగి
సమతలపు భూమిలో చిగురాకుల పాన్పున
తల్లి కౌగిట, పండిన శిశువట్లు హాయిగా
విధి గర్భమును చీల్చి పొందిన రెండవ జన్మకు
మురిసి చారు కరుణించిన సంజీవినికి
పరమాత్మ ధ్యానమున పవళించి విశ్రమించి
మరునాడు దరిని గల గంభీర వారాసి

తీరాన వచ్చి నిలిచి చూచి నల్దిక్కుల
తలయూచుచుండ దవ్వులనొక కాసారము
కనుపించె మునకలిడి ఉడుపుల ధరించిరా!
అటుతరలుటెతడవు ఇటు రుద్రదత్తుండు
పారశిక ప్రవరుడన్న తీరున ఏడుపోతుల
తలనరికి, కడుపుద్రచ్చి తిత్తిగజేసి
కుట్టెను, సన్మిత్రు నాగమనాకాంక్షతో
కరుణాసాగర లభించిన నష్టమున అజములకు
సమూహ, హత్యలకు పాలబడె ఎద కరిగి నీరయ్యె
మా సాయమునకు ఇటతెచ్చిన ఆపద్బాంధవులను
మూగప్రాణులనిట్లు దయమరచి చంపు
టిది నీచకార్యమిది తగదు తగదు మనకు
రత్నద్వీపమును చూతుమో కాక నరకమో
ఏ పురుషార్థమాసించి, ఈ పాప మెసగితిమొ?
అని విషణ్ణహృదయమున పలికె గద్గదికుడై
గడ్డి కొరికిన నరుని చంపడు వీరభటుడు
ఎరుగుదురెల్లరు మన్నించు యుద్ధనీతుల
నోటిలో, కడుపులో తృణమె నింపెడు ఈ
మేకపోతుల చంపి నేడొనర్చిన హత్య
నిరపరాధి, అమాయకుని పిసికి చంపినటు
నగర జనులకన్న వనమృగములు బలుమిన్న
అడవి మృగాలకన్న క్రూరులీ హంతకులు
రుద్రదత్తుడొ క్షుద్రదత్తుడొ క్రూర! తొలగు
కాంచన సంచయమునకు ప్రాణహాని తగునె?
ప్రాణోపకృతికి ప్రత్యుపకృతి జగతిలో
గాన! పోతుల జంపిన భూతాలు మీరు.

చారువసంతం

మిత్రులందరు తలవంచి నిలువగ రుద్ర
దత్తు నోర్విప్పె ఇది చేసిన వాడ నేను
రానున్న పాపమదెంతైన నాకుండనీ!
నీకు తట్టదు పాపము నీవు చూడనె లేదు
ఇక నిక్కడ తడయక వెళ్ళిపోవలె మనము.
పారసికుని వుపదేశమదెట్లు మరచిపోవ
"పూనిన పని వదలడు మహాపురుషుడెపుడును!
అన్న సూక్తి వాక్యార్థము బట్టి జరుపుదము"
అని పలుక నెల్ల సమ్మతింపగ లేని మనసుల
మౌనముగ పరుండెను చారువు కూర్కురాగ
పంచ నమస్కారము పోతుల గుర్తుగ చదివి
ఇదె తగిన సమయమని చారువును, స్నేహితులు
ఒక తిత్తిలో చేర్చి కుట్టివేసిరి దాని
మిగులారు తిత్తుల రుద్రాదులు పంచుకొని
తమతోటి పొర విప్పి పదను కత్తిని పట్టి
బయటకు కనరాని తీరున కుట్టుకున్నారు.
కొండలవి తమకుండిన రెక్కలు విచ్చి క్రింద
ఎగురుచూ నుండెడివి గగనాన తలచినటు
దేవేంద్రుడీ గిరుల రెక్కలను ఖండింప
కొన్ని గిరులు పర్వెత్తి కడలిమునిగి మిగిలి
దాగినవి తమరెక్కలను దాచికొని నీట
ఎగిరి వచ్చినపుడు ఏడు భేరుండములు
కడలివైపున నుండి కడువేగమున నవియు
సమతలమునున్న నేల, కుట్టిపెట్టిన
ఏడు తిత్తుల నోటబట్టెగిరి గగనాన
పెద్ద మాంసపు ముద్ద దొరికెనను నాసతో
ఒక భేరుండము వెదికినను తిత్తి లేక

బాధతో ఎగిరినది నభమునకు వెంటపడి.
వియత్తలమున ప్రదక్షిణల తిరుగుచు
ఎగిరెగిరి చారుడుండిన తిత్తి కరచుకొని
ఒకకంటి పక్షిని ముఖాముఖి నెదిరించి
కన్నున్న దిశ నుండి యేతెంచి యద్దాని
తనకొక్కెరతో కుక్కగా ఏకాక్షి పక్షి యది
తిత్తి జారగవిడిచి మరల రయ్యన నెగిరి
పడుచున్న తిత్తిని తననోట పట్టుకొని
నభముపై నెగిరినది నిడుపు రెక్కల నార్చి
చారువున్న తిత్తి నిటు విడదీయు పడవేయు
మరి బడయు భేరుండముల క్రీడ నేకాక్షి
పక్షి తా పైకెగిరి ఆయాసపడి తిత్తి
విసరివేయనది క్రిందకు పడి కడలి నడుమ
చిరుద్వీపమున బయలున కూలిపడె దబ్బున
తిత్తిలో ఒదిగున్న చారు తన సీమకును
వచ్చితి ననుభ్రాంతి తిత్తిని చీరి తెరువ
దిక్కు తెలియక, చెలులొక్కరును కానరాక
తానున్నది జలాశయ ప్రదేశ మనుటెరిగి
అచటి కొలనున స్నానమ్ము తాజేసి
మైల వస్త్రాలు నుదికి రాళ్ళపై నారేసి
మేర లేని భీకర సాగరము వీక్షించి
ఎటనుంటి నేనిపుడు, ఏ దిశకు పయనమని
ప్రకృతి యిది సుందరమైన దేవమందిరము.
అవియ కరుణించిన సహజానంద సాగరము.
అటనున్న పెనుబండ కూర్చొని యోచించెను.
ఏమిది చోద్యము కర్మ నిర్మించు విపాకము
మేకపోతుల తలగొట్టుటకు తలదండము

అనునట్లు తిత్తిని దూరి పక్కికి చిక్కి
నేనిటకు రా నాయె అనుచరులొకరు లేరు
చావుక్రీడల నాడినను బ్రదుకుట తప్పదయె
ఏమిచిత్రమిది సంసారపు దివ్యలీల

దుడుకక శాంతచిత్తము తోడ నా పుణ్యశాలి
(పేడి) పిరికి వలె గడగడ వణకుచు కంపించకుండ
జము మొగమైన నేరుగ జూతునని, లంకను
గిరినెక్కె నేకాంగి వీరుడు గట్టి మనసువాడు
దిట్టయౌ ధీరుడిడు అడుగులకు ఫలముండు
మృదుల స్వరంపు చిరుగాలి సవ్వడుల తాకి
పదిలమౌ హృదయాలు మార్మ్రోగుచుండగా
దేవలోకపు తలుపు తట్టునంతెత్తుగా
దివిలేని పదమంటి కడుగువాగులు నదులు
పర్వతశిఖరాల తుదిశిల పైనెక్కియట
ఆపర్వతమునకపూర్వ పరమభక్తుడౌ
యతివరేణ్యుడుండె ఖడ్గాసనమునునిల్చి
అదిచూచి వెఱగందె, అద్భుత దృశ్యమనుచు
చారణమునిని గాంచి వెరుగుపడనిదెవ్వరు
నెమ్మదిని శిలాతలమందధ్యాత్మవిద్యా
సంవర్ధిత సన్మతి శుద్ధచారుదత్తుడు
చారణ ఋషి దయవలన పుట్టిన వాడితడు
తాపసిని దరిచేరి మూడు సారులు మ్రొక్కి
బలమంది వందింప యోగి తా దీవించె
నిరుపమ అవధి జ్ఞానులు అమేయ యోగ
ధ్యాన సమయము ముగిసిన కతమున మౌనము
దివ్యజ్ఞానముగల వీరాతని తీరరసి

ఇదిసిద్ధ క్షేత్రమిది దురిత హరక్షేత్రమిది
పుణ్యక్షేత్రమునకు రా నెరిగి, నిష్కలంక
చరణ చారణ తపస్వి తా బలికె
విస్మయముగ నా పరహిత చరిత సంయమి”

భానుశెట్టి తపార్థమేగినందులకు
ఇటువంటి యొక అవస్థ ఏర్పడినందుకు
ఊరకనె ఉద్వేగ పడుటదేల
సంసారస్థితి ఈ వికారమునకు
మహాజలయాత్ర వశము చేతను
అనేక విధాల నాయాసపడితిని
భవ్యోత్తంసా సహనము వహింపుము
తన బ్రదుకీ కృషిక ఋషికి నిలువుటద్దము
మారుమాటకు కొమ్ములు మొలచె చోద్యమున
అస్మదీయ వృత్తాంతము విదితమెట్లాయెనో?
తపోధనా మిమ్ముల నీముందు జూచెరుగ
ఈ విశేషమ్మరయ బహుకుతూహలమాయె”
పలికిరి చారణులాశ్చర్యము రెక్క విప్ప!

మీవూరి రజతవాలుకా నదీతటమున
భౌమవిహారమునకేతెంచి యుంటిమపుడు
పగలకు మోసములకు చిక్కి కాలుసేతులకు
కొట్టిన మేకులకు ప్రాణము వోయెడి వేళను
అమ్మ నీవేతెంచి చెరవిడిపించినావు
నే విద్యాధరుండ, నమిత గతిని, విడుదల
మీ వలన పొంది, దివికెగిరిన తరువాత
జరిగిన ఘటన వివరింతు నే సన్మతిని వినుము.

నాడు నాదు సౌభాగ్యవతి నపహరించి
ఖలులు కూళులా జంబూకముల వెన్నంటి
ఇదె చిక్కె ఇదె దక్కిన పట్టికొట్టి బెదిరించి
కక్కింతు నాపాత బాకీని వడ్డితో
యనుచు లెఖ్ఖలవేయుచును వేగమునరాగ
వచ్చియట గాంచితిని హృద్య మౌదృశ్యమ్ము
నా సతీమణి ఖేచరేశ్వరి విద్యుల్లత
తననుగొంపోవు గగన చరులను ఝాడించి
ఏమిరా మీరా గానుగ ఆంబోతులై
చుట్టు తిరుగుచుంటిరేలిట్లు ఖచరులను జంకించి
గడ్డి, పుల్లలకు నొత్తురు మీరు మిమ్ములను
మెత్తు నని ఏ రీతి తలచితిరి తులవలూ
మీరు నా సాటి కాగలరె యనుచువారిని
రొక్కించి బెదిరించి పుట్టుకను తలపించె.

గగనగతిలో మీకింకెవరు పైనుండరను నొక్క
విద్యాగర్వమున చిర యౌవనాతిశయమున్నదనునొక్క
యౌవనపు పొగరులో సదా సనత్కుమారుల రూప
మదమున నిట్లు వీగుదురేల? సురులకివి సహజములె
సౌభాగ్యాతిశయము పుణ్యఫలము చొక్కునది వ్యధకు
తలపు తెరచినటు తెలియరైతిరదేల పరిపరి విధాల
వారిని మందలించి, ఛీకొట్టి ఏడ్పించి చివరకు
ఆహ్వానించె గగనగతిలోన తనను గెలువంగా
అంబరగతి స్వయంబరమనీ విద్యుల్లత నీ రీతి
సాధించుడోయ్, కనుపించు నీ సురగిరి శిఖరినుండి
సుమమాల విడుతు నది క్రింద పడులోననే నీగిరి
మూడుమార్లు కుడిదిశ నుండి చుట్టి పూమాల నా కన్న

మునుదెచ్చి యిచ్చిన వేసెదను హారమ్ము వరియింతును
మిమ్ముల, యోడిన యూరక విడుతునే? అన నాధూర్తులు
కోరిక యామెను దొంగిలిన నేరమున కొప్పిరి పోరుకు
ఎట్లైన తన నోడించి భోగించు నవకాశమున
పర్వతాగ్రమున కూర్చిన గతి యుద్ధ పీఠమందున
నిలిచి మందార మాలికను ఇలమీదికి దిగవిడువ
పరుగుపందెమునకు సిద్ధమై బరినిల్చిరాస్పర్థులు
పరుగెత్తి రందరును గాలికి రెక్కలు వచ్చినట్లు.

ఇరుపక్షముల నినదించు దుందుభి తూర్యములు మ్రోగ
వాయించి పటహకాహళభేరీల నిస్వనధ్వనికి
తుముల రవమది చెవులు చిల్లులువో కేకలిడు సడికి
ఎచట విద్యుల్లత గెల్చునో యను కోలాహలమునకు
బలియై అటునిటు చూచుచు పరువిడవు పలురు
ఆ గగనచరులను దాటుకొని, విద్యాధరి విగ్రున
వీగి, చగ్రున సాగి గగ్రున మూడు చుట్టులు తిరిగి
మందారమాల నేలకానెడు, మునుపె పట్టి గిరిని
శిఖరమెక్కి గతియుద్ధపు పీఠమునెక్కి నిలిచినది
పరిహాసమున నగుచు పూమాల కర్వులుగారు మీ
రనుచు హారము చాటునట్లు తనమగడొకడె యర్హుం
డన్నట్లు తనకు తానే హారమును మెడను ధరించె
ఓడిన తమ యపరాధనమునకు లజ్జతో తలవంచి
పులులవోలె ఆర్భటించి పొగరువిరుగ నక్కలవలె
నీ యట్టి అభిమానశీల, ధీమంత ఖేచరులకు
పతిపురుషువంచించి దొంగలటు అపహరించితి మది
ఖచరకులమునకైన అవమానమె, మసిపూసినట్లు
గగనగతి స్పర్థలో వీరశ్రీ వైతివని తలవంచి

చారువసంతం

తప్పించుకొన జూచి మాయమైరప్పుడే అటనుండి
తగిన పాఠము నేర్ప వీపుపై బేతాళుడన, విడుక
భౌమవిహారార్థులై వచ్చిన తమ్ము వెతలబెట్టి
తన్నెత్తి తెచ్చిన పందల కేకలిడి పిల్చి
విద్యాధరి ఈనినపులి గర్జించి తాకి
చెరగున చనులుగప్పి కాసె వేసి బిగించి
నిడుపుకుంతలరాశి చుట్టగా నల్లుకొని
ముడివేసి కత్తిదూసి డాలును చేబట్టి
ఖచర కామిని, వీరలక్ష్మి చందమున
ఎగిరినది నభమందు గరుడుని వేగమ్మున
బాహువుల విదిలించి మెరపువలె చలియించి
క్రోధమున నా ఖేచరుల వెన్నంటి వచ్చి
అదిలించి గర్జించె పోదురెక్కడికింక?

నీలగగనమ్ములో తిరుగు మదకరాణివలె
అత్యంత కోపమున దరిజేరి నిల్చుకొని
ఆకాశగామి కాకమును జంపుటెరుగుదు
ఇంద్రునికి మొరవెట్టినను సరే చంపకవదల
అనుచు ఖేచరుల విద్యల గమనింప
క్రోధాగ్ని కెరల గాత్రస్తాభి భూతులై
పరుగెత్తగా లేక కాళ్ళుపడి గడ్డి కొరికి
పొడిచిన కత్తితో వెన్నుపై తాడింప
వాతలు తేలినవి పసిడి జందెములట్లు
మన్నించి, నా, నిప్పుడీశిక్ష చాల్తొలగు
డింకెపుడు నత్యాచారములు బూనకుడు పొం
డని వీర ఖేచరి క్షమాగుణమున ధాత్రిగ
బ్రతికితిమి నేడు దేవి భాగ్యమని పరుగిడిరి
నాడు ఖచరజగతికి దివ్యమణి తానాయె.

నేనిందు భువిలోన తొలగెనను కొన్న చెలి
పతిపరోక్షమున సురసుఖమునొల్లక వదలి
కర్పూరమునుబోలి కరగి మరుగాయెనట
నేనటకు జేరుట తడవై చేజారెనని
ఉత్తానపతనాల పాడు బ్రతుకుగోలను
నాకు నిర్వేదముదయింప తపమింటి నన
నీలంపునేల వ్యాపించ నభమున ఎల్లెడల
మిలమిల చిరు చిరు కాంతులందు
తారకలు గగనాన మెరయుచూ నుండగా
మౌనగానమున తన్మయుడయ్యె సంసార సారోదయుడు.

భువియే
స్వర్గం

చారువసంతం
310 ద్యావా పృథివి కాండ
భువియే స్వర్గం

విమాన ఘంటల మృదు ధ్వను లులియు కిన్నరుల
గేయాల వెలువడి పలురీతుల అందాల
నాడుచు పాడుచు తారాడు నాట్యమయూరి
చిమ్ము గీతాతోద్య తూర్యనాదపుటలల
చిలికి దరిజేరి కూర్చొన్న ఇష్టమౌ సొబగుల
ఎటువంటి లీలయిది అందమౌ నవకళల
ఎవరు రచించిరిట్లు ప్రవహించు మెరపులనది
సురపతివలెవచ్చె తా వియచ్చరేంద్రుడు
సురవిమానమునుండి ఖేచర సింహకేతు
అమితగతి యనిపించు తొలిభవమున పుట్టిన
కొడుకు సింహగ్రీవుడు వుత్తమ చారిత్రుడు
పితృభక్తుడు; మునికి పరమశ్రావక శిష్యుడు
తోడబుట్టి నీ శూరసహోదరుల జతను
ఒకనాడు తండ్రియనిపించిన చారణునకు
ఎప్పటియట్లవచ్చె, వందింప నీ నాడు.

చారువసంతం

ప్రదక్షిణత్రయము పిదప ఎదుట కూర్చొన్న ఈ
మహాత్ముండెవరనుట నే తెలియక గోరెద
యనగ చారణుడు పలికె 'నీకితడు జనకుని
సమానుడు మాకు పెద్ద, పరోపకారియును
ఏడేడు జన్మలకు కడలేని యుపకారి
పెక్కు సాయముల గూర్చె మాబ్రతుకులలోన
న హి కృతముపకారం సాధనోవిస్మరించి
మరచుటెటు లాయమృత సుతుని యుపకారమును
ఎటుల ప్రకటింతు నీపుణ్య మౌదార్యమ్ము
నభచరుల బ్రతుకులను కలిపిన పరుసవేది
చారుదత్తుడు తనకు పెదనాన్న సముడంచు
కన్నతండ్రి నోటను వెలువడగ నీమాట
తన రాజ్య మర్పించి నెయ్యాన జీవింప
ఇట్టి అగ్రజుడు, అసదళుడు లభింప మురిసి
చారణుల చరణముల వ్రాలి బయలు దేరగ.

ఆ సమయమున జరిగె మరియొక్క అద్భుతము
శంపాలత చెదిరి పలు విమాన నికాయము
రూపుదాల్చెనన్న రీతికి మెరుగులీను
ఎగిరెడి శకటములా పవను పథదిశనుండి
మృదు మధుర ఘంటా నినాదములు నింపుచును
ఇంద్రచాపమదెల్ల దెసల ముసిరినటుల
ఆ రీతి నేతెంచి కుసుమ శేఖర సురుడు
తొలుత చారణ మహావ్రతికి వందింపకనె
శిరసొగ్గి వందించె నసువ్రతి సంసారికి
చారుదత్తునకు; తరువాత చారణ చరణ

ములకు దివ్యార్చనా విధిని నర్పించి కే
ల్మోగిచి వచ్చి కూర్చొనె కుసుమ శేఖరుడచట.

అణచుకొనలేని ఆసక్తితో నాత్రుతను
సింహగ్రీవుండడిగె కుసుమశేఖరునపుడు
కల్పామరదేవా వందనాభక్తి నిట
కరుదెంచి మీరిచట గురువరేణ్యుండుండ
తొలుత వారికి నమింపక నిట్లు శ్రావకులకు
మొదట వందించినది యుచితమే? తెలుపుడన
కుసుమశేఖరుడప్డు పలికెనిటు తన గాథ
గడచిన జన్మము నొకరసకూపమందుండి
బ్రతుకు కోల్పోయి యుండ నాకీ మహాత్ముడు,
కరుణతో, జచ్చి దుర్గతి పాలౌటనాపె
పంచ నమస్కార మంత్రము తెలిపి, సమాధి
మరణ కారణమున నాకమున చేరుకొనితి
నాకందిన సురవిభవమునకీతడె రేడు
పాపకూపమునుండెత్తి ఇటకు దాటించె
తొలిమన్ననయుచితమ్మేకదా! మహాత్ముడు
చారుదత్తు నింపె చైతన్యమనుచు, పిదప
సప్రపంచము తెలిపి కుసుమశేఖర సురుడు
అనర్ఘ్యాభరణ దివ్యాంబర మహదైశ్వర్యాల
నొసగి పూమాలతో సత్కరించి పలు భంగుల.
చారుగురువరా చేర్తు చంపాపురమునకు"
తండ్రి గడించిన సిరిసంపదల పాడొనర్చి
కన్నతల్లికీ రాని యాతనల నందిచ్చి
చేబట్టిన సహధర్మిణిని వదలి తిరిగితి

పరదేశ పర్యటనలె తగినవని తలచితి
పరదేశినై దుఃఖమున నలిగి అట్టిట్టు
తిరుగుతూ చావునకు సుముఖుడై గెల్చుచు,
వెరపందనిదెవరు, భవావళి పక్వతకు
ముందేమి జరుగునది తెలియు విస్మయ కోర్కి
ఆత్రుతకుపదములందిచ్చి అడిగె వెన్వెంటనే
చారణవరేణ్యా నేనిట్లు భవమాతకు
చిక్కక బయటపడు కాలలబ్ధి దొరికేనా?
మునిరేడు చారణడు ఋతు సత్యములుపలికె
పుణ్యోదయకాలము నాసన్న భవ్యుడవు
సెట్టియందురు శ్రేష్ఠియందురు మరికొందరు
చెట్టియారని పిల్తురు మరొక ప్రాంతమందు
సేఠ్జీ యనుచు సేతాని యనుచు కొందరిల
గౌరవము చూపెదరు కోమటియని పిలుతురు
వణిజవర్తక జనులు ఒక మానుకొమ్మలే
సింహగ్రీవుడు జేసె మనవిని తన ప్రోలుకు

చారుదత్తునిగొనిపోయి గౌరవించవలె
చారణమునుల ఆదేశమిది నాకిష్టము
అట్లైన ఈ యోగపూరుషుందప్పకయ
ఖేచరుల సీమకే పిలుచుకొని పోవలెను
కాపుండి మీరితని జతనమున గొనిపోయి
మనసార ముదమార పూజాపురస్కార
ములజేసి పిదప మావీటి జనసేవలను
గొనగ విజయము సేయుతా చారుదత్తునుడు
చంపకు చేర్చెడు కృతజ్ఞతా మర్యాదల

నా పాలికుండనిండేమరక మరువకుడని
పలికి నడచె నిజ నివాసమునకమరుడపుడు

చారుదత్తు సింహగ్రీవుడు చారణుల సిరి
చరణాల వందించి సురవిమానములెక్కి
ముదమందిర హవా శివమందిరపురినివాసి
ఆదరాతిథ్యముల సుఖముగా నుండ కొ
న్నాళ్ళు పురుషార్థ సాధనల నగ్రేసరుడు
చారుదత్తుల చతురుడు తేజోమయుడు, ఉపకారము
శ్వాసగాగల వాడనుచు మెచ్చి కొనియాడి
సింహగ్రీవుడు యాచించె నొక నాడిట్లు
తండ్రి అమితగతికి ప్రాణ మిడిన మహారాజు
ఖేచర రాజ్యము సింహవిష్టల పరిజనులు
సమస్తమూ నీదేనోయ్ మమ్మేలు స్థిరముగా

పోబోకు మరలి స్వస్థలము చంపాపురికి
ప్రియమార పెంచిన తండ్రిని చూచినట్లాయె
ముదుపులిచ్చువరకు ఆహారము గొనబోను
మత్ప్రాప్య సామ్రాజ్య మొప్పుకొనుడి మీదని."

సురనరోరగ జనులు కూడి అడుగుల బడుచు
ముల్లోకాలకు మించిన తపోరాజ్యమిది
మునిరాజ శ్రేష్ఠుని దీవెనలె నాకు చాలు
నేలమాళిగలెక్కి చూచెడు చందమ్మున
నిచ్చెనమెట్లెక్కుచు తుది తాకుటనుబోలి
పలుపూర్వజన్మల పూజాఫలములిచ్చినట్లు
సాధనకధికమ్ముగ సిద్ధించె నదెచాలు
వెనుదిరిగి వచ్చితిని వత్తునని మాతకును
పత్నులకు మరిబంధు బాంధవులకు హితులకు
బాస చేసితి మునుపు మాటతప్పగభయము
స్వర్గసీమను వదలి వసియించునాడునకు
మలల వీడుకు సుఖమిదు చంపానగరికిని
నిశను బయలు వెడలుచు రేపకడ నటనుండ
విద్యాదేవతా వితానమున జతయైన
ఆత్మీయ స్వకీయ సహాయ సమూహమ్మును
పిలిపించి సత్ప్రపంచమ్మును విశదపరచి
కనివిని ఎరిగిన నాదున ప్రభువౌటకన్నను
తెలిసిన బీడుల తొత్తులై యుంటమేలు
తెంకణపు గాలియది తాకినను బలు ఇంపు
పాట పాడినా లెస్స నాడినా విరిసిన
మల్లెకులుకు, పలుకు జనపదము గన్న నాకు

మనవూరు మనమాట మనజనులు కనునిండి
మానస సరోవరమ్మైపోవు నెదనిండి.
కన్నతల్లిని తలచి మరల జొచ్చీ భూమి
తల్లికి దండమిడి దైనందిన విధులకు
తనను కన్నతల్లి తాబుట్టినా యూరు!
స్వర్గానికధికమనె ఆదికవి వాల్మీకి.
కన్నమ్మ దేవిల తనవూరు చంపాపురి
రయము దర్శింప కాళ్ళుబడి భువితాకి మురిసి
అమృత గడియ దయగను రోమాంచనమున మిడుక
తడవుసేయక వెడలననుమతినిడి దీవించి పంపుడు.

జన్మభూమిని గరిమ ఘనత తక్కువయయ్యు
అంకుశము వేసినా తలచెదమందురు
భావుకత రసికత లెండె నాబ్రతుకుమోడు
ఆకసమున విహరించు గూబలును కాకులు
అగోచర గగనచరులకు హెచ్చు సగోచరము
భూ చరులు సాయమిడ సంభ్రమముపొందెదరు
దుఃఖార్తుల స్థితిని చూసి చెరువగు వారి గుండె.

నివ్వెరపడి, నిదేమనుచు విచారించి
చారుదత్తుడో సంయమదత్తు చిత్తుడో
ఈ స్థైర్య శౌర్యముల ఈ స్థైర్యోన్నతికిని
అనిమిషుల రాజ్యమ్ముకొడయడా వందింతు
కొనియాడి తలవంచి ఖేచరాధిపుడంత.

ఒకపెళ్ళి పీటపై నుండియే నడిపింతు
మంగళ వివాహంపు క్రతువు వైభవముగా

లేఁబ్రాయపు సురకన్నెల పదునార్గురతో
యనియెడు మరొక విన్నపమునకు వద్దనుచును
ఖిన్నుడవు కాకుము నీ విన్నబోయిన మొగము
దరియంగ జేయుము నాసతులిర్వురుగలరు
ఎనలేని సరిలేని చెలువలు వారిద్దరు
అదెకాక సకల సౌభాగ్యాలకు నెలవులు
వెచ్చానికి మీరిచ్చిన విపులైశ్వర్యము
వెచ్చనౌ గృహముండె నచ్చిన సతులుండ్రి
ఇచ్చింపగానేల? ఇది చాలు నాకెన్న
భూలోక ముండగా నాకలోకమదేల?
మెచ్చితినయా ఆసల గెలిచిన మీసాల
"వీర! ఓర్మియె తపము సంతృప్తి ఫలసారసతము
సుధ! ఖచరేశుడు తనదైన అమూల్య వస్తువు
మది ముదమంది తెచ్చి ముదిత గని నవ్వి
వణిజాధిపుడు చాలు చాలునికవద్దనగ
గగన చరాధిపుడు పిల్చి తన ప్రియసుతను
గాంధర్వదత్తను చారుదత్తుని కొప్పగించి
విద్యాధర లోకమందీమెకు తగినట్టి
యోగ్యవరుడీవె, తండ్రి తనకూతు నీమెను
భూలోకమందుగల సత్పురుషునికినిచ్చి
కళ్యాణ మొనరింపు మనుచు వేడెదను
ఈ భారము వహింప చారుడొప్పుకొనంగ
అపుడె పెళ్ళైనట్లు గగనచరు లాడిరట
ఆమె కీ దగు సారె వస్తు వాహనములిడి
ఈరీతి పయన సామగ్రితో సురకన్య
గాంధర్వ దత్త తన భండారము సహితము

నవ్వుకొని రప్పించి ధనదు నాదేశించె
కుశలురౌ దాసదాసీమణుల రమ్మనుము
మాణిక్యపట్టిస భండారము తెమ్మనుము
భేరి, నగారి, సన్నాయి మ్రోగింపుడనుము
కాహళలు తప్పెటలు తూర్య వీణాధ్వనులు
మొరయనిండు శంఖి, కొమ్ము, బూరలు గంటలు
సిద్ధపరచు డందాల గగన రథమ్ములను
సత్పాత్రదాని పొందరాని దేమున్నది?
గగన విమానములు భూమివైపు గురిపెట్టి
సరభసముగ ఎగురలేచిన పదఘట్టన కెత్తి
ఎగిసిన కుంకుమపూవు లా నిండె నాకాశమును

సుఖముగానుండె చారుడుదయాననె లేచి వచ్చునని
తొలుత వ్యాపింప చేసిరా సువార్తను వేగ
దివినుండి క్రిందదిగుటకై పంపిన తళతళ

చారువసంతం

సంచలించి మెరయు మెరపుల గుత్తుల అందాన
ఖేచరుల వివిధాకారాలంకృత విమానము
సిద్ధమై యుండగా నింపి రన్ని కానుకల
ఉడుగరల తొడవులు నగలు నవరత్నములు
ఆ అయిదుగురు చెలుల జతలో, రుద్రదత్తుని
మరువకచ్చోటికి రా బిలిచి సిద్ధార్థుని
మెరపులను సురుల గగనరథము నెక్కించి
వీడ్కొనుట కేతెంచి గగనచరులకు మ్రొక్కి
వెడలిరి గాలివాహన మెక్కిన సవారిలో.

అందందు చీకటుల మొత్తమ్ములందాట
ఆ మబ్బులనుగని మురిసిరాచారు సఖులు
దట్టడవిదాటి మంచు తెరలను చీల్చి
జరిగి శైలాగ్ర సానువలయము నుండి దిగెడు.
నిర్ఝరిణిని చేరి నదియై పయోనిధియైన
వారాశి నిడుపైన రమ్య హస్తమటు ప్రవాహంబు
రజతవాళికా నదికావలి పచ్చవన్నియు
ఐశ్వర్యపు వనపుటంచున నున్న చంపానగరి
పుణ్యంపు పుంజమది సుధాకర బింబమే సరి
ప్రసన్నమనోహరమనిపించె పుట్టింటి దృశ్యం
సముజ్వల రజతాచలము పెట్టిన గ్రుడ్లన
సూర్యప్రభకు చంపాపురి సౌధప్రభ కిల్లు
మహాళ్ళు ధవళకీర్తి మెరిసినవి వెలిగినవి
ఇటీవలనె నేటి రేయి జరిగి అరుణోదయానికి
దేవదుందుభిధ్వనులు అతిశయముగ నినదింప
సురపుష్ప సురభి సమీరమున కామోదమనిరి

అంగదేశప్రజనులు చంపానగర ప్రభువు
ప్రముఖాంతఃపుర పరీతుడు వచ్చి నిలిచెను
పుష్పక విమానములు పృథివికావలనున్న
వలయనర్తులముల భేదించి భూకక్ష్యలో
గురుత్వాకర్షణకులోనై, మొయిలు మాటున
లోపల నుండి తొంగిచూచి వెండితారకలు
మెరయుచు వెలుగెడు మించిన వెండి రెక్కలవి
చిత్రపటము కెలికినట్లు ఆకాశమంత
విమానములచే ప్రబ్బి వ్యాపించి తేలాడ
ఘంటాజల ముక్తాఖాల హేమజాలముల
సరమాలికలను సూర్యుని వెలుగు పడసేయ
ఆహా! ఓహో యనిపించి వెరగు పడికొట్టు
చంపాపురి నాకసమె తూటుపడి వాడుకొన
అతిశయమె సాకారమై వచ్చెనన
రెక్క విప్పిన గగనపక్షులై పెరగెనన
పవన పథమునుండి దిగి భోరున సడిచేసి
ఎగురుతూనే తెంచినట్లు నభవాహనములు
పురోపాంత ప్రదేశము చేరువకాగా
మహావిభూతి వెరసి చారు, రూపులు, గగన
నేతలు, చారుదత్తుడు, మిత్రతతి సహితము
దిగి, దిగి, యొకరొక్కరుగ, నపుడు, వారెల్ల
నిలింప దంపతుల బలగమంత దిగిరందరు
స్వకీయ పరిచారక సురపరివృతులైరెల్ల.

మెలమెల్లగా కొందరు వెంటనె రయ్యని నీటిని
గుణమెత్తి నిలిపి, చిమ్మినది సుగంధపరిమళము

కౌతుకమున కూడి అటచేరిన జనసాగరమేమి
మెల్లగా నోరువిప్పి పలుకుచు నివ్వెరపోయి
రెప్ప వేయక, గొంతును దింపక గమనించుచు
ప్రభువు, ప్రముఖ మన్నీలు ప్రేమతో జతనుండ
చారువుని జయలక్ష్మి కీర్తిలక్ష్ములువారు
ఎండజారి వెన్నెలను చుట్టుకొనె గగన
లక్ష్ములటు పిలిచి వారివలె తెలతెల్లని
అచ్చమౌ ముత్యాల తొడవుల చీరగట్టిన అచ్చ మల్లెల్లోనూ
సోమ సమానలగు పడతులు విరహికరిణులు
ఆబాలగోపాల వృద్ధులాదిగకలరు,
నీరాజనమెత్తి వెల్గుచు ఎదుర్కొనిరి
వేలాది కంఠాలు కలిపేక కంఠమై
కూడిన జనతతి 'ఉఫే, భళా ఛాంగురే'యని
మురిసి శబ్ద సంభ్రమముతో బొబ్బల పెట్టుచు
సంబరాన దీపావళి సత్వము చాటుచు.

నేల ఈనినయట్లు నిలిచిజనులు చూచుచు
చారుదత్తుని వెనక అడుగడుగునకు లజ్జ
తో సురసుందరి దేవకన్య విద్యుల్లత
వెంబడివస్తున్న గంధర్వదత్తును కని
అంతలో గడగడ వణికి ఇదేమి మూడవ
భార్యను తెచ్చె నిదేమని మదిని చింతిలిరి
మిత్రావతి, వసంతతిలక మరి దేవిలలు.
లేబ్రాయపు ఈజవరాలికి పట్టము గట్టి
మునపటి వారలా పెద్ద సతుల నెక్కడ
దైన్యులగావించునో? యనియెడు శంకపెరిగి
అట్లు జరుగరాదని మ్లాన వదనులై పోయిరి.

అట్లు ఇట్లు ఎట్లయినా కుంతీకుమారులకు
రాజ్యములేదను సామెత అసత్యమెట్లగు
అంతరంగమున నల్లోలకల్లోలము
బహిరంగమునందు గెలుపవకుంఠనమును
ఏ సంసారముననైన నిట్టివే వ్యథలు.

దేవుడేతెంచునని ఆరాకకెదురేగి
చేతులను జోడించి సముదయమ్ముల మ్రొక్కి
ముక్కెరుగదా ఆకులజుట్టిన మల్లియల
జనులగుంపులలోన పత్నులను వెదుకుచూ
చీకటిలో కనులెరుగమి స్పర్శచే మదిని
సంతసమెదనిండి మనసెరిగెను దూరాన
కనులువెదికి వదలిన బాణంలా చూపు
తగిలి, వియోగములోని, దుఃఖమెల్ల వెలికిరా
తుడిచి నివారింపగ, నన, లోనికి వచ్చెను.

నాక సుఖము సాకారముగా భువికిదిగి
నిండితొణికి ఆతృతగా కౌగిలించికొని
సిగ్గిలి ముసిముసి నవ్వు బిడ్డల నెత్తికొని
శిరము నాఘ్రాణించి ముద్దాడి మురిసి
తండ్రి స్వరూపము వగనూని చెక్కిలించి తీసి
శిల్పీకరించినట్లున్న సుతుని తల్లియు
అచ్చులోపోసి తీసినటు పుట్టిన కూతు
దిష్టి తీసినను కొన్నిసార్లు తృప్తిలేదు
వాత్సల్యమే రూపుకట్టినట్లున్న దేవిలకు
సాష్టాంగపడి ఆశీర్వాద సహస్రముల
ముకుళిత కరకమలుడైన రాజు రాణులకు
హావభావ వికాస విభ్రమము చూపి మెరసిరి
సురుల కన్నుల కరవుతీరుతెవరకని
పూరిజనులు చెదరినవారు మనసు తన్వితీర
తెచ్చిన పరమ పరిశుద్ధ, అపూర్వ వస్తువుల
నెల్ల చారుదత్తుడు మేడపైనున్న అంగడికి
గోమేధిక, వైడూర్య పుష్యరాగము మరి ముత్యాలు
పసిడి రత్న మాణిక్య మరకత నీలమణి
నిత్యనితాంత వసురాశి కొడయుడీతడన
వసుదత్తుడనిపించె నసలు చారుదత్తుడు
ఎచటి వచట ససిగ సుందరముగ పేర్చగా
ఎల్లరును మేల్గోరుచు ఎగిరిరి నభమునకు
నిజ నివాసములకు దివిజపరివారమెల్ల
రాజభవనముచుట్టు గుడిదాంగుడియెనిండ
అందందు ముత్యాల రంగవల్లిక లిడిరి

పటహధ్వని వెల్వడి పంచవాద్యాల్ మ్రోగ
రవివీథి శశివీథి రాజవీధులలోన
పూమాల కొబ్బరాకులు, పోకల యాకుల
పచ్చపచ్చని వాణి నల్లిన పందిరియును
చీనాంబర వర్ణపూరోత్సాహాంబుదము
ఎత్తైన మేడలకు సున్నమ్ము రంగులును
సీమనెత్తి నిలిపెను పలురీతులందాల.
మరుదినమె రప్పించె రాజాస్థానమునకు
మహాపురుషుడీతడు రాజ్యంపు రత్నమణి
బిరుదగు రాజశ్రేష్ఠి ప్రశస్తికీతడె తగు
నని నవరత్నఖచిత రాజశ్రేష్ఠి పతకము
చారుదత్తుని పిలిచి హర్షాన మెడవైచి
ఒడ్డోలగమున నీకున్నది పెద్దపీట
గౌరవము రాజసింహాసనపు కుడివైపు
మమతతో హత్తుకొనె వణిజుండు వినయమున
రాజధానిని యష్ట శోభలను వెలయించి
సంసార సారోదయుడు వరకు దొరకు మ్రొక్కు

చారువసంతం
ద్యావా పృథివి కాండ 325

సంసార
సారోదయము

చారువసంతం
326 ద్యావా పృథివి కాండ
సంసార సారోదయము

ధవళగజేంద్రము నెక్కి ఛత్రచామరముల
రాజలాంఛనము మెరయ ధ్వజము, శ్వేతాత
పత్రము బట్టి, రాణివాసమును రాబనిచి
ఊరుదొర వచ్చెనన మంగళవాద్యాలు మొరయ.
అశ్వారూఢులై మంత్రిమండలి సామంత
సేనాని యూరేగింపులో వరేణ్య వర్తకుడు
పాలసంద్రపు ముద్దు పాపయను తెల్ల గుర్రము
ఎక్కించి కొనివచ్చిరి సకల మర్యాదలను
చారుదత్తుడు 'మదనావతార' గొడుగుపట్టి
తెల్లగుర్రముపైనున్న తండ్రితో పాటు
ముందుసుత, వెనుక సుతుడు మానుల ఊడలును
సువర్ణ వృష్టి కురిసిరి విద్యాధరులెల్ల
నభోంగణమ్మునుండి అమరుల పుష్పవృష్టి

చారువసంతం

ద్యావా పృథివి కాండ **327**

సంసార సారోదయము

ఊరిజనులెల్ల రూపెత్తిన సేసలైరి
పురి పురోహితులిడిన పూజాఫలముగొనిరి.

ఎంతటి అపూర్వము నా సీమ భాగ్యమిది
మగడగుటకు మిన్న తండ్రి యౌటయె సుమా!
అవలీల ఇది సురతరుణికి జనకుడనిపించుచు
పృథ్వినొక్క వరతరుణునికి పాణిగ్రహణము
జరుపించునీ యోగాయోగ మెవరికుండు?
ధన్యుడైతిని అమర! ఇట్టి సౌభాగ్యమిడితి
చిరఋణియై యుంటి జన్మజన్మాంతరముల దాక
సురల సీమల చాల పేరైన సంపద భువికి
చేర్చి నేలకు గగనానికి సేతువు కట్టునట్టి
పరమోత్కృష్టమీ పుణ్య కార్యమునాదౌత
అతనుసతి రతీదేవి నిభమనిపించినది
నిరుపమ గంధర్వ కళానిపుణ ఈమె
గంధర్వదత్త నా ముద్దుల కొమారిత
తేలిక భుజాల సింహగ్రీవుడు పరిచయించి
పిలిచి దగ్గరికి తల్లిపేగను లతను నిమిరి
కూతురా ఈ పరిశుద్ధుడే నీకు తండ్రియగు
తల్లియు నితడె బంధు బాంధవ సర్వస్వము
నేనె ఈతడు నాకన్న మిగుల నిర్మలుడు
ఏమి సుకృతమో దొరికెనీ పెదనాన్న
ఇలకు భోగభూమికి పుట్టింటికి వెళ్ళుము
నేల, దేవతల ఋణములు తీరినవి. నేల బిడ్డకు
ప్రాణమేతీసి, యొప్పించునట్లు సుతచేతి నా
చారుదత్తుని అరచేత నిడ వెంటనే వంగి

గంధర్వదత్త చారుని అడుగులకు మ్రొక్కి
తల్లి దరిజేరు దూడలా చారుకడకు చేరి
అతనుసతి రతీదేవి నిభమన్పించినది.
నిరుపమ గంధర్వకళా నిపుణియామె
గంధర్వదత్త ఇంక నా ముద్దుల కొమరిత

తనలోన తా తెలిసి పరిభావించెనట్లు
అమిత వస్తు వాహన సమూహములు తెచ్చినా
ఒకటైన గొననొల్లని చెలువమై సుర రమణుల
యొప్పింప నొల్లయనును వేడిన దిచ్చెదను.
వినుము వినుమురాయని యొడ్డినను చాలునను నీ
పరోపకార మేరుసంయమపు మందరుడు
ఈతని మహిమకు నా చేతి మకుటము
నిరాళ నిశ్చింతతోగా అర్పింతు నా సుతను
వివాహ కల్యాణ విధులెల్లను నెరవేర్ప
పవిత్ర గంభీర బాధ్యతను చారుదత్తు
పలికెను తన యంతరంగమే నోటికొచ్చిన రీతి
'ఓరి నిరవద్య మహానుభావ భూమి సుత
నాకలోకమె ఏల నాల్గులోకములిచ్చి నా
చాలు చాలనెడి, వద్దు వద్దనెడి భూచరులు
మనుజులకు కోరికల దేవగణము సాటికారు
అవివాహితయగు నా సుతకు ఈ సురవరులు
కారుతగినవరులు యోగ్యుడౌ భూసుతునకు
నీమె వధువును జేసి పెళ్ళి జేయున, దీవె
ఈమెకు తండ్రివి కన్యాదాన ఫలమ్మది

నీకు దొరకునుగాక! ఏమి గోరని చారు
విదొక్కటి వేడెద నిమ్ము నీదు సమ్మతిని".

గజ తురగవస్తువాహనాల్, పదాతులతో
చతురంగ బలము మారియె, నోరు తెరచినటు
కోమటుల వరుస, బ్రాహ్మలవాడ, కాపువా
రలవీథి, శివశరణుల సందు కురుమల నెరవు
బోయలవీళ్ళు, జైన బౌద్ధుల విహారములు,
స్వజన, పరిజన, బహుమిత్ర, బంధువర్గములు
క్షమాంగ నాలింగితులా మహామునివరులు
యావరత్నాగరికులు, గుంపుగూడి రచ్చట
తమ బ్రతుకులకు దిగిన నాకలోకపుచవికి

ఆపురి నోట పలుకుచుండిన దొక్కమాట
ఉరిపడుత, సిరిచెడుత, సమతూకముననుండు
దివి భువుల్ మెచ్చుకొనచారువే గణ్యుండు
సామరస్యామృతము కుడువబెట్టు ఘనుండు
నుడివిరాస్పటికశలాకవలె చిమ్ము పలుకు
లోకరూఢికి తానె మాదిరి మాతృభక్తి
ప్రబలాశయము మోసి తరలి, మరలిన వ్యక్తి
వట్టిచేతులగాక దివిని దింపిన శక్తి
జలదుర్గ, భూదుర్గ, వనదుర్గముల మీరి
మహీతలారణ్య మార్గముల తా క్రమించి
వణిజ కులజులు ఖనిజ సంపదల నెటిగి
కొలుచుటను వైలగట్టుటను చాతుర్య విదులు
పగడాల మేల్మణుల రత్నాలను రాళ్ళను

వైశ్యవరుడు ధనకనక సారవస్తువులను
గడియించి సరిలేని ధనికుడై వచ్చె గద!
జనపదులు జేసి వేణీ సంహారమున చాల ఇష్టపడి
గుణాఢ్య, కలాఢ్య జగన్నుత ననూన భోగ
భాగ్యానికి ప్రముఖముగ మెరసె వైశ్యుండు
పత్నుల జడగొన్న సాలె చారు దత్తుండు.

నాకమే దిగి వచ్చినట్లింట మోదమ్ము
గొనివచ్చి అందించినా నీవు భూమికిని
నవ్వుల పొంగు మమత ఏడ్చినా అందమే
బిడ్డలే మాణిక్యాలందురా పెద్దలది నిజమేను
చిన్నారుల అందచందాల తలచి నిష్టపడి
నయన మనోహర రూపులార వణిజకుల దివ్వెలార!
నిరతిశయోత్తమ తేజులార నిరుపమ యక్షులార!
దివిజకుమార విలాసులార ఎదకు భూషణమ్ములార!
సరసిజనేత్రులార చెలువంపు చిగురులార!
చామర గాలుల పిల్లలార తేనెలలో మీగడలార!
పన్నీటి చెలిమలార మోహపువల చిక్కిన దూడలార!
పరిమళమునె శ్వాసించెడు సురభి
సుముఖ సములగు సుందరులార!
సంసారమె హితమనిపించెడు సుధాసూతి ప్రకాశకులార!
ఇట్టులిలా మరెట్టులనొ పరిపరివిధముల ముద్దాడెను
తనకు ప్రతిరూపమని గ్రహించి
ఎదకు హత్తుకొనె ముద్దాడె.
ఇట్లుండ నొకనాడు అచట అమరగణమందు
కవల దేవతలు వీరి నభిమానమునగని

అక్షర లోకంలో రూపు తేజము లావణ్యము
భూచరులు వేరుగా నెవ్వరున్నారని
భూచరుల వేరెవరుగలరనుచు విర్రవీగి
గర్వింపవారె, ఎరెయడనియొక్కడు కలడని
చారు దివ్యాకారపు మహాపురుషుడన
రేనినుడి నన్నియను పగిల్చి చూడాలని
చంపాపురిలో నవతరించి యతివరుని వేషమున
చారుని మందిర చాకరులకలని తెలుపగా
లోపలికి పిలుపిచ్చి ఉచితాసనాలనొసగి
అప్పుడే సుగంధము తైలము పూసిన తనువున
మజ్జనమునకు సిద్ధమై నిల్చిన చారుని
కాలి బొటనవేలు మొదలు తలపైని శిఖదాక
చూడుడంతటి రూపు తేజమిట్టి సౌష్ఠవము
జవ్వనము జారినను ముడత లొక్కటి లేని
ఏమి ఆ మైకట్టు వెన్ననునుపు, మెరపు
దివిజలోకపు జనుల పొగడ్తలు నిజమింథ
లావణ్యసిరి సురలోకమున అపురూపమిసరి."

మునివరుని మెచ్చియాడినమాట వెచ్చసేయ
పలికెనభిమానమున "అభ్యంగనము ముగింతు
చూతురు లెండు సాలంకృతాలంకార"
చారు మజ్జనగృహము దూరి ముగించి యభ్యంజనము
సర్వాభరణ భూషితుడై లోహాసన
మస్తక స్థితులౌచు, ఆత్రుతతో నడిగెను
చూడుడీ అభ్యంగనానంతరపు రూపు.

చూచిరా తాపసులు చాలవిస్మయమంది
క్షణమాత్ర సమయాన మానుష తేజమారుటను,
శ్రేష్ఠితిలకమావిన్మ్మ నీతి రీవియ మదిప్పుడే
చిన్నదై చిన్నబోవుటగాంచి వెఱగంది
"కాంతి చిన్నబోవుటనెట్లు తాము చూచితిరి
మాకవధి జ్ఞానముగలదెల్ల తెలియగలము
అనియొక్క దోనెను దెప్పించి నీరు నింపి
అందులో తమ ఫించము నద్ది తీసి సభకు
పట్టి వీవగ జనులపై తుంపరల చినుకులు
తెలుపుడీ పింఛము నంటి వ్యయమైన దెంత
పడవ గ్రోవిలోపల కుందిన ప్రమాణమెంతు?
చెప్పగలరా విప్పి చూపగలరా చారు?
నీరవత నిష్పందమైన మానవసభకు
ఏ తీరు నీ చర్మ చక్షువు చూడజాలదో
ఆ రీతి చారు తేజము క్షణమున తరిగినదో
కానజాలదీ కన్ను తరంగ మరణమ్మును
దృష్టాంతముల జూపి తరలి వెళ్ళిరి దివికి
తీవ్ర యోచన చారు అంతరంగములోన
భార్యాబిడ్డలు సిరి చంచలతకు తడిక కావలె
భవనిమజ్జనము, లఖిమా, కౌశలమునకలరి
మనసును తామరాకులపైని నీరుగాజేసి
బ్రతుకు నావను గట్టు జేర్చె స్థిత ప్రజ్ఞుండు
చారుదత్త వరదత్త మహాత్మ పుత్రరత్నము
ఇభ్యకుల వృక్షాన అమృతఫల మితడు
ఉపకారపరు డుదాత్త చరితు డమిత తేజుడు

అసమ చరిత్రుడు జ్ఞానపురుషుడా చారువు
దార్శనికుడపురూపుడౌ భోగపురుషుడు
దానశూరుడు సాహసి చతుర క్షమాశూరుడు
రాగభోగములనీది వీతరాగముదెస
సాగిన ఘను డుదారి ధరకు మేరు సత్త్వము
సంస్కృత ప్రాకృత కన్నడాంధ్ర కవుల పాలికి సురభి
కావ్యములు చెక్కినవి దేదీప్య బింబమును
విస్తరించె చారు చరిత కనులకెదకు విందుగా
పెద్దలకు మ్రొక్కి ఎదనిండుగ కవుల తలచి
పాత కథ నీ నవకాలపు నచ్చుబోసి
పునర్జన్మ గన్నకథను మురిసి విస్తరించితి.

రసవత్కావ్యాల చూచి చవిగొనిన మహాత్ములిపుడు
బంధుర మీకావ్యము సుందర సురమ్యమని
మెచ్చునదె సంమానము నాకు పెద్ద బిరుదము.